સમાજમંગલ

ફાધર વાલેસ

ગૂર્જર ગ્રંથરત્ન કાર્યાલય

રતનપોળ નાકા સામે · ગાંધી માર્ગ · અમદાવાદ·૩૮૦ ૦૦૧

સમાજમંગલ

ફાધર વાલેસ

પુનર્મુદ્રણ : મે, 2012

પહેલી આવૃત્તિ : સપ્ટેમ્બર 2009

કિંમત : રૂ. 150

SAMAJ-MANGAL
a collection of essays in Gujarati
by Father Valles
Published by Gurjar Grantha Ratna Karyalaya,
Ahmedabad 380 001 (India)

© ફાધર વાલેસ

પૃષ્ઠ : 16+224

નકલ : 1000

ISBN : 978-81-8480-227-6

■ પ્રકાશક : અમરભાઈ ઠાકોરલાલ શાહ **ગૂર્જર ગ્રંથરત્ન કાર્યાલય** રતનપોળનાકા સામે, ગાંધીમાર્ગ, અમદાવાદ-380 001. ફોન : 079-22144663. e-mail : goorjar@yahoo.com ■ ટાઇપસેટિંગ : **શારદા મુદ્રણાલય** 201, તિલકરાજ, પંચવટી પહેલી લેન, આંબાવાડી, અમદાવાદ-380 006 : ફોન : 26564279 ■ મુદ્રક : **ભગવતી ઑફસેટ** સી/16, બંસીધર એસ્ટેટ, બારડોલપુરા, અમદાવાદ-380 004

સમગ્ર લેખન

મારું પહેલું પુસ્તક 'સદાચાર'. એ મેં કેવી રીતે લખ્યું એ હું અહીંયાં કહું. મારે એક ભારે પરીક્ષા આપવાની હતી એ માટે વર્ગો પૂરા થયા પછી બે પૂરા મહિના એ પરીક્ષાની તૈયારી કરવા માટે ફાળવવામાં આવતા. હવે મને આખો વિષય બરાબર આવડતો હતો, અને પરીક્ષા માટે વિદ્યાર્થી તરીકે તેમ જ શિક્ષક તરીકે મને હંમેશાં તિરસ્કાર જ રહ્યો છે. એટલે એ બે મહિનાનો ઉપયોગ એક સારા કામ માટે કરવાનું મેં નક્કી કર્યું.

હજી મારી તાલીમ ચાલતી હતી, અને હું સેન્ટ ઝેવિયર્સ કૉલેજમાં ભણાવવા આવ્યો નહોતો. આણંદ અને વલ્લભવિદ્યાનગર ખાતે થોડું ગુજરાતી શીખીને હું પૂણે ગયો હતો અને ચાર વર્ષ સુધી ધર્મતત્ત્વનો અભ્યાસ મેં ત્યાં કર્યો હતો. એ લાંબા કોર્સની હવે એક સામટી પરીક્ષા હતી. એની વધારે તૈયારીમાં મારે સમય બગાડવો નહોતો, એટલે પાઠ્યપુસ્તકો અને મારી પાસે ભેગી થયેલી મારી વિપુલ અંગત નોટો બાજુ પર મૂકીને હું જિંદગીનું મારું સૌથી પહેલું પુસ્તક લખવા લાગ્યો – અને એ પણ ગુજરાતીમાં.

એ પુસ્તક લખવાની પાછળ મારો વિચાર કંઈક આવો હતો કે કૉલેજના મારા વર્ગમાં મારે તો ગણિત ભણાવવાનું આવશે, અને એ માટે મારી પૂરી તૈયારી અને દિલની હોંશ છે; પરંતુ વર્ગ સિવાય સાચો શિક્ષક વિદ્યાર્થીઓની સાથે સંપર્ક રાખે અને અભ્યાસની વાતો સાથે જીવનની વાતો પણ કરે ને એમાં મદદરૂપ થવા પ્રયત્ન કરે. તો એ ભાવિ અને અત્યારથી વહાલા વિદ્યાર્થીઓને ખબર પડે કે આ ગણિતના શિક્ષકને એમના પરીક્ષાના પરિણામ સિવાય એમના જીવનમાં પણ રસ

છે એ માટે હું એક નાનકડું પુસ્તક લખું, એમના હાથમાં મૂકું, ને એમાં એમના પ્રશ્નો, એટલે કે કુટુંબના પ્રશ્નો, સમાજના પ્રશ્નો, દેશના અને જીવનના પ્રશ્નો, કોઈ જાગ્રત યુવાનને વિચાર કરતો કરી મૂકે એવા પ્રશ્નો લઈને હું એમની ચર્ચા કરું–અને મારી ઓરડીનાં – અને મારા દિલનાં – દ્વાર એવા અંગત વ્યવહાર માટે ખુલ્લાં છે એ જણાવું. એવો વિચાર હતો. અને એનો અમલ, પેલી મોટી પરીક્ષાની તૈયારીના સમયમાં, કરવાનું મેં નક્કી કર્યું હતું.

હવે મારે એટલું જ જોવાનું હતું કે મારા આ કામની કોઈને પણ ખબર ન પડે. અમે વિદ્યાર્થીઓ અને અમારા શિક્ષકો એક જ આશ્રમમાં સાથે રહેતા હતા. પ્રાધ્યાપકો એ પરીક્ષાને ખૂબ મહત્ત્વ આપતા, અને ચાર વર્ષના અભ્યાસ ઉપરાંત એ છેલ્લા બે મહિના પૂરેપૂરા એની તૈયારીમાં વપરાય તો જ એમાં પાસ થવાનો સંભવ રહે – એમ તેઓ માનતા અને એ પ્રમાણે વર્તતા. એમને જો ભૂલેચૂકે ખબર પડે કે આ અગત્યનો તૈયારીનો સમય હું બહારનું કોઈ કામ કરવામાં વાપરું છું, તો પરીક્ષામાં મને નાપાસ કર્યા વગર તો રહે જ નહિ. પરીક્ષા લેખિત પણ હતી અને મૌખિક પણ હતી, ને મૌખિક પરીક્ષામાં પરીક્ષાર્થીને સામે જ રાખીને ગુણ અપાય, એટલે જેણે એવો કોઈ ગુનો કર્યો હોય એની શિક્ષા ત્યાં ને ત્યાં થાય. માટે મેં કોઈને કશું કહ્યું નહિ, અને મારી ઓરડીનું બારણું બંધ કરીને જીવના જોખમે મારું પહેલું પુસ્તક લખવામાં હું લાગી ગયો. બે મહિનામાં મેં એ પૂરું કર્યું. પછી ગુપ્ત ગુનાના સંતોષ સાથે હું પરીક્ષામાં બેઠો. ફર્સ્ટ ક્લાસ આવ્યો.

બીજે વર્ષે અમદાવાદ આવીને મેં કૉલેજમાં ભણાવવાનું શરૂ કર્યું. મારા પુસ્તકના પ્રકાશનની વાત આવી. મારું નામ સાવ અજાણ્યું હતું, પણ પુસ્તકમાં કંઈક માલ છે જ એમ હું માનતો હતો એટલે વાંધો નહિ આવે એમ મને લાગતું હતું. એક પ્રકાશક ભાઈની પાસે જઈને મેં વાત કરી, અને જેનું નામ મેં 'સદાચાર' રાખ્યું હતું એવા પુસ્તકની હસ્તપ્રત મેં એમના હાથમાં મૂકી. એમણે શીર્ષક વાંચ્યું : ''સદાચાર'' શબ્દનો કટાક્ષથી ઉચ્ચાર કર્યો અને કહ્યું : ''સદાચાર ? આ વાંચે કોણ ?'' અને પુસ્તક ટેબલ પર પછાડ્યું. પુસ્તકના પ્રકાશન માટેના મારા બધા પ્રયાસો નિષ્ફળ ગયા. એટલે છેવટે મેં સ્પેન દેશમાં રહેતાં મારાં પૂબાને પત્ર લખીને એમની મદદ માગી. એમણે તરત જરૂરી પૈસા મોકલ્યા અને પુસ્તક છપાયું. મારા હાથમાં મારું પહેલું પુસ્તક આવ્યું ત્યારે

મને ઘણો આનંદ થયો. એની કિંમત રાખી હતી – ૭૫ પૈસા !

પુસ્તક મને વિદ્યાર્થીઓની વધુ ને વધુ નજીક લાવવાનું પોતાનું કાર્ય કરી રહ્યું હતું. એ રીતે મને ટૂંકા સમયમાં બહુ ઉપયોગી બની ગયું. પણ બીજું પુસ્તક લખવાનું ત્યારે મારા મનમાં હતું જ નહિ. એક દિવસ કોઈ સામાજિક પ્રસંગમાં જુદી જુદી વ્યક્તિઓ હતી એમાં કોઈએ મને શ્રી બચુભાઈ રાવતની ઓળખાણ કરાવી. તેઓ પ્રતિષ્ઠિત માસિક 'કુમાર'ના પ્રતિષ્ઠિત તંત્રી હતા. વાતો કરતાં કરતાં એમણે મને 'કુમાર' માટે કોઈ લેખ લખી આપવાનું કહ્યું. મેં આભાર માન્યો, પણ મને મનમાં થયું કે ક્યાં 'કુમાર' અને ક્યાં હું; શ્રી બચુભાઈએ ફક્ત શિષ્ટાચાર ખાતર એવું કહ્યું હશે એમ મને લાગ્યું, એટલે મેં કંઈ કર્યું પણ નહિ. કૉલેજમાં અને યુનિવર્સિટીમાં મારા ગણિતના વર્ગો તો પૂરજોશમાં ચાલતા હતા.

પાંચ વર્ષ પછી બીજા કોઈ એક પ્રસંગે શ્રી બચુભાઈ રાવતનો મેળાપ ફરીથી થયો. સહેજ વાતો થતાં તેઓ બોલ્યા : "પેલું આમંત્રણ યાદ છે ? હજી ઊભું છે." એ વખતે આગળની વાત સાચી હતી એમ મેં જોયું. થોડા દિવસ પછી મેં એક લેખ પણ મોકલ્યો. તે 'કુમાર'ના અંકમાં કવિતા પછી પહેલે પાને છપાયો. (આગળ જતાં કાવ્યોને સ્થાને પહેલે પાને જ છપાવાનું માન પણ મળ્યું.) મારા ઉપર વાચકોના પત્રો આવવા લાગ્યા. એક દિવસ ભાવનગરના 'લોકમિલાપ' પુસ્તક-પ્રકાશનની સંસ્થાના સંચાલક શ્રી મહેન્દ્ર મેઘાણીનો પત્ર હતો. તેઓ 'લોકમિલાપ' નામના માસિકના તંત્રી પણ હતા. એમાં મહિને મહિને અન્ય માસિકોમાં આવેલા ચુનંદા લેખો પ્રસિદ્ધ કરવામાં આવતા. એ પત્રમાં એમણે બીજે મહિને પોતાના માસિકમાં મારો 'કુમાર'વાળો લેખ છપાવવા મારી પરવાનગી માગી હતી, અને પત્રને અંતે ઉમેર્યું હતું : "સામાન્ય રીતે હું મારા માસિકમાં લેખો લઉં છું એ ટૂંકાવીને લઉં છું, પરંતુ આપનો લેખ તો એક પણ શબ્દ કાઢ્યા વગર જ હું છાપવાનો છું." મેં ખુશીથી પરવાનગી આપી. મારી લેખમાળા 'કુમાર'માં પણ ચાલી અને 'લોકમિલાપ'માં પણ ચાલી.

હજી મારા લેખનકાર્યમાં બીજી એક અગત્યની મજલ આવી. એક દિવસ 'ગુજરાત સમાચાર' દૈનિકના તંત્રી શ્રી શાંતિલાલ શાહનો ફોન આવ્યો. મને મળવાની ઇચ્છા દર્શાવી. હું એમના કાર્યાલયમાં ગયો. એમણે મને સીધું કહ્યું : " 'ગુજરાત સમાચાર'ની રવિવારની પૂર્તિ છે એમાં તમે દર અઠવાડિયે એક

લેખ લખો એવી મારી વિનંતી છે.'' મેં પૂછ્યું : ''શું લખું ?'' એમણે લાક્ષણિક સ્પષ્ટતાથી તરત જવાબ આપ્યો : '' 'કુમાર'માં લખો છો એવું.'' વાત મને ગમી. મનમાં શંકા એક જ હતી કે 'કુમાર'માં હું મહિને મહિને લખું છું. પણ હવે 'ગુજરાત સમાચાર'માં મારે અઠવાડિયે અઠવાડિયે લખવાનું રહેશે. એ કામને હું પહોંચી વળી શકીશ કે કેમ. બે-ત્રણ મહિના સુધી મેં વિવિધ લેખો પંદર પંદર દિવસે મોકલ્યા. મને વિશ્વાસ બેઠો કે હવે હું દર રવિવારે લખી શકું, એટલે શ્રેણીનું રીતસરનું શીર્ષક બાંધીને મેં દર રવિવારે લખવાનું શરૂ કર્યું. શ્રેણીનું મથાળું હતું 'નવી પેઢીને'.

'નવી પેઢીને' કટારે મારે માટે અમદાવાદમાં અને ગુજરાતમાં લોકહૃદયનાં દ્વાર ખોલ્યાં. રવિવારની પૂર્તિના છેલ્લા પાના ઉપર આઠેઆઠ કૉલમ રોકીને મારો લેખ આવે. હજી ટી.વી.નું આગમન થયું ન હતું એ જમાનામાં સવારે ઘેરઘેર પહોંચે અને એ નવી પેઢીના અને જૂની પેઢીના સૌને મનોરંજન, મંથન, માહિતી અને રમૂજનું ભાથું પૂરું પાડે. એ લેખની સાથે હું ઘર ઘરમાં આત્મીય પ્રવેશ પામતો ગયો. એક દિવસ એક અધ્યાપક મિત્ર મને કહે : ''તમે રવિવારે તમારો એ જેવો તેવો લેખ બંધ કરશો ત્યારે મારા ઘરમાં શાંતિ આવશે.'' ''કેમ ?'' મેં પૂછ્યું. એણે સ્પષ્ટીકરણ કર્યું : ''રવિવારે સવારે ઘેર છાપું આવે ત્યારે મારી પત્ની વહેલી ઊઠે એટલે પહેલી તે એ હાથમાં લે. એમાં સૌથી પ્રથમ તમારો લેખ વાંચે, અને હું ઊઠું ન ઊઠું એટલામાં એ મારી પાસે છાપું લઈને અને આંગળી મૂકીને આવે અને મને કહેવા માંડે : 'જુઓ, આ વાંચો. ફાધરે આજે આ તમારે માટે જ લખ્યું છે. હવે તમે એક વાર સમજી લો તો સારું.' એટલે તમને કહું છું કે તમે લખવાનું બંધ કરશો ત્યારે જ મારા ઘરમાં શાંતિ આવશે.''

'કુમાર'વાળા લેખોનો સંગ્રહ મારા બીજા પુસ્તકમાં પ્રસિદ્ધ થયો : 'વ્યક્તિઘડતર'; જ્યારે 'ગુજરાત સમાચાર'ના લેખોમાંથી 'નવી પેઢીને – તરુણાશ્રમ' પુસ્તક જન્મ્યું. એ ક્રમ વર્ષો સુધી ચાલ્યો, અને એ રીતે દર વર્ષે મારાં ત્રણ-ચાર નવાં પુસ્તકો પણ છપાતાં. સ્વતંત્ર રીતે પણ હું બીજાં સળંગ પુસ્તકો લખતો એ જુદાં.

એક દિવસ બીજા એક પ્રકારનો પ્રસ્તાવ મારી આગળ મૂકવામાં આવ્યો. ગુજરાત યુનિવર્સિટીના પ્રકાશન વિભાગનો પત્ર હતો, એમાં વિશ્વવિખ્યાત અંગ્રેજ

ગણિતશાસ્ત્રી શ્રી G. H. HARDYના પ્રશિષ્ટ ગ્રંથ PURE MATHEMATICSનો ગુજરાતીમાં અનુવાદ કરવાની વિનંતી હતી. એ નવું સાહસ હતું. હાર્ડીએ ગણિતમાં ચોકસાઈ અને તર્કબદ્ધતા લાવવા અનેક પ્રયાસો કર્યા હતા. એમના શબ્દોમાં કહીએ તો "કોઈ મિશનરી પાદરી જંગલવાસીઓને માથે બાઇબલ ઠોકી બેસાડે એ ઝનૂનથી" એમણે નવા ગણિત માટે એકલે હાથે ઝુંબેશ ચલાવી. એ પેઢીના અમે બધા શિક્ષકો અને વિદ્યાર્થીઓ હાર્ડીના એ જ પુસ્તકથી ઘડાયા હતા. એનું ભાષાંતર તો ભગીરથ કાર્ય હતું. પુસ્તકના નામથી જ માંડીને મુશ્કેલીઓ ઊભી થતી. PURE MATHEMATICS અને APPLIED MATHEMATICSનું ચાલુ ગુજરાતી ભાષાંતર "શુદ્ધ ગણિત" અને "પ્રાયોગિક ગણિત" એ હતું, પણ મારા મનમાં એ બેસતું નહોતું. એક ગણિતને "શુદ્ધ" કહીએ તો બીજું "અશુદ્ધ" ભાસે. વિચાર કરીને મને રસ્તો સૂઝ્યો. શંકરાચાર્યનાં અને રામાનુજાચાર્યનાં વેદાંતદર્શન જુદાં પાડવા "કેવળાદ્વૈત" અને "વિશિષ્ટાદ્વૈત" એ બે સાર્થક નામ યોજાયાં હતાં. તો હવે મેં PURE MATHEMATICS માટે "કેવળ ગણિત" અને APPLIED MATHEMATICS માટે "વિશિષ્ટ ગણિત" એવાં ભારતીય સંસ્કૃતિને માન્ય, સચોટ અને પ્રતિષ્ઠિત નામ સૂચવ્યાં. અંગ્રેજીમાં PURE વિશેષણનો રણકો પણ એવો જ છે. એ રાહે 'કેવળ ગણિત'નો મારો ભાષાંતરવાળો ગ્રંથ બહાર આવ્યો એને હું મારા લેખનકાર્યનું એક સીમાચિહ્ન પણ ગણાવું. આગળ જતાં ડૉ. પ્ર. ચુ. વૈદ્યે 'સુગણિતમ્' સામયિકના તંત્રી બનવા મને આગ્રહ કર્યો, પરંતુ મને મારી મર્યાદાનો ખ્યાલ છે, અને હું લેખક છું પણ તંત્રી નથી એમ સ્પષ્ટપણે સમજીને મેં વિવેકથી ના પાડી. પણ વર્ષો સુધી 'સુગણિતમ્'ના દરેક અંકમાં મારો લેખ નિયમિત રીતે આવતો. એમાં 'સુરેખ આલેખન' લેખની યાદ મને વિશેષ રહી છે. ડૉ. પ્ર. ચુ. વૈદ્યની સાથે 'ગણિતદર્શન' ગ્રંથ લખવાનો પ્રસંગ પણ આવ્યો.

ભાષાંતરના ક્ષેત્રમાં હજી મારા બીજા એક કાર્યનો ઉલ્લેખ મારે કરવાનો છે. ખ્રિસ્તી દેવળોમાં રોજ બોલાતી રૂઢ, પ્રાચીન પ્રાર્થના છે એ સૈકાઓ સુધી લેટિન ભાષામાં જ બોલાતી, પરંતુ આખરે વર્તમાન કાળમાં અર્વાચીન ભાષાઓમાં એ બોલવાની છૂટ મળી ત્યારે ગુજરાતીમાં એનું ભાષાંતર કરવાનું કાર્ય પણ મને સોંપવામાં આવ્યું. પ્રાર્થનાનો આરંભ (અંગ્રેજીમાં) આ શબ્દોથી

થાય છે : LORD, YOU ARE HOLY INDEED. એવું સંબોધન મને સાવ લૂખું, રિક્ત, કસ વિનાનું લાગ્યું, એટલે ગુજરાતીમાં બીજો પ્રયોગ કરીને મેં આમ લખ્યું : ''પવિત્રતા તમારું નામ છે, પ્રભુ'', અને આખી પ્રાર્થના એ ઢબે આગળ ચલાવી. આજે આખા ગુજરાતમાં ખ્રિસ્તી દેવળોમાં શ્રદ્ધાળુ લોકો એ પ્રાર્થના રોજ બોલે છે, પણ અત્યારે તો કોઈને ખબર નથી અને યાદ પણ નથી કે એ ભાષાંતર મારું છે. એવાં બીજાં મારાં ધાર્મિક ભાષાંતરો પણ છે, અને એનો મને સંતોષ અને ગર્વ પણ છે. જ્યારે જ્યારે ભગવાનને એ પ્રાર્થના થાય ત્યારે ત્યારે એમાં મારો સ્પર્શ છે એ કંઈ ઓછાં પુણ્ય કહેવાય ?

એ વર્ષોમાં વર્ગમાં અને વાતચીતમાં મારો વ્યવહાર ગુજરાતીમાં પણ અને અંગ્રેજીમાં પણ ચાલતો હતો, એટલે સહજ રીતે એક પશ્ચિમી અને એક પૂર્વની એવી એ બે પ્રતિનિધિ ભાષાઓનાં લક્ષણો, વિશિષ્ટતાઓ, સરખાપણા અને જુદાપણાનું મંથન હું મારા મનમાં ચલાવવા લાગ્યો. એ સંદર્ભમાં મેં ભાષા-મનોવિજ્ઞાનનાં પુસ્તકો વાંચ્યાં, તર્કો ચલાવ્યા, વિપુલ નોંધ લીધી અને ધીરેધીરે ભાષા અને સંસ્કૃતિના ગાઢ સંબંધ વિશે મારું અંગત સંશોધન પણ આગળ વધ્યું. મારે મન વાત એટલી મહત્ત્વની લાગી કે સમય કાઢીને હું એ ક્ષેત્રમાં પ્રખ્યાત એવી અમેરિકાની જોર્જટાઉન યુનિવર્સિટીમાં ગયો, અને ત્રણ મહિના સુધી ત્યાં રહીને ભારતના નિષ્ણાત પ્રાધ્યાપક ડૉ. શાલિગ્રામ શુક્લના હાથ નીચે આ વિષયનો મેં શિસ્તબદ્ધ અભ્યાસ કર્યો.

આ પ્રયત્નોના ફળસ્વરૂપે છેવટે મારું 'શબ્દલોક' પુસ્તક ૧૯૮૮ની સાલમાં બહાર પડ્યું. મને એમ હતું – અને છે – કે ગુજરાતી ભાષામાં મારા વિચાર, અનુભવ, અભ્યાસ અને મંથનનો નિચોડ એમાં છે. એ પુસ્તક ગુજરાતી સાહિત્યમાં અને ગુજરાતી સંસ્કૃતિમાં મારું વિશેષ યોગદાન છે. મેં જિંદગીમાં કદીયે કર્યું નહોતું એવું આ પુસ્તક વખતે કર્યું, એટલે કે પુસ્તકનો વિમોચનવિધિ રીતસર ગોઠવ્યો, સભા બોલાવી. એમાં શ્રી ઉમાશંકર જોશી, શ્રી યશવંત શુક્લ, શ્રી હરિવલ્લભ ભાયાણી, શ્રી ચિમનલાલ ત્રિવેદી અને શ્રી રઘુવીર ચૌધરી જેવા મૂર્ધન્ય સાહિત્યકારો બોલ્યા. મેં એ પુસ્તકની પાછળના મારા વિચારો, મહેનત, આશા, મમતા હતાં એ દિલના ઉમળકાની સાથે કહ્યાં, અને મારું એ માનીતું પુસ્તક ગુજરાતના વાચકવર્ગના હાથમાં મૂક્યું.

એમાં મારા લેખક તરીકેના જીવનમાં સૌથી કરુણ બનાવ બન્યો. એ પુસ્તક

નિષ્ફળ ગયું. મારાં બધાં પુસ્તકોની પહેલી આવૃત્તિ તો પ્રકાશનના પહેલા વર્ષની અંદર જ ખપી જતી. અને બીજી આવૃત્તિ તરત કરવી પડતી. તો આ પુસ્તકની પહેલી આવૃત્તિને આજે ૧૧ વર્ષ પૂરાં થયાં છે, તોય એ હજી ચાલે છે. એટલે કે ચાલતી નથી. હા, એ વાત સાચી કે મારા કેટલાક સુજ્ઞ વાચકો અને અંગત મિત્રોએ મને એમ કહ્યું છે કે મારાં બધાં પુસ્તકોમાં એ સર્વશ્રેષ્ઠ છે, અને હું પણ એ માનું છું. પરંતુ બૃહત્ વાચકવર્ગનો ફેંસલો જુદો છે. એ પુસ્તક વેચાયું નહિ એટલે વંચાયું નહિ. એની સાથે ગુજરાત સાથેની મારી રોમાંચક પ્રેમકથાનું છેલ્લું પ્રકરણ લખાયું. ત્યાર પછી મારાં ગુજરાતી પ્રકાશનો નોંધપાત્ર રહ્યાં નથી.

એ જ અરસામાં એક તદ્દન નવું ક્ષેત્ર મારી આગળ અણધારી રીતે ખુલ્લું થયું. હું ત્યાર સુધી લખતો આવ્યો હતો તે ફક્ત ગુજરાતી ભાષામાં જ લખતો આવ્યો હતો. અંગ્રેજી ભાષા પણ મને ઠીક આવડે, અને સ્પેનિશ તો મારી માતૃભાષા જ રહી. તોય જાહેર લખાણોમાં મેં ત્યાર સુધી ગુજરાતીનો જ ઉપયોગ કર્યો હતો. એક તો, મારો સ્વભાવ પૂર્ણતાનો અને વફાદારીનો રહ્યો, અને ગુજરાતી ભાષા સાથે મારી સગાઈ હતી એમાં બીજી ભાષાનું સેવન કરું તો વ્યભિચાર જ થાય એવી ધૂન હતી; અને બીજું, અંગ્રેજીમાં નવા અને જુદા વાચકો મળશે અને મારાં પુસ્તકો એમને કદાચ પસંદ ન પડે એવી શંકા હતી – આ બે કારણથી હું અંગ્રેજીમાં લખવાનું ટાળતો આવ્યો હતો. હા, વર્ષોથી 'ગુજરાત સાહિત્ય પ્રકાશ'ના સંચાલક શ્રી ફાધર ડેલ રીઓની આગ્રહી વિનંતી હતી કે હું અંગ્રેજીમાં કોઈ પુસ્તક લખું. છેવટે – એક જ પુસ્તક લખીને એમને સંતોષ આપવાના હેતુથી – મેં હા પાડી. ૧૯૮૪ની સાલમાં મારું પહેલું અંગ્રેજી પુસ્તક LIVING TOGETHER બહાર પડ્યું. કમનસીબે એ ખૂબ સફળ થયું. એટલે થોડા સમય સુધી આનાકાની કરીને, બીજું પુસ્તક – અને આખરે ઘણાંબધાં – લખ્યા વગર મારો છૂટકો થયો નહિ. એ બધાં અંગ્રેજી પુસ્તકો મારાં ગુજરાતી પુસ્તકોથી જુદાં હતાં. વાચકવર્ગ જુદો એટલે મારા વ્યક્તિત્વનું બીજું પાસું એમાં વ્યક્ત થયું એ લાભ મને થયો.

પછી એક મઝાની ઘટના બની. એક દિવસ ટપાલમાં પરદેશથી એક સ્પેનિશ પ્રકાશકનો પત્ર આવ્યો. એમાં લખ્યું હતું કે, "તમારું અંગ્રેજી પુસ્તક LIVING TOGETHER અમારા ધ્યાનમાં આવ્યું છે, તો સ્પેનિશ ભાષામાં એનું ભાષાંતર અને પ્રકાશન કરવા માટે આપની રજા માગીએ છીએ." મેં જવાબમાં

લખ્યું : ''પ્રકાશન તો આપ જરૂર કરી શકો, પરંતુ મારા પુસ્તકનું ભાષાંતર હું જ કરીશ. સ્પેનિશ મારી માતૃભાષા છે.'' એ રીતે છેવટે વર્ષોના ચક્રે અને જીવનના ન્યાયે મારી અસલ ભાષામાં જ મારું પહેલું પુસ્તક બહાર પડ્યું.

હવે, સ્પેનિશ ભાષા ફક્ત યુરોપમાં સ્પેન દેશમાં ચાલે છે એમ નથી. હકીકતમાં (ભારતમાં ઘણા ઓછા લોકોને એ હકીકતની ખબર છે તો પણ) સ્પેનિશ ભાષા દક્ષિણ અને મધ્ય અમેરિકાના વીસ જેટલા જુદા જુદા દેશોમાં માતૃભાષા જ છે. ભાષા એક, એટલે મારાં સ્પેનિશ પુસ્તકો સ્પેનથી દક્ષિણ અને મધ્ય અમેરિકાના એ બધા દેશોમાં જવા લાગ્યાં. જ્યાં પુસ્તકો જાય ત્યાંથી પત્રો પણ આવે અને છેવટે ત્યાં જવાનાં આમંત્રણો પણ આવવા માંડે. એ અરસામાં કૉલેજમાં ભણાવવાના કાર્યમાંથી નિવૃત્ત થવાનો મારો વારો આવ્યો હતો, એટલે મને સમયની પણ છૂટ હતી. એ નવા નવા દેશો જોવાની અને એ નવી નવી સંસ્કૃતિઓ વિશે જાણવાની ઇંતેજારી લાગી, એટલે થોડા સમયમાં એ નવી અને જુદી દુનિયાનો પ્રત્યક્ષ અનુભવ હું લેતો થયો. એક ભવમાં ત્રણ ભવ – યુરોપનો, ભારતનો, લેટિન અમેરિકાનો – જાણે ભેગા થયા ન હોય. મારું જીવન ખરેખર ભર્યું ભર્યું રહ્યું અને હું ધન્ય થઈ ગયો.

એ કૃતજ્ઞતાની લાગણીની સાથે હું મારા ગુજરાતી લેખનકાર્યનો સાર મારા પ્રિય વાચકોના હાથમાં હવે મૂકું છું. મારાં કેટલાંક પુસ્તકો એના અસલ સ્વરૂપમાં રાખીને ફરીથી પુનર્મુદ્રિત થશે : 'સદાચાર', 'વ્યક્તિઘડતર', 'ગાંધીજી અને નવી પેઢી', 'લગ્નસાગર', 'આત્મકથાના ટુકડા' અને 'શબ્દલોક'. બીજાં બધાંમાંથી પાંચ શીર્ષકો બાંધીને પાંચ અલગ અલગ ગ્રંથો બનાવ્યા છે : 'વ્યક્તિ', 'કુટુંબ', 'સમાજ', 'ધર્મ' અને 'જીવન'. આ સંગ્રહોમાં મારા સમસ્ત ગુજરાતી લેખનકાર્યનો નિષ્કર્ષ આવે છે, અને એની તૈયારી કરતી વખતે એ મારી આંખની સામે – પ્રત્યક્ષ જોઈને મને ઊંડા સંતોષની લાગણી થઈ છે. આ પાંચ પુસ્તકોના પુનર્મુદ્રણની આ આવૃત્તિમાં દરેક પુસ્તકમાંથી એમાંની મહત્ત્વની લેખસામગ્રી જળવાય એ રીતે કેટલાક લેખો ઓછા કરી એ પુસ્તકોનું કદ સહેજ નાનું કર્યું છે. એમાંના શિક્ષણવિષયક લેખો તથા '૧૦૦ % ઑપ્શન'વાળું પુસ્તક 'શિક્ષણમંગલ' નામે જુદું પ્રગટ કર્યું છે. ઉપરનાં પાંચ પુસ્તકોને 'વ્યક્તિમંગલ', 'કુટુંબમંગલ', 'સમાજમંગલ', 'ધર્મમંગલ' અને 'જીવનમંગલ' – એ નવાં શીર્ષકથી પ્રકાશિત કર્યાં છે.

આજના આ કાર્ય માટે તેમ જ વર્ષો સુધીના લેખન-પ્રકાશનના કાર્યમાં મદદ કરનાર અને સાથ આપનાર 'ગૂર્જર ગ્રંથરત્ન કાર્યાલય'ના શ્રી મનુભાઈ શાહ, પ્રા. શ્રી ચિમનલાલ ત્રિવેદી અને મારા આત્મીય વાચકોનો હું હૃદયપૂર્વક આભાર માનું છું.

એવી એક વાચક બહેન એક વખત, મારા એક જાહેર પ્રવચન પછી મારી પાસે આવી અને પોતાનું નામ પણ કહ્યા વગર ખૂબ લાગણી અને આગ્રહ સાથે કહેવા લાગી : ''ફાધર, મહેરબાની કરીને હા પાડો, હું કહું એ સાચું જ છે એમ તમે પોતે જરૂરથી કહેજો. ફાધર, એ સાચું છે ને ? ચોક્કસ મને હા પાડો. તમારાં બધાં જ પુસ્તકો તમે ફક્ત મારી એકલીને માટે જ લખ્યાં છે, નહિ ?''

હા, મારા પ્રિય વાચક, ફક્ત તમારે માટે જ. જુઓ, હવે તમારા હાથમાં છે.

ફાધર વાલેસ

www.carlosvalles.com
carlos@carlosvalles.com

અનુક્રમ

સમાજમંગલ

●

ફાધર વાલેસ

૧. સેવાની ગતિ

ઉપગ્રહ કે અવકાશી વાહનને અંતરિક્ષમાં રાખનાર બે બળ હોય છે. એક કેન્દ્રગામી : પૃથ્વી તરફનું ગુરુત્વાકર્ષણનું બળ; અને બીજું કેન્દ્રત્યાગી : વાહનના એન્જિનથી સર્જેલ ઊર્ધ્વ પ્રવેગ. જો પૃથ્વીના આકર્ષણનું જોર વધારે હોય તો ઉપગ્રહ નીચે આવતો રહેશે, વાતાવરણના સંઘર્ષથી તે બળી જશે. અને ઊલટું, જેમ ઊર્ધ્વ ગતિ વધશે તેમ ઉપગ્રહ ઊંચે ને ઊંચે ચડી જશે, અંતરિક્ષે વિહાર કરતો બની જશે, અને ખરે વખતે એન્જિન પૂરતું બળ આપે તો પૃથ્વીના આકર્ષણની પકડમાંથી છૂટીને ઉપગ્રહ સૂર્યની આસપાસ ફરતો થઈ જશે : ઉપગ્રહ મટીને ગ્રહ બની જશે.

માનવના હૃદયમાં પણ બે ગતિ હોય છે :

સ્વાર્થ અને પરમાર્થ.

સ્વાર્થ કેન્દ્રગામી છે, પૃથ્વી તરફનો છે, માણસને નીચે ને નીચે દબાવતો હોય છે. અને તે હદ છાંડે તો સંસારના કલુષિત વાતાવરણના સંઘર્ષથી માણસ બળી જાય – કંજૂસ, લોભી ને આપમતલબી દિલમાં ને દિલમાં બળે છે તેમ.

પરમાર્થ – બીજાઓના કલ્યાણાર્થે પોતાની જાતને સમર્પણ કરવાની દિવ્ય વૃત્તિ – ઊર્ધ્વગામી છે. તે માણસને સાધનાના આકાશમાં ઊંચે ને ઊંચે લાવતો રહે છે. તેનું કાર્યક્ષેત્ર વિશાળ બનાવતો જાય છે. અને વખતે, સમર્પણની વૃત્તિ ઓર વધી જાય તો પૃથ્વીનો મોહ છોડીને માણસ ધર્મના સૂર્યની આસપાસ ફરતો થઈ જશે : જાણે માણસ મટીને સંત ને મહાત્મા બની જશે.

કલ્યાણની ગતિ હંમેશાં બહાર તરફ, વિસ્તાર તરફ, પરોપકાર ને સેવા

તરફ હોય છે.

પ્રકાશનાં કિરણો, પવનની લહેરીઓ, સંગીતના સૂર... દૂર સુધી ફેલાય છે, પ્રસરે છે, વીખરાય છે.

સૂર્ય જો પોતાનાં કિરણો સમેટી લે તો એ સૂર્ય જ મટી જાય.

પવન જો પોતાની પાંખો સંકેલી લે તો તે શાંત થાય. અને શાંત પવન એટલે શૂન્ય.

સંગીત જો પોતાના સૂર રૂંધી નાખે તો પોતે બંધ પડી જાય.

માણસ પરોપકારની વૃત્તિ દબાવી દે તો માણસાઈ ખોઈ બેસે.

અંધારો સૂર્ય.

શાંત પવન.

મૌન સંગીત.

જીવનની માયા છે, ધર્મનો વિરોધાભાસ છે, શ્રદ્ધાની કસોટી છે. જે પોતાને શોધે એ પોતાને ખોઈ બેસે છે; અને જે પોતાનું જીવન બીજાઓના જીવનમાં પરોવી દે, બીજાઓના કલ્યાણમાં પોતાનું કલ્યાણ સમજે, બીજાઓની સફળતામાં પોતાની સિદ્ધિ જુએ એ જ પોતાની જાતને, પોતાના બૃહદ સ્વરૂપને, પોતાના આત્માને પામે છે.

સંગ્રહખોરનો ભંડાર લૂંટાય છે, અને સંન્યાસીના કમંડલમાં મોતી પાકે છે.

*

બાઇબલમાં એક માર્મિક કથન છે : 'જે બીજ મરે તે ફળે.' જે ઘઉંનો દાણો ભોંયમાં પડીને પોતાની અખંડતા સાચવવાનો દુરાગ્રહ રાખે તે એકલો જ રહે છે; પરંતુ જે જમીનમાં દટાઈને, અંતર પાથરીને, રૂપાંતર પામીને, જાણે જાતે મરી જઈને વિલીન થાય છે તેમાંથી જ ડૂંડું ઊગશે અને તેના પર સો દાણા બેસશે. મૃત્યુમાંથી જીવન, સમર્પણમાંથી સાધના, સેવા દ્વારા જનકલ્યાણ – એ મહામંત્ર કુદરતના ધર્મગ્રંથના એકેએક પાનામાં આલેખેલો છે. તોપણ એ મંત્ર વાંચવા, શીખવા ને જીવનમાં ઉતારવા આપણે ઘણાખરા તૈયાર નથી.

આપણા જમાનામાં સેવાની બલિહારી છે, પણ દુનિયામાં સાચા સેવકોની ખોટ છે.

સેવાની પૂજા થાય છે, પણ પૂજારી થવા માટે ઓછા દીક્ષા લે છે.

લોકસેવકોનાં જીવનચરિત્રો લખાય છે, પણ તેમનો જીવનપાઠ ઓછા અપનાવે છે.

હું અને તે, પોતાનું ને પારકું, સ્વાર્થ ને પરમાર્થ, જીવન ને મરણ એ દ્વંદ્વો આપણે સર્જ્યાં એટલે દરેકમાં એક પદનો ત્યાગ કરીને બીજાનો સ્વીકાર કરતાં દિલ ચિરાય. સેવાના મૂળમાં ત્યાગ છે એ ખબર પડતાં જ સેવાબહાદુરોએ રાજીનામું આપ્યું. ગુરુત્વાકર્ષણબળનો વિરોધ કરવામાં ઉપગ્રહનું મોટા ભાગનું બળતણ વપરાયું, અને એ ભગીરથ પ્રયત્નમાં સહેજ ખામી આવતાં અનેક અવકાશી પ્રયોગો નિષ્ફળ નીવડ્યા. એન્જિનને દોષ દીધો અથવા મોહ જોર કરે છે એનું બહાનું કાઢ્યું. પણ ખરો વાંક બીજો જ હતો. દ્વંદ્વોની માયા ખોટી છે. સ્વ ને પરનો ઝઘડો કૃત્રિમ છે. ત્યાગનો હાઉ માણસસર્જિત છે.

કરસનદાસ માણેકે કવિતામાં એ જ કહ્યું છે :

કોનો કોણ ઉપાડે ભાર,
કોક ત્રીજો જ્યાં છે બંનેનો
એક માત્ર આધાર !
કોનો કોણ ઉપાડે ભાર !

જે ભગવાન મારામાં છે એ તમારામાં પણ છે. 'હું' જ્યારે 'તમારી' સેવા કરું ત્યારે બંનેનો આધાર – મારો સેવા આપવામાં ને તમારો સેવા સ્વીકારવામાં – ભગવાન જ છે. તે એક હાથે ભીખ આપે અને બીજે હાથે સ્વીકારે. કોની સેવા કોણ કરે ને કોણ સ્વીકારે એ મુદ્દાની વાત નથી. સેવાના મૂળમાં ભગવાન જ છે એટલો જ મુદ્દો છે. આ મુદ્દો જે બરાબર સમજી શક્યા – તત્ત્વજ્ઞાનના તર્કથી નહિ, હૃદયના સ્પંદનથી – તે આપોઆપ જિંદગી સુધી સેવાપરાયણ બની ગયા.

માંદાંની મુલાકાત લીધી એટલે ભગવાનને દર્શને ગયા.

ભિખારીને ભીખ આપી એટલે ભગવાનને નૈવેદ્ય અર્પણ કર્યું.

દુખિયાનું દુઃખ ઓછું કર્યું એટલે ભગવાનની આરતી ઉતારી.

અને એ મુલાકાતે જતી વખતે મારા પગ કોણે ચલાવ્યા ? દાન આપતી વખતે મારો હાથ કોણે લંબાવ્યો ? આરતીના દીપકમાં ઘી કોણે રેડ્યું ?

ભગવાને.

તે મને એ શુભ પ્રેરણા આપે છે, અને બીજાઓમાં તેનાં ફળ એ પોતે

સ્વીકારે છે. આખું સેવાતંત્ર તેના હાથમાં જ છે.

*

માણસના હૃદયમાં બે ગતિ છે. એકનો નાશ કરીને બીજીને વેગ આપવો જોઈએ એ કલ્પનામાં તથ્ય છે પણ ભ્રમ પણ છે. મારું ખરું કલ્યાણ ભગવાનમાં છે અને બીજાઓનું કલ્યાણ પણ ભગવાનમાં છે એની પ્રતીતિ એક વાર જો થઈ જાય તો એ બે ગતિઓ એક થઈ જશે.

સેવાની ગતિ

ભગવદ્ ગતિ.

એને પાંખો આપીને ધર્માકાશમાં મુક્ત રીતે ઊડી શકાશે.

✦

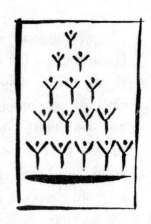

૨. મહેમાન એટલે ભગવાન

જનસેવા એ પ્રભુસેવા.

કુરુક્ષેત્ર એ જો ધર્મક્ષેત્ર હોય તો માણસની સેવા પણ ભગવાનની પૂજા થાય જ ! કર્તવ્યને જોરે આદરેલું યુદ્ધ જેવું ભીષણ કાર્ય જો ધર્મમાં ખપે તો ભ્રાતૃભાવથી માનવબંધુ પર કરેલો ઉપકાર ભગવાનને ચડાવેલા નૈવેદ્યની કોટિમાં કેમ ન આવે ?

માનવ પર કરેલો પ્રેમ ભગવાન સુધી પહોંચે.

લોકો, આવી ભલામણચિઠ્ઠી લખી આપે છે : આ ભાઈ મારો ઓળખીતો છે. એમની સાથે મને આટલાં વર્ષથી સંબંધ છે; એમને માટે જે જે કરશો તે જાણે મારા માટે કર્યું હોય એમ હું સમજીશ. પરંતુ જો આપણી પાસે બીજા કોઈને નહિ પણ પોતાના સગા દીકરાને તેના કોઈ અંગત કામને અંગે મોકલ્યો હોય તો સાથે એવી ચિઠ્ઠી નહિ હોય કે 'આને માટે જે કરશો તે મારે માટે કર્યું એમ ગણીશ;' કારણ કે 'એ મારો પુત્ર થાય' એમાં એ બધું આવી જાય છે. પુત્રને મદદ એટલે પિતા પર ઉપકાર.

હવે ખરો પિતા તો એક જ છે. સર્વ માણસોને અસ્તિત્વ આપનાર સર્જનહાર એક જ છે : પરમેશ્વર. આપણે બધાં એની સૃષ્ટિ છીએ, એનાં સંતાન છીએ. પોતાના હાથની બનાવટ માટે માણસને મમતા હોય જ. પોતાની સૃષ્ટિ માટે અને એમાં માનવ જેવાં સૃષ્ટિશિરોમણિ માટે સર્જનહારને પણ પ્રેમ છે. અને તેથી 'આને માટે જે કર્યું એ મારા માટે જ કર્યું' એ અદૃશ્ય લેખ દરેક માણસના કપાળે કોતરેલો હોય છે.

✳

દરેક માણસમાં ભગવાનને ઓળખવો એ સેવાકાર્યનો મહામંત્ર છે. વિનોબાજી પોતાના વિષે લખે છે કે દરિદ્રનારાયણનું સૂત્ર એ પોતાનું જીવનસૂત્ર છે, અને પોતે એ પોતાનાં માતુશ્રી પાસેથી શીખ્યા હતા. કોઈ પણ ભિખારી એમને ઘેર ભીખ માગવા આવે ત્યારે વિનોબાનાં બા તેને કંઈ તો આપે જ, અને નાના વિનાયકને નવાઈ લાગે ત્યારે એ ધીરેથી સમજાવે : 'જુઓ, બેટા, માણસનો દેખાવ ગમે તેવો હોય પણ એ તો જુદા જુદા વેશ લઈને ભગવાન આપણે આંગણે આવે છે એમ સમજવું. ભગવાનનો સત્કાર શું ન કરીએ ?'

કોઈ સંતપુરુષ કે નિર્દોષ બાળકમાં ભગવાનનું દર્શન કરવું અઘરું નથી. પણ આ ભાવના સાચી હોય તો બધાં જ માણસોને માટે અને ગમે તે પ્રસંગે તે એવી ને એવી હોઈ જોઈએ. કંગાળ ભિખારણ અને રીઢા ગુનેગારમાં પણ પ્રભુની ઝાંખી મળવી જોઈએ. સફળતાના સંતોષમાં અને નિષ્ફળતાની નિરાશામાં ભગવાનનો હાથ પરખાવો જોઈએ.

'મહેમાન એટલે ભગવાન' એ ભાવના આપણે ત્યાં દૃઢ છે. પણ મહેમાન તો એક-બે દિવસ રહીને જતો રહે છે; અને એક-બે દિવસ સુધી વિવેકની વાતો કરવી, સારું ભોજન બનાવવું અને કંઈ અવળું પડે તો ચલાવી લેવું એ સહેલું છે.

હવે મહેમાન જ નહિ પણ મારે ઘેર દિવસના ચોવીસ કલાક અને માસના ત્રીસ દિવસ મારી સાથે રહેનાર મારાં મા-બાપ ને ભાઈ-બહેનો ને નોકર-ચાકર, મારા પાડોશમાં રહેનાર અપ્રિય સ્વભાવનો માણસ કે મારા વર્ગમાં બેસનાર એ વિચિત્ર દેખાવનો છોકરો, મને છેતરનાર દુકાનવાળો અને મને સજા કરનાર શિક્ષક – એ બધાની તરફ, પછી ભલે એ સારા કે ખરાબ, નજીકના કે દૂરના હોય, જો હું એ દિવ્ય દૃષ્ટિથી જોઈ શકું, જો દરેકમાં હું ભગવાનની ઝાંખી પામી શકું અને એમનામાં ભગવાનને ઓળખીને જ એમની પ્રત્યે વર્તું તો જ મારી આ ભાવના ખરી કહેવાશે. મહેમાનની આગળ જે વિવેક આપણે દર્શાવીએ છીએ એ સગાંવહાલાંની આગળ કે મિત્રો-વડીલોની આગળ આપણે બતાવી શકતા નથી, અને તેથી આપણા હૃદયના ખરા મહેમાનની, એટલે કે અંતર્યામી પ્રભુની યોગ્ય સેવા કરી શકતા નથી.

✳

જો એ દિવ્યચક્ષુ ખૂલે, જો એ મંગળ દૃષ્ટિ કેળવાય, જો દરેક માનવબંધુમાં

આપણે ખુદ ભગવાનને ઓળખતાં થઈએ તો આખું જીવન ને દૈનિક વ્યવહાર પલટાઈ જશે.

શિક્ષક પોતાના વિદ્યાર્થીઓમાં બાળભગવાનનાં દર્શન કરશે.

ડૉક્ટર પોતાના દર્દીઓમાં દરિદ્રનારાયણની ઝાંખી પામશે.

શેઠ પોતાના આશ્રિતોમાં ભગવાનનાં સંતાનોને ઓળખશે.

એથી ઊલટું, જો આપણે એ દૃષ્ટિબિંદુ નહિ અપનાવીએ, જો માણસોની ઉપેક્ષા કરીને સીધી ભગવાનની પૂજા કરવાનો પ્રયાસ કરીએ તો આપણો ધર્મ પાંગળો રહેશે. એક કવિ સચોટ ઠપકો આપે છે :

પા'ણામાં પેઠેલા શોધવા તુજને આંખ મીંચી ધરું ધ્યાન,
ઉઘાડી આંખોની સામે ઊભેલો, ભાળું નહિ ભગવાન.
છતી આંખે આંધળા જેવો,
મારા જેવો કોણને કહેવો ?

એ દિવ્ય મહેમાનગતિ આપણો જીવનધર્મ બને તો સાધનાનો માર્ગ ખુલ્લો થઈ જાય. માણસ માટે જે જે કર્યું – સારું કે નઠારું, સેવા કે દ્રોહ – એ ભગવાન સુધી પહોંચે એની પ્રતીતિ થઈ એટલે આપણું વર્તન પલટાઈ ગયું સમજો.

ઘરને આંગણે ભિખારી ઊભો છે, પણ એ ભિખારી નહિ પણ છૂપે વેશે આવેલો રાજા છે એ ખબર પડતાં જીભ પર ચડેલા અપમાનના શબ્દો જીભ પર જ રહેશે. ઉગામેલો હાથ નીચે આવશે, ને ભિક્ષાપાત્ર ઠાંસીઠાંસીને ભરી દેવાશે.

*

બીજાઓમાં ભગવાન ઓળખતાં ઓળખતાં એક મંગળ પરિણામ એ પણ આવશે કે આપણા આત્મામાં સુષુપ્ત રહેલા એ ભગવાનનું ભાન જાગ્રત થઈ જશે. એ જ યજમાન અને એ જ મહેમાન, એ અંદર અને એ બહાર, એ પાસેમાં પાસે અને દૂરમાં દૂર.

વસે બ્રહ્માંડોમાં અમ ઉર વિષે વાસ વસતતો
તું આઘેમાં આઘે, પણ સમીપમાં નિત્ય હસતો.

આપણા અંતરમાં રહેલા ભગવાનને નામે બીજાઓમાં રહેલા ભગવાનની સેવા કરવી એ ઉત્કૃષ્ટ ધર્મભાવના ને સચોટ જીવનમંત્ર છે.

✦

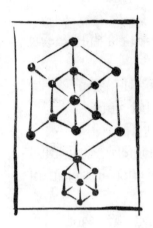

૩. હાથનો મેલ

"પૈસા એટલે હાથનો મેલ", એમ એ પૈસા કાઢતાં બોલ્યો. પણ પછી એ હાથનો મેલ કાળજીપૂર્વક પાકીટમાં ગોઠવીને અંદરના ખિસ્સામાં સરકાવતો મેં એને જોયો ત્યારે મેં ટકોર કરી : "આ મેલને ધોવાને બદલે તમે તો સારી રીતે સાચવો છો !" અને જવાબ મળ્યો : "હાથનો મેલ અને રાજાનો મહેલ : ન મળે ત્યારે એનું ભૂંડું બોલવું, પણ મળે ત્યારે એની પૂજા કરવી. સમજ્યા ?"

હા, હું સમજ્યો હતો. ક્યારનોય સમજતો આવ્યો હતો, સમજવા પ્રયત્ન કરતો હતો કે એ નિંદા ને પૂજા જેવી પરસ્પર વિરોધી લાગણીઓ એકીસાથે માનવીના દિલમાં વસાવવા એ હાથના મેલનું કેટલું જોર હોવું જોઈએ !

ધિક્કાર ને ખુશામત.

તિરસ્કાર ને નમસ્કાર.

પગ તળે કચરવું ને માથે ચડાવવું.

*

પૈસાનો આટલો જુલમ કેમ ? આખરે તે એક સાધન છે, જીવન સુખી બનાવવા. હા, પણ તે એક વિશિષ્ટ કોટિનું સાધન છે. ખરું કહીએ તો તે સાધનોનું સાધન છે, કારણ કે એ દ્વારા બીજાં ઘણાંખરાં સાધનો પ્રાપ્ત કરી શકાય. સુખ-સગવડ ને પાલન-પોષણની વાત તો શું, ભણવા માટે પણ ફી જોઈએ, ને પરણવા માટે પહેરામણી જોઈએ, ને સત્તા મેળવવા માટે ચૂંટણીમાં ખર્ચ કરવું જોઈએ. સર્વ સાધનોના સારરૂપ પૈસા જ છે.

તમારી આગળ પણ પૈસાનો પ્રશ્ન પહેલો આવીને ઊભો થયો છે. તમારા

જેવા યુવાન માણસના હાથમાં રૂપિયો ઊછળે છે, તમારા ખિસ્સામાં પાકીટનો ભાર વરતાય છે, કદાચ બૅન્કમાં તમારે નામે બચત ખાતું પણ ખોલ્યું છે. ખર્ચનો હિસાબ રાખતા થયા છો. ચીજવસ્તુઓના ભાવ જાણો છો. અને કોઈ તમને છેતરી ન શકે એ તમારો દાવો છે.

સારું. પણ હવે મુખ્ય બાબતમાં છેતરાઈ ન જાઓ એ જોવાનું બાકી છે. પૈસા એક સાધન છે. માટે એને સાધનની કોટીમાં રાખો.

ખિસ્સામાં રાખો, હૃદયમાં નહિ.

સાધનનો ધર્મ એને માટે પણ પાળો : જ્યાં સુધી એ સેવા આપે, તમારા અને બીજાઓના જીવનને સાચા અર્થમાં સુખી ને સફળ બનાવવા કામ આવે ત્યાં સુધી એનો ઉપયોગ કરો – મુક્ત મને કરો. પણ તે સિવાય એનાથી વેગળા રહો.

પૈસા તરફ યુવાનીમાં તમારું જે વલણ બંધાશે તે કાયમ માટે રહેશે, અને તમારા જીવનકાર્ય ને તમારા વ્યક્તિત્વ પર એ ઊંડી છાપ પાડશે. માટે બીજાઓના કહેવાથી દોરવાયા વિના આ મહત્ત્વની બાબતમાં તમારું સ્થાન નક્કી કરો.

એટલું જ યાદ રાખો : કે પૈસા એ સૂર્યમંડળનું કેન્દ્ર નથી (ઘણાખરા લોકોના વર્તન પરથી એમ લાગતું હોય તોપણ); કે પૈસા ને સુખનું સમીકરણ ગણિતમાં પણ નથી અને જીવનમાં પણ નથી : કે 'પૈસા' ઉપરાંત પણ શબ્દકોશમાં બીજા શબ્દો છે – એટલે કે રોજની વાતચીતમાં કોઈ કોઈ વાર બીજી વાતો પણ કરી શકાય. ને હા, દરેક વસ્તુની કિંમત રૂપિયા-પૈસામાં કાઢવાની – કુટેવ તો કેમે કરીને પડવા દેશો નહિ.

*

ઊઘડતી કૉલેજે હૉસ્ટેલમાં નવા આવેલા વિદ્યાર્થીઓનો પહેલો પરિચય મેળવવા નામઠામ પૂછતાં મેં એકને સહજ પ્રશ્ન કર્યો : "તમારું ગામ અહીંથી કેટલે દૂર છે ?" પણ તેના જવાબ માટે હું તૈયાર ન હતો. એણે કહ્યું : "દોઢ રૂપિયાની ટિકિટ થાય." હું ચોંકી ગયો. પહેલો દિવસ હતો એટલે બોધ કરવા બેસવું ઉચિત ન લાગ્યું, પણ સહેજ ટીકા કર્યા વગર મારાથી ન રહેવાયું : "અંતર માઈલ-ફૂટમાં મપાય એ મેં જોયું હતું, મીટર-કિલોમીટરમાં મપાતું હાલ પણ જોઉં છું, યોજનગાઉમાં મપાય એ પણ સાંભળ્યું છે; પણ અંતર રૂપિયા-પૈસામાં મપાય,

અંતરનો એકમ રૂપિયો થાય, 'કેટલે દૂર છે ?' એમ પૂછીએ અને 'દોઢ રૂપિયો' એવો જવાબ મળે તે નવો પ્રયોગ મેં તમારી પાસેથી જ સાંભળ્યો !'' મઝા તો એ વાતની પડી કે એ છોકરો સાવ ઊંધું સમજી ગયો. એને ખોટું ન લગાડવા અવાજમાં મીઠાશ લાવીને બોલવાનો મેં પ્રયત્ન કર્યો હતો એ માટે, કે પછી ખરેખર પૈસાનો સાચો ખ્યાલ રાખવા બદલ હું એને શાબાશી આપી રહ્યો હતો એમ માનીને પણ મારો ઠપકો સાંભળીને એ ખુશ થઈ ગયો, અને 'સાહેબ પર પહેલે જ દિવસે મેં સારી છાપ પાડી' એનો સંતોષ એના ચહેરા પર દેખાઈ આવ્યો ! તેનો ભ્રમ ભાંગવાનું પાપ મેં કર્યું નહિ.

પણ યુવાન માણસના મોંમાં એ જવાબ ન શોભે એ વાત ચોક્કસ, યુવાનીમાં જો દુનિયાની એકેએક વસ્તુનું માપ પૈસામાં કાઢશો તો આગળ ઉપર ખરી આર્થિક જવાબદારી તમારે માથે આવશે ત્યારે શું કરશો ? આજે આદર્શવાદી યુવાન છો ને પૈસાની પૂજા કરો છો તો કાલે વાસ્તવવાદી વડીલ બનશો ત્યારે શું કરશો ? દરેક વિચારનું ભાષાંતર પૈસામાં જ કરશો તો કેવી ભાષા બોલાશે ? જીવનકાવ્યની એકેએક પંક્તિને અંતે પૈસાનો પ્રાસ આવશે તો એ કાવ્ય કોણ વાંચશે ?

*

શ્રી ગગનવિહારી મહેતાના એક પ્રવચનમાં એક નાના પણ રમૂજી, ને ખરું કહીએ તો કરુણ પ્રસંગે મારું ધ્યાન ખેંચ્યું ને મારું દિલ વલોવી નાખ્યું હતું. તેઓએ કહ્યું કે રવીન્દ્રનાથ ટાગોરનું અવસાન થયું ત્યારે પોતે મુંબઈ હતા ને ત્યાંના એક ધનાઢ્ય શેઠે એમને પૂછ્યું કે ''એ ટાગોર ગયા તે... કેટલું મૂકતા ગયા ?''

કેવો બેહૂદો પ્રશ્ન ! રૂપિયાના માપથી બધું માપી લેવાનો કેવો ભ્રષ્ટ પ્રયોગ !

ટાગોર કેટલું મૂકતા ગયા એ જાણવું છે ? તેનો હિસાબ કલકત્તાની બૅન્કોનાં ખાતાંઓમાં નથી, શાંતિનિકેતનની ઑફિસના ચોપડાઓમાં નથી, ગુરુદેવના ઝભ્ભાના ખિસ્સામાંયે નથી; તેનો હિસાબ તેમની કવિતાઓની એક એક પંક્તિમાં, તેમનાં લખાણોના એક એક શબ્દમાં, દરેક ભારતવાસીના હૃદયમાં, અને દુનિયાભરમાં જે જે ભાગ્યશાળી માનવીઓએ તેમનું એકાદું કાવ્ય વાંચ્યું હશે કે દુનિયાના અંત સુધી વાંચશે તેમનાં કૃતાર્થ હૃદયમાં જ છે.

હા, ટાગોર સારી એવી મૂડી મૂકતા ગયા, તેનું વ્યાંજ યુગોના યુગ સુધી ચાલે એટલી મૂડી મૂકતા ગયા; અફસોસ એટલો જ – મુંબઈના એ શેઠિયાની નજરે – કે એ મૂડીની ગણતરી રૂપિયા-પૈસામાં કરી શકાતી નથી, કે તેને સિક્કાઓ-નોટોના ઢગલામાં મૂર્તિમાન કરી શકાતી નથી, કે તેને બૅન્કના ભોંયરામાં પૂરી શકાતી નથી. સંસ્કૃતિની લહરોની પાંખે જે વિચારો ને કલ્પનાઓ ને સંસ્કારો પૃથ્વીને ખૂણેખૂણે વિખેરાઈ ગયાં તે ઓછાં તાળાકૂંચીથી જકડાઈ રહેવાનાં હતાં ?

જીવનને જડ બનાવી દેવાનું, હૃદયનો રસ સુકાવી નાખવાનું, આંખોનું તેજ હણી લેવાનું પૈસામાં જેટલું જોર છે તેટલું દુનિયાની બીજી કોઈ વસ્તુમાં નથી. વૃદ્ધાવસ્થામાં આંખે મોતિયો આવે તો સમજાય પણ યુવાવસ્થામાં આવે તો ડૉક્ટર – અને દુનિયા – શું કહેશે ? માનસચક્ષુએ મોતિયો આવવાનું પહેલું કારણ પૈસાનું અંજન હોય છે.

*

પ્રાચીન ગ્રીક સાહિત્યમાં મિદાસ નામના રાજાની દંતકથા પ્રચલિત હતી. તે એવો લોભી હતો કે કોઈ દેવ પાસે એણે એવું વરદાન માગ્યું કે “જે જે કોઈ વસ્તુને હું હાથ અડાડું એ સોનું બની જાય.” દેવે કહ્યું : “તથાસ્તુ.” રાજાએ હર્ષઘેલા થઈને સુવર્ણપ્રયોગ કરવા માંડ્યો. એક પથ્થર લે કે સોનાનો ટુકડો થઈ જાય. રાજા ખુશ. ટેબલ પર હાથ મૂકે એટલે આખું સોનાનું થાય. શાબાશ ! ભીંતને અઢેલીને ઊભો રહે એટલે આખો મહેલ સોનું ને સોનું. અદ્‌ભુત ! પણ પછી તકલીફ શરૂ થઈ. ભોજન આવ્યું ને રાજાએ મિષ્ટાન્ન લઈને મોંમાં મૂક્યું... કે દાંતની વચ્ચે સોનાનો નક્કર ટુકડો ! ભારે થઈ. નોકરને પકડે એટલે નોકર સોનાનું પૂતળું થાય. પછી તો રાજાની પાસે કોઈ જાય નહિ કે કોઈ એને પોતાની નજીક આવવા પણ દે નહિ. એની આસપાસ સોનું જ સોનું, પણ તે એકલો ને એકલો. ધનલોભી માણસનું આ આબેહૂબ ચિત્ર નથી શું ?

સોનાની સૃષ્ટિ એટલે જડ સૃષ્ટિ.

એનું વરદાન એટલે શાપ.

જે સ્પર્શ સોનું બનાવે તે અભડાવે.

અને જે સ્પર્શે નહિ છતાં નજરે ને ઇચ્છાએ ને ભાવનાએ જે બધે જ સોનું ને તેનો રંગ ને તેનો પડછાયો જોયા કરે, તે માણસની દશા એ અભાગી રાજા જેવી થવાની.

પૈસાનો પ્રશ્ન મહત્ત્વનો છે, કારણ કે એ રોજનો છે, અનિવાર્ય છે, જિંદગી પર્યંતનો છે. માટે પૈસાનો ખ્યાલ જરૂર રાખો. હિસાબ રાખતાં, ને કરકસર કરતાં ને આગળ ઉપર પૈસા કમાતાં જરૂર શીખો. પૈસાની પાસેથી કામ લો. પણ એ વ્યવહાર તો જરૂર પૂરતો જ. જ્યાં સુધી પૈસાની માયામાંથી છૂટશો નહિ, જ્યાં સુધી તેની અમંગળ મૂર્તિ તમારા હૃદયમંદિરની બહાર કાઢશો નહિ, જ્યાં સુધી તેનું ભૂત તમારા મનમાંથી હાંકી કાઢશો નહિ ત્યાં સુધી તમારું જીવન ઉન્નતિને પંથે ચડશે નહિ.

અર્થશાસ્ત્રની દૃષ્ટિએ રૂપિયાનું અવમૂલ્યન કરવાથી બજારમાં તેજી આવે છે કે કેમ એ હું જાણતો નથી; પણ જીવનબજારમાં પૈસાનું અવમૂલ્યન કરવાથી નવા પ્રાણ આવે છે એ વાત તો ચોક્કસ છે.

જ્યાં સુધી તમારા હૃદયખાતામાં પૈસાનું અવમૂલ્યન કરશો નહિ ત્યાં સુધી તમારા જીવનમાં સાચી આબાદી આવશે નહિ.

◆

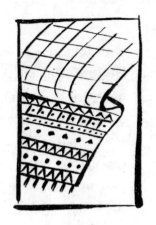

૪. બેપગાં જંતુઓ

આપણે કામનો હેતુ જાણીએ ત્યારે જ કામ કરવા પ્રેરાઈએ છીએ. છોકરાને દવાની ટીકડી અમસ્તી આપો તો એ લેશે નહિ. પણ એને સમજાવો કે ગામમાં રોગચાળો છે ને એ દવા અગાઉથી લઈએ તો આપણે બચીએ, તો એ ટીકડી જલદી ગળી જશે. સૈનિકોને અમુક શિખર સર કરવાની આજ્ઞા આપશો તો તેઓ લડવા ઊપડશે ખરા, પણ ખાસ ઉત્સાહ વિના; પરંતુ જો પ્રથમ એમને સમજાવશો કે એ શિખર આખા મુલકનો કાબૂ મેળવવા ચાવીરૂપ છે, તો તેઓ બમણી બહાદુરીથી લડશે. કામનો હેતુ જાણીએ ત્યારે કામ વધારે ઉત્સાહથી કરીએ છીએ.

એ જ રીતે આપણે જીવનનો હેતુ જાણીએ ત્યારે જીવન વધારે ઉમંગથી જીવવા પ્રેરાઈએ છીએ. માનવીને અમસ્તું કહો કે 'જીવો', તો એ જીવશે ખરો, નાનાનો મોટો થશે, ગાડું ગબડાવ્યે જશે, પણ કોઈ ખાસ પરાક્રમ કરી બતાવશે નહિ. પરંતુ માનવીને કહો, 'જીવો, કારણ કે જીવવાથી...' – હા, પણ જીવવાથી શું થાય ? માનવીને પોતાના જીવનનો હેતુ કેમ સમજાવીએ ? જીવનશિખર સર કરવાથી કયો મુલક તાબે આવે એ એને કેમ બતાવીએ ?

✳

રશિયન લેખક ટૂર્ગેન્યેવ માનવજીવનમાં કોઈ ખાસ ઉદ્દેશ જોઈ શકતો નથી. એ બે ઊંચા પર્વતો વચ્ચે (આપણે એમને હિમાલય અને વિંધ્યાચલ કહીએ) નીચેનો સંવાદ યોજે છે. વિંધ્યાચલ હિમાલયને પૂછે છે : ''તું મારા કરતાં ઊંચો છે, તું આસપાસ દૂર સુધી જોઈ શકે છે. નીચે પૃથ્વીની સપાટી પર શું શું જુએ

છે ?'' હિમાલય કહે : ‘‘બધે બરફ ને બરફ. અંધકાર ને શાંતિ.'' યુગો પછી વિંધ્યાચલ ફરીથી પૂછે છે : ‘‘હવે શું જુએ છે ?'' – ‘‘બરફ ઓગળી ગયો છે, ઘેરાં જંગલો છે. વચ્ચે થોડાં બેપગાં જંતુઓ આમતેમ ફરે છે.'' અને યુગો વીત્યે ફરીથી એ પ્રશ્ન : ‘‘હવે ?'' – પેલાં જંતુઓ વધારે છે અને બધે ફેલાયાં છે એટલું જ.'' – ‘‘અને હવે ?'' – ‘‘જંતુઓ ઓછાં થયાં.'' થોડી વાર રહીને વિંધ્યાચલ હજી પૂછે છે : ‘‘અને હવે શું જુએ છે ?'' અને હિમાલય જવાબ આપે છે : ‘‘બધું પાછું સફેદ ને શાંત છે. હવે જંતુઓ નથી. બધે હિમ ને હિમ. આપણે નિરાંતે પોઢી જઈએ.''

બિચારાં બેપગાં જંતુઓ માટે – માનવીઓને માટે – એવું ઇતિહાસદર્શન બહુ ઉત્સાહપ્રેરક તો નથી. બે બરફયુગ વચ્ચે એક ક્ષણનો ખેલ. ગિરિરાજના ધ્યાનમાં વિક્ષેપ. સૃષ્ટિના મંચ પર તેઓ આવ્યાં તોયે શું અને ગયાં તોયે શું ? શૂન્યમાંથી શૂન્ય તરફ પ્રયાણ.

સ્વ. બર્ટ્રાન્ડ રસેલની પણ એવી વિચારસરણી હતી. એમનાં નિર્દય વાક્યો વાંચતાં દિલમાં કમકમાટી છૂટે છે : ‘‘માનવી એ આંધળાં બળોનું આકસ્મિક પરિણામ છે. તેની ઉત્પત્તિ ને તેનું જીવન એ અણુઓના અચાનક મિલનને આભારી છે. તેનું જ્ઞાન ને તેનો પ્રેમ કેવળ જડ દ્રવ્યોના તરંગો છે. તેની બહાદુરી ને તેની લાગણી, તેનાં પરાક્રમો ને તેનાં સ્વપ્નો કબર કે ચિતાને પેલે પાર પહોંચવાનાં નથી. યુગોના પુરુષાર્થ, માનવપ્રતિભાની સિદ્ધિઓ, ત્યાગની સાધના ને કલાની સૃષ્ટિ બધું જ સૂર્યના નાશમાં નાશ પામનાર છે. માનવસંસ્કૃતિનું ભવ્ય મંદિર બ્રહ્માંડનાં ખંડેરોની નીચે દફનાઈ-દબાઈ જવાનું છે. આ ક્રૂર સિદ્ધાંતોના માળખામાં જ, ઘોર અટળ નિરાશાના પાયા પર જ, શૂન્યતાના જીવલેણ વાતાવરણમાં જ માનવીનું ઘર ચણવાનું છે.''

હા, પેલાં બેપગાં જંતુઓ માટે એ જાતનું ઘર શોભે ને ! નિરાશાનો પાયો. શૂન્યતાના વાતાવરણમાં. સર્વનાશના ભણકારા. પ્રશ્ન એટલો જ રહ્યો કે એવું ઘર ચણવાનું, કે ભાડે લેવાનું, અથવા મફત આપે તોયે ત્યાં રહેવા જવાનું કોઈને મન થશે ખરું !

*

પણ બધાં બેપગાં જંતુઓ એવું માનતાં નથી. કેટલાંક તો હિમાલય અને વિંધ્યાચલનો સંવાદ સાંભળીને મનમાં હસે છે. અને ઊંડેઊંડે ખાતરી રાખે છે

કે હિમાલયની ધૂળ ને વિંધ્યાચલની ખાક થઈ હશે ત્યારે પણ પોતે હજી બ્રહ્માંડનો વિહાર કરતાં હશે, ફિલસૂફો ને ચિંતકોનાં વાગ્બાણ ખૂટ્યાં હશે ત્યારે પણ ભોળાં માનવીઓ જીવનનો લહાવો માણતાં રહેશે.

અને બધા ચિંતકો એવા પણ નથી. આધુનિક યુગના વિજ્ઞાનશિરોમણિ આઇન્સ્ટાઈન દઢપણે બેપગાં જંતુઓનો પક્ષ લે છે અને પેલા નિરાશાવાદીઓ સામે સીધો હુમલો પણ કરે છે : "આપણા જીવનનો અર્થ શો ? સમગ્ર જીવનસૃષ્ટિનો અર્થ શો ?" કેટલાક પૂછશે : આવા સવાલો કરવામાં કંઈ માલ ખરો ? મારો જવાબ એ છે કે જે કોઈ પોતાનાં તથા બીજાઓનાં જીવનને અર્થહીન માને છે તે દુઃખી છે એટલું જ નહિ, પરંતુ તેને જીવવાનો અધિકાર જ નથી. એ લોકો માટે એમ કહેવું પડે છે કે તેઓ મરી પરવાર્યાં છે. મારા વૈજ્ઞાનિક મતે સૃષ્ટિની પાછળ એક મંગળ શક્તિ છે જે તેને નભાવે છે અને દરેક જીવને પોતાના પૂર્ણ સ્વરૂપ તરફ દોરી જાય છે. ઈશ્વર આ સૃષ્ટિ લઈને પાસાની રમત રમી રહ્યો છે. એમ હું નથી માનતો."

જીવનનો હેતુ સમજ્યા વિના જીવવાનો અધિકાર નથી. કથન આકરું છે પણ સો ટકા સાચું છે. નિશાન જો માલૂમ ન હોય તો ધનુષ્ય પર તીર કેમ ચડાવી દેવાય ? માનવી કેવળ અકસ્માતનું સંતાન છે કે કોઈના હાથમાંના પાસા છે એ આત્મનિંદા માનવીના મોંએ ન શોભે. પોતાના કુળને હલકું પાડે એ કુલાંગાર કહેવાય.

આપણે નીચું ઘાલીને ચાલીએ છીએ, રસ્તાના પથ્થરો સામે નજર ઠેરવીને ચાલીએ છીએ એટલે રસ્તાની આસપાસ લીલોતરી, કુદરતનાં મનોહર દર્શન અને રસ્તાની દિશા ને લક્ષ્ય જોવાનું ચૂકીએ છીએ. આપણે રોજના કામથી ઊંચા આવતા નથી એટલે એ કામ પર જઈને જોઈ શકતા નથી. કામ જોઈએ છીએ પણ કામનું લક્ષ જોતા નથી, કામનો હેતુ જોતા નથી, કામના નિયામકને જોતા નથી. એમાંથી એ નિરાશા, શૂન્યતા ને આત્મઘાતી ફિલસૂફી નીપજે છે.

કવિવર ટાગોર આ વાત સુંદર રીતે સમજાવે છે : "આપણે ફક્ત કામને જ ન જોવું જોઈએ. કર્તાને પણ જોવો જોઈએ, ફક્ત આગનો પ્રખર તાપ અને એન્જિનના કઠોર અવાજમાં આપણે આ સંસાર રૂપી કારખાનાના મજૂરોની પેઠે આખે શરીરે મેશ લપેડીને દિવસ નથી વિતાવવાનો. દિવસને છેડે એક વાર સ્નાન કરીને કપડાં બદલીને કારખાનાના શેઠને જો મળી આવી શકીએ તો

એમની સાથે આપણા કામનો સંબંધ શો છે તે નક્કી કરી યંત્રની ગુલામીમાંથી બચી શકીએ. અને તો જ કામમાં આપણને આનંદ પડે. નહિ તો આખો વખત યંત્રનાં ચક્કર ચલાવી ચલાવીને આપણે પણ યંત્ર જ બની જઈશું."

*

યંત્ર અને માણસ વચ્ચે એ જ ફેર છે. માણસ કામનો હેતુ જાણે છે, યંત્ર જાણતું નથી. કામની દૃષ્ટિએ તો યંત્રની કામગીરી માણસના કરતાં ચડિયાતી પણ હશે, પરંતુ યંત્ર જાણતું નથી કે મારા પેટમાં જે માલ તૈયાર થાય છે એ રોગની દવા છે કે વિનાશ માટેની યુદ્ધસામગ્રી છે. કળ દબાવો એટલે એ માલનું ઉત્પાદન શરૂ કરશે, પણ એ શા માટે છે તે જાણતું નથી – કળ દબાવનાર માણસ જ જાણે છે.

માટે જ ટાગોર કહે છે કે આપણે યંત્ર બનવું ન હોય તો કામનો હેતુ જાણવો જોઈએ, શેઠને મળી આવવું જોઈએ, તેની સાથેનો આપણો સંબંધ તાજો કરવો જોઈએ.

અદ્યતન ઢબના જંગી કારખાનામાં એક કામદાર નાનાં ચક્રો, ખીલીઓ, સ્ક્રૂ બનાવવા બેઠો છે. રોજ એ જ જગ્યા, રોજ એ જ કામ. પોતે તૈયાર કરેલાં ચક્રો બાજુમાં બેઠેલા કામદારને આપે ને નવાં પોતે બનાવવા લાગે. એ ચક્રોનું શું થાય છે, કયા કામ માટે વપરાય છે તે એ જાણતો નથી, જાણવાની વૃત્તિ પણ એને નથી. વૈતરું એનું નામ. પણ એક દિવસ કારખાનાના વડા એન્જિનિયર આવી ચડે છે, અને એ કામદારની પાસે બેસીને તેને સમજાવવા માંડે છે : તમે જે આ નાનાં ચક્રો ને સ્ક્રૂ બનાવો છો એ આપણાં અવકાશયાનની બનાવટ માટે આવશ્યક છે; તેનાં છૂટાં અંગો સંધાવી લેવા એ વપરાય છે. થોડા દિવસ પહેલાં એક મોટો અકસ્માત સર્જાયો હતો તેનું કારણ તમારો એક સ્ક્રૂ ખામીવાળો હતો તે હતું. ચોકસાઈથી બનાવશો તો આપણાં રૉકેટો ને યાનો સફળ થશે, અને એક દિવસ તમે બનાવેલાં આ નાનકડાં ચક્રો ચંદ્રલોક સુધી પહોંચી જશે. કામદારને હવે દેખાયું કે પોતે એક વિશાળ ને સાહસિક યોજનાનું અંગ છે. તેના હૃદયમાં ઉત્સાહ જન્મ્યો, તેના કામમાં વેગ આવ્યો, અને એન્જિનિયરને વચન આપ્યું કે, હવે મારા હાથે કોઈ ખામીવાળો સ્ક્રૂ બનશે નહિ.

કામનો હેતુ સમજાયો.

શેઠની સાથે સંબંધ બંધાયો.

યંત્ર મટીને કામદાર માણસ બની ગયો.

*

કામનો હેતુ શો ?

જીવનનો હેતુ શો ?

આઇન્સ્ટાઈનનું સૂત્ર ઉત્તમ છે : "દરેક જીવ પોતાનું પૂર્ણ સ્વરૂપ પામે."

માણસ સાચે જ માણસ બને. તેની બુદ્ધિ ખીલે, તેનું હૃદય વિકસે, પોતાની વાસના દબાવે ને ભાવના કેળવે; બીજાઓ પ્રત્યે પ્રેમ, સહકાર, એકતાના ભાવ અનુભવે, માનવકુટુંબનાં કલ્યાણ ને પ્રગતિ માટે ઉમંગપૂર્વક પોતાનું જીવન ન્યોછાવર કરે, અને એ રીતે આ કસોટીરૂપ સંસારમાંથી પસાર થઈને સોનું કુલડીમાં ગળી જાય તેમ પોતાનું એ શુદ્ધ ને નિર્મલ સ્વરૂપ, એ દિવ્ય અંશ ને વારસો સંપૂર્ણપણે પ્રાપ્ત કરે અને સાચી મુક્તિ પામે – પોતે હજી દેહના આવરણથી દબાઈને કલ્પી પણ ન શકે એવી આહ્લાદક ઉદ્ધારક મુક્તિ.

બેપગાં જંતુઓ માટે સૃષ્ટિના કારખાનાના માલિકની આ મંગળ યોજના છે.

✦

૫. ઈર્ષ્યા

બીજાની સફળતા જોઈને મારા દિલને કેમ દુઃખ થતું હશે ? મારો ભાઈ છે, મારો મિત્ર છે. એણે કામ કર્યું, મહેનત કરી, સિદ્ધિ બતાવી, સફળતા મેળવી. એમાં મારે હરખાવું જોઈતું હતું, આનંદ માણવો જોઈતો હતો. અને ખરેખર બહારથી તો અભિનંદન આપું છું, પીઠ થાબડીને વાહ વાહ કરીને ખુશાલી બતાવું છું, ને શાબ્દિક આનંદ વ્યક્ત કરું છું. પણ અંદર દિલ બળે છે. એનો વિજય મને ખોટો લાગે છે. એની સફળતા મને ખૂંચે છે. એમ કેમ થતું હશે ?

મારા દુશ્મન કે મારા હરીફની વાત હોત તો સમજાઈ જાત. દુશ્મનની જીતમાં મારો પરાજય છે, હરીફના લાભમાં મારું જોખમ છે; એટલે એની સફળતાથી મને દુઃખ થાય ને ચિંતા થાય એ વાત સમજાય. પણ આ તો કોઈ દુશ્મન કે હરીફ નહિ, કોઈ પ્રતિસ્પર્ધી કે અદેખો નહિ; આ મારો મિત્ર છે, પાડોશી છે, ભાઈ છે, ને એની પ્રગતિથી મને કોઈ નુકસાન પહોંચતું નથી, એની સફળતાથી મને કોઈ જાતની અડચણ થતી નથી. એનું કામ ફળ્યું એથી મારું શું બગડ્યું ? અને તોપણ એને આગળ જતો જોઈને, સફળ થતો જોઈને હું દુઃખી થાઉં છું, ઉદાસ થાઉં છું. અલબત્ત, હું મારા આ મનની વાત કોઈને જાણવા દેતો નથી. મારી ગુપ્ત શરમ ગુપ્ત રાખું છું, અને કોઈને જાણવા દેતો નથી, વહેમ પણ પડવા દેતો નથી કે એ ભાઈના સુખથી હું દુઃખી છું. પણ દુઃખી તો છું જ, અને એ ખોટા દુઃખની મૂર્ખાઈ ને વ્યર્થતા જોઈને વધારે દુઃખી થાઉં છું.

✳

ઈર્ષ્યાનું ઝેર છે.

કોણ જાણે કેમ માનવીનું હૃદય ઘડતાં ને એમાં ઉત્કૃષ્ટ ભાવનાઓ ને પ્રેમ ને ભક્તિ ને ઉદારતા ને આત્મસમર્પણનાં બીજ નાખતાં કુદરતે ત્યાં એ કડવા ઝેરનું એક ટીપું રહેવા દીધું. ને યુગોના યુગો થયા છતાં માનવીના હૃદયે તેને હજી પચાવ્યું નથી. તે પ્રેમના અમૃત ને ભક્તિની મીઠાશ ને વહાલની કોમળતા ને મિત્રતાની સુવાસની વચ્ચે જ છે ને હૃદયની સૃષ્ટિમાં એક અસ્વસ્થ ને અમંગળ બદબો ફેલાવે છે.

કંઈ વેર લેવાનો સવાલ નથી. કોઈને નુકસાન પહોંચાડવાની વાત નથી. એ તો જુદાં પાપ છે; ભારે અપરાધો છે. જ્યારે આ એક સૂક્ષ્મ લાગણી છે, દબાયેલ અસંતોષ છે. એ ભાઈને જરૂર પડે તો હું હજી એને મદદ કરીશ, હોંશથી કરીશ. એ ભાઈની વાત મિત્રમંડળમાં નીકળે તો હું એના વિષે જરૂર સારું બોલીશ, દિલથી બોલીશ. એની સાથે કોઈ ઝઘડો નથી કે કોઈ વેર નથી. સારો માણસ છે, લાયક છે, મહેનતુ ને પ્રમાણિક છે. પણ એને સુખી જોઈને મારું દિલ દુભાય છે. એને નોકરીમાં બઢતી મળે, એનો દીકરો ફર્સ્ટ ક્લાસમાં આવે, એનું બહુમાન ગામમાં થાય ત્યારે મને ખિન્નતાની લાગણી થાય, ઊંડે ઊંડે દુઃખ લાગે, રંજ થાય, વસવસો રહે. મારે ઘેર ઓછું સુખ છે એમ પણ નથી. બધું છે. ભગવાનની કૃપાથી કોઈ બાબતમાં ખામી નથી. અરે, એના કરતાંય મારે ઘેર વધારે સુખ છે એ વાત બધા જાણે છે અને હું પોતે એ સ્વીકારું છું; પણ એને સુખી જોઈને મારું સુખ ભૂલી જાઉં છું, અને ઉદાસ બની જાઉં છું. મનની નબળાઈ છે. ઈર્ષ્યાનો અભિશાપ છે.

*

બીજાઓના દુઃખથી દુઃખી થવું એ સહેલું છે. સ્વાભાવિક છે. કોઈને ઘેર દુઃખ આવ્યું, આફત આવી, અશુભ થયું ત્યારે ખબર પડતાં અફસોસ થાય. સહાનુભૂતિ છે. હમદર્દી છે. એ લાગણી માનવીને સહજ છે. બીજાના દુઃખથી આનંદ થાય તો એ રાક્ષસ કહેવાય, માણસ નહિ. બંધુનું દુઃખ જોતાં દુઃખ લાગવા (ભલે તે એના જેટલું ન હોય. પણ થોડું ને સાચું ખરું) જેટલી માનવતા હજી માનવમાં છે. બંધુના દુઃખથી દુઃખ જ થાય.

પણ બંધુના સુખથી સુખી થવું – એ વૃત્તિ માણસમાં નથી. બીજાને ઘેર દુઃખનો પ્રસંગ આવ્યો એટલે હું દુઃખ પામું. પણ આનંદનો પ્રસંગ આવ્યો એટલે

હું આનંદ કરું એવું નથી. પાડોશીનો છોકરો માંદો થાય તો મને સહાનુભૂતિ થાય, પણ એ માંદાનો સાજો થાય ત્યારે મને ખાસ રાહતની લાગણી થતી નથી.

કદાચ એમાં સાચા પ્રેમનું પારખું હશે, વ્યાખ્યા જ હશે : જેના દુઃખથી મને દુઃખ થાય એટલું જ નહિ પણ જેના સુખથી મને સુખ જ થાય એને માટે મને સાચો પ્રેમ છે. કદાચ એ પ્રેમનું સાચું માપ હશે. દીકરાની સફળતાથી બાને કેટલો આનંદ થાય ! એના જેટલો, અરે, એના કરતાંય વધારે ! એની બા છે ને ! એટલે પ્રેમ છે અને દીકરાના સુખથી પોતે સુખી થાય છે. બીજાના સુખથી સુખી થવું એ સાચા પ્રેમનું લક્ષણ છે.

ને એમાં મારી કસોટી છે. કારણ કે પ્રેમની એ વ્યાખ્યા લઈને હું એ મારા દિલને લાગુ પાડું તો ઘણી કચાશ દેખાય. હું કહું છું કે બધાંને માટે મને પ્રેમ છે, પણ તેમના આનંદથી હું આનંદ પામતો નથી, પછી મારા પ્રેમનું શું ? હું સૌનું ભલું ઇચ્છું છું, પણ કોઈનું ભલું થતું જોઈને હું ખાસ રાજી થતો નથી, પછી મારી ભલાઈનું શું ? અરે, મારા મિત્રોની સફળતા જોઈને મને કોઈ વાર ગ્લાનિ થાય, પછી મારી મિત્રતા કેવી ?

હું એ બધું જાણું છું. ને મારા હૃદયને સમજાવું છું, પણ પેલી ઈર્ષ્યાની સૂક્ષ્મ જાળ આડે આવે છે. બીજાઓના આનંદમાં મારો આનંદ જોવો છે, પણ મારી દૃષ્ટિ હજી આટલી નિર્મળ નથી. બીજાઓના સુખમાં મારે સુખ અનુભવવું છે, પણ મારું દિલ હજી આટલું શુદ્ધ નથી.

*

ને ખૂબી એ છે કે બીજાઓનું સુખ પોતાનું કરવાથી એની સિદ્ધિ પણ અમુક રીતે પોતાની બની જાય. બીજાએ કોઈ સારું કામ કર્યું. હું ભલે આટલું કરી ન શકું, પણ એણે એ રૂડું કામ કર્યું, ને એ જોઈને મને આનંદ થયો એટલે એનું પુણ્ય મને લાગ્યું. એની સિદ્ધિથી હું ખુશી થયો એટલે એમાં મેં મારો ટેકો આપ્યો, મારી સંમતિ બતાવી, મારો હિસ્સો નોંધાવ્યો. એની સાધનાથી હું સાચા દિલથી રાજી થયો એટલે મેં એમાં ભાગ લીધો. કામ એનું હતું પણ ભાવનાથી મારું થયું એટલે એનું પુણ્ય મને પણ મળ્યું. બીજાઓની સિદ્ધિઓથી ને સફળતાથી ને સુખથી સાચા દિલથી આનંદ પામવો, નિર્મલ ને નિર્વ્યાજ આનંદ પામવો એ સાચા અર્થમાં પુણ્યવાન બનવાની સરળ રીત છે.

હું એ જાણું છું, સમજું છું, અને તે પ્રમાણે કરવા પણ માગું છું, પણ મારું આ જડ હૃદય હજી સમજતું નથી ને મને રોકી લે છે ને ઈર્ષ્યાના ભાવ કેળવે છે ને બીજાઓનાં સુખથી મને સુખી થવા દેતું નથી.

હજી બીજાના સારા સમાચાર સાંભળતાં રંજ થાય છે, બીજાની સફળતા જોતાં ખેદ થાય છે, બીજાનો આનંદ જોતાં અદેખાઈ આવે છે. હજી ખરા દિલથી બીજાઓના આનંદમાં આનંદ માણી શકતો નથી, બીજાઓના ઉત્કર્ષથી પોતે ખુશાલી અનુભવી શકતો નથી.

હજી એની શરમ છે, એ હીણ ભાવથી છૂટવાનો પ્રયત્ન છે, એ ઉદારતા ને એ વિશાળતા દિલમાં લાવવાનો સંકલ્પ છે.

✳

હે પ્રભુ ! બીજાઓના સુખથી હું સુખી થાઉં એ મહા વરદાન મને આપજો !

◆

૬. ફૅશન

ફૅશનની બલિહારી છે.

આધુનિક માનવીની – ને એમાંય આધુનિક યુવાનની પાસેથી પૈસા પડાવનાર ને તપ કરાવનાર તો એ જ છે. પોસાય નહિ એવાં કપડાં પહેરવાનાં (ને પીણાં પીવાનાં), આવડે નહિ એવાં ગીતો ગાવાનાં (ને નાચ નાચવાના), અકળાવી મૂકે એવા લાંબા વાળ રાખવાના, પગને ચગદી ને પીસી નાખે એવા સાંકડા બૂટ પહેરીને ચાલવાનું. પોતાના ઇષ્ટદેવતાને પ્રસન્ન કરવા માટે કોઈ ઋષિએ પણ આટલું તપ આદર્યું નહિ હોય ! અને એ પણ હસતે મોંએ થાય, હોંશેહોંશે થાય, આનંદની કિકિયારીની વચ્ચે થાય.

ભારે પરાક્રમ છે.

ફૅશનનો પ્રભાવ છે.

એ શક્તિ ફૅશનમાં ક્યાંથી આવી ?

*

યુવાન વર્ગને સમાજમાં પોતાનું અસ્તિત્વ ને પોતાનું અલગપણું નક્કી કરવાં છે. પોતે છે, કંઈક છે, અને અલગ છે એ યુવાનને સમાજની આગળ – અને વિશેષ તો પોતાના દોસ્તોની ને પોતાની જાતની જ આગળ – સિદ્ધ કરવું છે.

એક તરફ બાળકો ને છોકરાંઓની દુનિયા, બીજી તરફ વડીલો ને મોટેરાંઓની દુનિયા. ને વચ્ચે યુવાનોનો મેળો.

સરહદનો પ્રાંત.

સંઘર્ષનો પ્રદેશ.

બંને છેડાએ નાના ને મોટા આપોઆપ છૂટા પડે છે. નાનો છોકરો જુદો ને પુખ્ત વયનો માણસ જુદો. પણ વચ્ચે યુવાન છે. એ બંનેની નજીક અને બંનેથી જુદો. ને એ જુદાપણું એને સાબિત કરવાનું છે.

માટે એની ભાષા જુદી થાય છે, એનો દેખાવ જુદો થાય છે, એનાં કપડાં જુદાં થાય છે. સાવ જુદાં. જોતાંવેંત જ સૌને ખબર પડે કે તે એક વિશિષ્ટ વર્ગનો છે એટલાં જુદાં. અને એટલા માટે પણ તે જલદી બદલાતાં જાય છે. તેનું અનુકરણ બીજા વર્ગો કરે, નાના કે મોટા કરે તે પહેલાં નવી રીત કાઢવાની રહે. અને એ નવી રીતને તરત અનુસરવાનું છે.

આમ ફૅશન આવે. એની મરજી ચાલે.

એની આણ વર્તે.

*

ફૅશન નીકળી કે એ અનુસરવા યુવાન માણસના મનમાં તાલાવેલી જાગે. એના બધા મિત્રો પીળું ખમીસ પહેરીને આવે તો એને પણ પીળું ખમીસ જોઈશે, અને એ ન સિવડાવે ત્યાં સુધી પોતાનાં મા-બાપને હેરાન કરશે. એને પીળો રંગ ગમે છે એવું કશું નથી. પણ ‘બધા પહેરે છે એટલે મારે પણ પહેરવું જોઈએ’ એ સ્વયંસિદ્ધ સિદ્ધાંત છે.

પોતાના એ મિત્રમંડળ, એ યુવાન વર્ગનો પોતે સભ્ય છે એ બતાવવા તે આતુર હોય છે. અને તેથી એ બધા કરે છે (ને ફરે છે ને બોલે છે ને કપડાં પહેરે છે) તે પ્રમાણે જ કરવા તે આપોઆપ તૈયાર થાય છે. ઉત્સુક બને છે. ‘પોતાનું જૂથ વર્તે તે પ્રમાણે જ વર્તવું એ યુવાનનું (આદર્શવાદી યુવાનનું પણ) અદમ્ય વલણ હોય છે,’ એમ મનોવૈજ્ઞાનિકો કહે છે – અને કહેતા ન હોય તોય આપણે એ નરી આંખે જોઈએ છીએ. માટે જૂથનો દેખાવ, એનાં બાહ્ય પ્રતીકો, કપડાં-લત્તાં, વાળ-નખ, ચશ્માં-બૂટ એ એનાં જ બની જાય છે. એ ફૅશન પોતાની જ બની જાય છે, કારણ કે એ દ્વારા જૂથ પ્રત્યે એ પોતાની વફાદારી બતાવી શકે, જૂથમાં પોતાનું સ્થાન પ્રાપ્ત કરી શકે. એ બાહ્ય પ્રતીકો યુવાન વર્ગના સભ્ય હોવાનું પ્રમાણપત્ર છે તેથી જ યુવાન માણસને એ પ્રિય છે, કીમતી છે, આવશ્યક છે. એમાં ફૅશનની પકડ છે.

ફૅશનમાં સૌંદર્ય, કલા, સગવડ જોવાનાં નથી. સુંદર છે, અનુકૂળ છે,

કલામય છે એટલા માટે નહિ પણ નવી છે, જુદી છે, વિશિષ્ટ છે એટલા માટે જ કોઈ વસ્તુ ફૅશનમાં લેવાય. અને એ જાણીતી થાય, સામાન્ય થાય કે તરત બીજી લાવવી પડે ને એ પછી ત્રીજી. અને યુવાન માણસોનો યાદ-ગાળો ટૂંકો હોવાથી એ ત્રીજી વસ્તુ પાછી ફરીથી પહેલી લાવી શકાય. અને ફૅશનનું ચક્ર ચાલે.

વાળ લાંબા હોય કે ટૂંકા હોય એનું મહત્ત્વ નથી. એના ગુણદોષનો સવાલ પણ નથી. પણ ફૅશનમાં કંઈક નવું જોઈએ. એટલે એ બે રીત એક પછી એક આવ્યા જ કરે છે. પ્રથમ વાળ લાંબા રખાતા. પછી ટૂંકા થયા. હવે પાછા લાંબા થવા માંડ્યા છે. અને આગળ ઉપર તો ફરી ટૂંકા થશે.

એમાં છૂટકો નથી.

ઋતુઓનો ક્રમ છે. યુગોનો ચકરાવો છે.

ફૅશનના આંટાફેરા છે.

બૂટ પહોળા હોય કે સાંકડા હોય. પહોળા હતા. સાંકડા, સખત અણિયાળા થયા. ને ફરીથી એ પહોળા, નરમ, બુઠ્ઠા થશે. થોડી રાહ જોવાનો જ સવાલ છે. વપરાશમાં હજી નવા પણ ફૅશનની દૃષ્ટિએ અમાન્ય બનેલા એવા જોડા માટે મોચીની સલાહ હતી કે, 'એ જોડા હવે ઘેર સાચવી રાખો, થોડા સમય પછી એ ફરીથી ફૅશનમાં આવશે ત્યારે કામ લાગશે, સાહેબ.' મોચીનું ડહાપણ હતું. ને ફૅશનની ગોળ ગતિ હતી.

રંગો બધા સારા છે. ફૅશનની દુનિયામાં જુદે જુદે કાળે જુદા જુદા રંગનું આધિપત્ય હોય. પણ મેઘધનુષ્યમાં તો સાત જ રંગો છે, માટે બધા પૂરા થાય ત્યારે પહેલા રંગથી ફરીથી શરૂ કરવું પડે છે.

ફૅશનું ચક્ર છે.

રુચિ-અરુચિની પરંપરા છે.

ફૅશનમાં કોઈ સાચો ગુણ કે આકર્ષણ જોવાનાં નહિ. વસ્તુ નવી હોય એટલું જ જોઈએ છે. (નવી એટલે જૂની, પણ ભુલાઈ ગયેલી – એ અર્થમાં.) જડ પ્રક્રિયા છે. રેંટની ઘટમાળ છે.

ફૅશન ચાલ્યા જ કરશે. આવશે ને જશે. રંગો ને ઘાટ, ઢબ ને અદા બદલાતાં રહેશે. અને એ દ્વારા યુવાનો પોતાનું યુવાનપણું સિદ્ધ કરતા જશે.

*

એક વાત સ્પષ્ટ છે : ફૅશન એ કોઈ ખરાબ ચીજ નથી. શેતાનનું કાવતરું નથી. કળિયુગનો અભિશાપ નથી. એ મૂળ તો જૂથનું પ્રતીક, એનો સભ્ય હોવાનો સંકેત, યુવાનીનું ચિહ્ન છે. એનાં જોખમો ખરાં; પણ પોતે કોઈ બૂરી ચીજ નથી.

માટે ફૅશનને લીધે મનમાં કોઈ હીનતા કે ગુનાની ગ્રંથિ બંધાવી ન જોઈએ. ઘણા યુવાનોનાં મનમાં પોતે ફૅશનને અનુસરતા થાય ત્યારે જાણે કંઈક ખોટું કરી રહ્યા હોય એવું ભાન થાય છે. એમને ચિંતા થાય છે, શંકા જાય છે, વસવસો રહે છે કે આ તો ખાલી ફૅશનની ખાતર જ કરીએ છીએ તે ખોટું કરીએ છીએ; છૂટકો નથી; પણ એમ ન હોત તો સારું, એમ લાગ્યા કરે છે.

પણ એ લાગણી બરાબર નથી. એ લઘુગ્રંથિ યોગ્ય નથી. ફૅશનનો જે મૂળ અર્થ ને હેતુ છે (યુવાન વર્ગને અલગ પાડવાનો) એ પ્રમાણે જો યુવાન માણસ એનો ઉપયોગ કરે તો એમાં કશું ખોટું નથી. પોતાના જૂથનાં પ્રતીકો અપનાવવા એને પૂરો અધિકાર છે. માટે એ ગુનેગારની ગ્રંથિ છોડાવવી જોઈએ, એ અપરાધનું ભાન ભુલાવવું જોઈએ.

ફૅશનનાં જોખમ ખરાં. એ ગજા ઉપરાંતનું ખર્ચ કરાવે, કે અનીતિ તરફ દોરે, કે (ને એ વધારે વાસ્તવિક જોખમ છે) તે બહારનો ઓપ ચડાવીને અંદરના ખરા પ્રશ્નો ને ગ્રંથિઓ ને ચિંતા ને અવિશ્વાસ ઢાંકી દે – ત્યારે ચેતીને એને ઠેકાણે લાવવી જોઈએ. ફૅશનને બહાને અનીતિ ન ચલાવી લેવાય. ફૅશનના આવરણથી મનની અસ્થિરતા ન છુપાવી શકાય. બાકી ફૅશનનો અર્થ સમજીને વિવેકથી એનો લાભ લઈ શકાય.

ને એમાં છેલ્લી સલાહ વિનોદની છે. ફૅશનની વાત લઈએ ત્યારે હળવા મનથી, રમૂજથી, મૂછમાં હસીને લઈએ. એને વધારે પડતું મહત્ત્વ ન આપીએ. એની પાછળ કુરબાન થવા જેવી વાત તો નથી.

એનો અર્થ આપણે સમજ્યા. એનો હેતુ જોયો. હવે ફૅશનની યોગ્ય મદદ લઈને એ હેતુ આનંદથી પાર પાડી શકાય – અને સાથે સાથે ફૅશનની વિકૃતિઓથી પણ છેટા રહી શકાય.

ફૅશનની બલિહારી ભલે હોય.

ફૅશનની ગુલામી નહિ જોઈએ.

✦

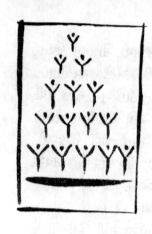

૭. રક્તદાન

કૉલેજના મોટા સભાખંડમાં વીસ-ત્રીસ ખાટલા ઢાળ્યા હતા. એમાં કૉલેજના વિદ્યાર્થીઓ પડ્યા હતા, અને ડૉક્ટરો એમની વચ્ચે ફરીને દરેકની તપાસ કરતા, લોહીનું દબાણ માપતા અને સાધનો ગોઠવતા. હું પણ વચ્ચે એક ખાટલા પર પડ્યો હતો. ડાબા હાથના સાંધામાંથી એક પાતળી નળી નીચે એક શીશી સુધી જતી હતી ને એમાં લોહીની શેડ પડતી હતી.

લાલ લોહી.

રક્તદાન.

અને શાંત વાતાવરણમાં એ પુણ્યનું કામ ચાલતું રહ્યું.

ડૉક્ટર મારી પાસે બેઠા હતા. એ મને સમજાવતા હતા : "ઇસ્પિતાલમાં આ લોહીનો પહેલો ઉપયોગ અકસ્માતના કિસ્સાઓ માટે કરીએ છીએ. પગ કપાયા, લોહી વહ્યું. તત્કાળ જો નવું લોહી આપવામાં ન આવે તો જીવ જાય. લોહી ન મળતાં મારી નજર સામે એવા માણસોને મેં મરતા જોયા છે, અને સમયસર લોહી મળતાં એવા માણસોને મેં જીવતા જોયા છે. પછી લોહીનો બીજો ઉપયોગ કરીએ છીએ પ્રસૂતિમાં. કુદરતે જન્મની વ્યવસ્થા તો અદ્ભુત રીતે કરી છે, પરંતુ કોઈ વાર એ કટોકટીના સમયે જાણે હુમલા સાથે લોહીનો સ્રાવ થાય છે. અને તરત જો વિપુલ પ્રમાણમાં લોહી આપવામાં ન આવે તો એક યુવાન માતા મરી જાય – પોતાના કુમળા બાળકને જિંદગીને પહેલે દિવસે માવિહોણું બનાવીને. લોહીનો ત્રીજો ઉપયોગ કરીએ છીએ સર્જરીમાં. કેન્સર જેવી ભારે શસ્ત્રક્રિયા હોય તો એમાં ઘણું લોહી જાય, અને જેટલું જાય તેટલું

પાછું આપવું પડે. અને છેલ્લે... ન કરે નારાયણ ને દેશની સરહદો પર તોફાન થાય ને બહાદુર જવાનોનું લોહી રેડાય તો એમાં પણ આ લોહીની ખાસ જરૂર પડે. એ બધા પ્રસંગોમાં જો એવી શીશી પાસે હોય – ડૉક્ટરે નીચે ભરાઈ જતી લોહીની શીશી તરફ સૂચક નજર કરીને ઉમેર્યું – તો એ જવાન જીવે, એ દર્દી બચે, એ યુવાન માતા પોતાના બાળકને રમાડી શકે.''

મારી નજર પણ એ શીશી તરફ ગઈ. એ લાલ લાલ થઈ જતી હતી.

મારું લોહી.

મારો પ્રાણ.

ને આમ સૂતાંસૂતાં મારા મનમાં વિચારો ચાલવા લાગ્યા.

*

આ લોહી કોની પાસે જશે ?

એ જ ખૂબી છે ને ! મને ખબર નથી કે એ કોને આપવામાં આવશે, અને જેને એ મળશે એને પણ ખબર નથી કે આ લોહી કોણે આપ્યું છે. માટે મને આપવાથી ગર્વ ન થાય, અને તેને લેવાથી ઓશિયાળાપણું ન લાગે. દાન થાય પણ દેવું ન ચડે. મદદ કરાય ને લાગણી ન દુભાય. દેહ ઊગરે ને સ્વમાન ન ઘવાય. હું આપું પણ કોઈની પાસે આભારની ઉઘરાણી ન કરું; ને એ લે પણ કોઈની પાસે ઉપકારથી દબાયેલ ન રહે.

આદર્શ દાન.

નિર્મોહી ન્યાય.

નિષ્કામ કર્મ.

હા, ડૉક્ટર તો આભાર માને છે પણ બીજાને નામે. એ પોતે આમાં સેવાનું જ કાર્ય કરી રહ્યા છે. દાન ગુપ્ત રહે. અને હૃદયને એનો ઊંડો ઊંડો સંતોષ રહે છે. (લોહી જેવી હૃદયની પૂંજી લૂંટી લઈએ ત્યારે બદલામાં હૃદયને થોડોક સંતોષ આપવો જોઈએ ને ?)

*

આ લોહી કોની પાસે જશે ?

બીજો વિચાર આવ્યો. હું તો ખ્રિસ્તી છું. આ લોહી ઘણું કરીને કોઈ હિંદુ-મુસ્લિમની પાસે જશે. આમ હિંદુનું લોહી મુસ્લિમમાં જશે, મુસ્લિમનું લોહી હિંદુને મળશે. લોહી તો સરખું જ છે. ડૉક્ટર અમુક રીતે એનું વર્ગીકરણ કરે

છે, પણ એ ધર્મ કે જ્ઞાતિ કે ચામડીના રંગના આધારે નહિ. લોહી એક જ છે. બધા જ માનવીઓની વચ્ચે લોહીની સાચી સગાઈ છે.

બાજુના ખાટલામાં એક હરિજન વિદ્યાર્થી રક્તદાન કરતો હતો, હોંશે હોંશે; અને બે ખાટલા મૂકીને ત્રીજામાં એક બ્રાહ્મણનો દીકરો લોહી આપતો હતો. વર્ષો પહેલાં તેના ઉપનયસંસ્કાર વખતે હું વિધિમાં હાજર રહ્યો હતો એ યાદ આવ્યું ને મારું મોં મલકાયું. ખાટલા પર ફેર પરખાય, પણ લોહી શીશીમાં ગયું એટલે વર્ણના ભેદ મટી ગયા. અને મનમાં ગયું : આ રીતે જો જુદા જુદા વર્ણ ને ધર્મ ને પ્રાંતવાળાઓની વચ્ચે લોહીની આપ-લે થાય, જો દેશની પ્રજામાં આવું થોડું 'રુધિરાભિસરણ' થાય તો ભારતમાતાનાં બધાં સંતોનોમાં એક જ દેશના નાગરિકો (એક જ દેહનાં અંગો) હોવાની ભાવના જાગશે ને !

*

બીજો વિચાર આવ્યો.

આ લોહીનો શો બદલો ?

એની કિંમત અંકાય ?

એના પૈસા લેવાય ?

ન જ લેવાય.

એ લોહી મારો પ્રાણ છે. આપું તો દાનમાં જ આપું, વેપારમાં ન આપું, મારું લોહી બજારમાં ન મુકાય. બીજું કંઈ આપું તો એનું વળતર માગું, એના બદલાની અપેક્ષા રાખું. પણ મારું જીવન આપું, એના પ્રતીક ને વાહન ને અંગ સમું મારું લોહી આપું તો તે મુક્ત દાન તરીકે જ આપું.

બલિદાન છે, વેપાર નહિ.

વરદાન છે, સોદો નહિ.

સાંભળ્યું છે કે અમેરિકામાં પૈસા આપીને લોકોની પાસેથી 'બ્લડ બૅન્ક' માટે લોહી લે છે. લાચારીથી એમ કરતા હશે. પણ એ બેહૂદું છે. ગરીબ માણસ પૈસાની લાલચથી લોહી આપે એ સમજાય, પણ એમાં ભાવના મરી જાય. સ્વમાન ઘવાય. માણસ હલકો પડે. પૈસા માટે કોઈ જીવન ન આપે – તો લોહી કેમ આપે ?

બદલામાં કશું ન લેવાય ત્યારે સમજાય કે દાન કરવામાં, મુક્ત રીતે અને કોઈ શરતે કે વાંકી વૃત્તિ વિના દાન કરવામાં, કેટલો આનંદ છે.

આપવામાં ધન્યતા છે.

રક્તદાન.

જીવનદાન.

અને ખૂબી એ છે કે આ દાન કરવાથી, આ લોહી આપવાથી મારામાં કોઈ ખોટ જણાવાની નથી. બીજું કંઈ આપવાથી હું તે ગુમાવી બેસું છું, પણ આ લોહી આપવાથી મારામાં કશો ફેર પડવાનો નથી. હૃદય ચલાવી લેશે. મારું જીવન એનું એ જ ચાલશે, મારી શક્તિ એની એ જ રહેશે. અને થોડા દિવસમાં શરીરના ગુપ્ત રસાયણથી મારું લોહીનું પ્રમાણ હતું તેટલું પાછું થઈ જશે.

મેં આપ્યું, પણ મારો ભંડાર ઓછો ન થયો.

મેં દાન દીધું, પણ કશું ન ગુમાવ્યું.

એ શું બ્રહ્માનું લક્ષણ નથી ? પોતાની ક્ષતિ વિના આપે, પોતે ક્ષય પામ્યા વગર બીજાનું સર્જન કરે એ તો બ્રહ્મા હોય ને ? ને આમાં તો એવું કંઈક થાય છે. મારી ક્ષતિ વિના હું બીજાને જીવનદાન આપું, મારું લોહી ઓછું થયા વિના એ બીજાનું જીવન બચાવે. એટલે એ પણ સર્જન થાય. એ પણ બ્રહ્માજીનું કાર્ય કહેવાય, અને તેથી એમાં પણ એ દિવ્યતા છે. એ આનંદ છે,

દાનમાં આનંદ છે.

રક્તદાનમાં બ્રહ્માનંદ છે.

રક્તદાન કરતાં દિલને આટલો સંતોષ કેમ થાય છે એ હવે કંઈક સમજાય છે.

*

એક ડૉક્ટર ભરેલી શીશીઓ ભેગી કરતા હતા. કામ પૂરું થયું હતું, પણ થોડી વાર આડા પડ્યા રહેવાનું ડૉક્ટરે કહ્યું હતું. એટલે આમ પડ્યા પડ્યા મેં આસપાસ જરા નજર ફેરવી. એમ તો એ બધા વિદ્યાર્થીઓને હું ઓળખતો હતો, પણ હવે એમને રક્તદાન કરતા જોઈને દિલમાં એમને માટે વધારે વહાલ જાગતું હતું. અને સુંદર યોગ એ હતો કે રક્તદાન કરાવવા આવેલા યુવાન ડૉક્ટરોમાંના ત્રણ-ચાર મારા જૂના વિદ્યાર્થીઓ હતા, એટલે દૃશ્ય ખરેખર મંગળ ને પાવનકારી હતું. તેનો લહાવો હું કૃતકૃત્યતાથી માણી રહ્યો.

એમની સાથે થોડી રમૂજ પણ ચલાવી : ''તમે અહીં હતા, કૉલેજના વર્ગમાં બેસતા ત્યારે અમે બીજા અર્થમાં તમારું લોહી લેતા...ને તમે આજે એનો

બદલો વાળવા આવ્યા છો, નંહિ ને ?''

લોહી આપનારાઓમાં સારી સંખ્યામાં વિદ્યાર્થિનીબહેનો પણ હતી. ઉદારતામાં ને બલિદાનમાં સ્ત્રી ક્યાં પાછળ છે ! ને એમાં કેટલીકની પાસેથી એમની સ્થિતિ જરા નબળી લાગવાથી ડૉક્ટરે લોહી લેવાની ના પાડી, એટલે તેઓ સામે થઈને ડૉક્ટરની જોડે લડતી હતી ને વિનંતી કરતી હતી કે, ''અમારું પણ લોહી લો !'' શાબાશ !

બીજી વાત પણ ધ્યાનમાં આવી. લોહી આપનારા તો ઘણાખરા યુવાનો હતા. હા, યુવાનીમાં જ ઉદારતા છે, બીજાઓને માટે ઘસાઈ જવાની વૃત્તિ છે. આદર્શનું જોર છે. એનું આ પ્રત્યક્ષ પ્રમાણ ન હોય ?

*

હું ઊઠ્યો.

ઘણા વિદ્યાર્થીઓ હજી ઊભા ઊભા રાહ જોતા હતા. કેટલાકની આંખમાં ક્ષોભ હતો. પહેલી વખતે લોહી આપવા જઈએ ત્યારે ક્ષોભ લાગે જ ને ! પણ કંઈ નહિ. થોડી વારમાં એ ક્ષોભ સંતોષમાં પલટાઈ જશે.

બીજા વિદ્યાર્થીઓ કામ પતાવીને જતા હતા, ને જતાં પહેલાં નર્સોને હાથે ચા પીતા હતા. એમ કંઈક તો મળ્યું જ. આપ્યું લોહી ને પીધી ચા. ઠીક રમૂજ પડી. પણ એ યોગ્ય જ છે. કદર ને મૈત્રી ને આતિથ્યનું એ પ્રતીક છે.

હાથમાં પ્રમાણપત્ર આપ્યું. રાજ્યપાલશ્રીનો આશીર્વાદ. એને માથે ચડાવ્યો. ને આખો એ શુભ પ્રસંગ મન ને હૃદય પર અંકિત થયો.

જીવન માટે આપવું.

અને આપીને પોતાનું જીવન ધન્ય બનાવવું.

✦

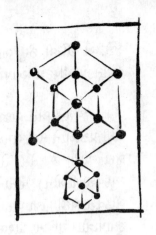

૮. મારે માટે જ કર્યું !

જનસેવા એ પ્રભુસેવા.

પ્રેમ એટલે ભક્તિ.

જે જે માણસને માટે કરીએ તે ભગવાન સુધી પહોંચે.

એ વાત આપણે જાણીએ છીએ, માનીએ છીએ, સ્વીકારીએ છીએ. તોપણ વ્યવહારમાં આપણે લોકોની સેવા કરવાને બદલે લોકોને છેતરીએ છીએ, તેમના પર પ્રેમ કરવાને બદલે તેમની નિંદા કરીએ છીએ, અને તેમના પર એવાં કુકર્મો પણ ગુજારીએ છીએ કે જો એ ખરેખર ભગવાનને પહોંચે તો તો આપણી ચોક્કસ બૂરી હાલત થવાની.

એ બતાવે છે કે, જોકે આપણે એ સરળ સત્ય જાણીએ છીએ, માનીએ છીએ, સ્વીકારીએ છીએ, પણ એ ફક્ત ઉપર ઉપરથી કહીએ છીએ, હૃદયના ઊંડાણમાંથી નહિ. ગોખેલો પાઠ છે, પોપટિયું જ્ઞાન છે. જીભ એક વાત કહે છે ત્યાં જ હૃદય બીજો ભાવ રાખે છે. હોઠ પર શબ્દો આવે પણ મન તેનો અર્થ જુદો કરે. તોપણ આ વાત એવી ગૂઢ નથી કે મન એ ન સમજી શકે, આ પાઠ એવો અઘરો નથી કે બુદ્ધિ એ ન પચાવી શકે; અને બીજી તરફ આ સરળ વાત એવી તો ભેદક અને અસરકારક છે કે જો એક વાર મન એ ગ્રહણ કરે ને બુદ્ધિ એ પચાવી લે તો માણસના સારાય વર્તન પર જાદુઈ અસર પડે. જે માણસને ખરેખર પ્રતીતિ થાય, વિશ્વાસ બેસે કે જે જે હું મારા આ કોઈ માનવબંધુ માટે કરું છું તે ભગવાનને માટે જ મેં કર્યું – એની વાણીમાં મીઠાશ, એના દિલમાં પ્રેમ, ને એના વ્યવહારમાં સોળે સદ્‍ગુણ આપોઆપ આવી

જશે. એ દૃષ્ટિએ ઈસુ ભગવાને આ અગત્યનો પાઠ આપણા મન પર ઠસાવવા દૃષ્ટાંતરૂપે ઉપદેશ આપ્યો.

*

"યુગને અંતે રાજા પોતાના મહિમાભર્યા સિંહાસન પર બિરાજશે ત્યારે બધી પ્રજાઓને તેની સમક્ષ ભેગી કરવામાં આવશે. જેમ ભરવાડ ઘેટાંને બકરાંથી જુદાં પાડે છે તેમ તે લોકોને એકબીજાથી અલગ પાડશે. તે ઘેટાંને (પુણ્યશાળીઓને) પોતાને જમણે હાથે અને બકરાંને (દુષ્ટોને) ડાબે હાથે ગોઠવશે. પછી રાજા પોતાના જમણા હાથ તરફનાને કહેશે, 'આવો, મારા પિતાના કૃપાપાત્રો ! સૃષ્ટિના પ્રારંભથી તમારા માટે તૈયાર રાખેલું રાજ્ય ભોગવો ! કારણ, મને ભૂખ લાગી હતી ત્યારે તમે મને ખાવાનું આપ્યું હતું, મને તરસ લાગી હતી ત્યારે તમે મને પાણી પાયું હતું, હું અજાણ્યો પ્રવાસી હતો ત્યારે તમે મને આશરો આપ્યો હતો, હું ઉઘાડો હતો ત્યારે તમે વસ્ત્રો પહેરાવ્યાં હતાં, હું માંદો હતો ત્યારે મારી ભાળ કાઢી હતી, હું કારાવાસમાં હતો ત્યારે મને મળવા આવ્યા હતા.'

"ત્યારે એ ધર્મિષ્ઠ માણસો એમને પૂછશે, 'પ્રભુ, અમે તમને ક્યારે ભૂખ્યા જોઈને ખવડાવ્યું હતું, અથવા તરસ્યા જોઈને પાણી પાયું હતું ? તમને અમે ક્યારે અજાણ્યા પ્રવાસી જોઈને ઘરમાં આશરો આપ્યો હતો અથવા ઉઘાડા જોઈને કે કારાવાસમાં જોઈને ખબર કાઢવા આવ્યા હતા ?' ત્યારે રાજા તેમને જવાબ આપશે, 'હું સાચું કહું છું કે મારા ભાઈઓમાંના અદનામાં અદના માટે તમે જે કાંઈ કર્યું છે તે મારે માટે જ કર્યું છે.'

"ત્યાર પછી તે પોતાના ડાબા હાથ તરફનાઓને કહેશે, 'ઓ શાપિતો, મારાથી દૂર હઠો ! શેતાન અને તેના દૂતો માટે તૈયાર કરાયેલા શાશ્વત અગ્નિમાં પડો ! કારણ, મને ભૂખ લાગી હતી ત્યારે તમે મને ખાવાનું નહોતું આપ્યું, મને તરસ લાગી હતી ત્યારે તમે મને પાણી નહોતું પાયું, હું અજાણ્યો પ્રવાસી હતો ત્યારે તમે મને આશરો નહોતો આપ્યો, હું ઉઘાડો હતો ત્યારે તમે ઢાંક્યો નહોતો, હું માંદો અને કારાંવાસમાં હતો ત્યારે તમે મને મળવા નહોતા આવ્યા.'

"ત્યારે તે લોકો પણ કહેશે, 'હે પ્રભુ, ક્યારે અમે આપને ભૂખ્યા કે તરસ્યા, અજાણ્યા કે ઉઘાડા, માંદા કે કારાવાસમાં જોયા અને આપની સેવા નહોતી કરી ?' ત્યારે રાજા તેમને સંભળાવશે, 'હું તમને સાચું કહું છું કે, આ

૩૨ ☆ સમાજમંગલ

મારા ભાઈઓમાંના અદનામાં અદના માટે નથી કર્યું તે મારે માટે જ નથી કર્યું.' આમ એ લોકોને શાશ્વત સજા થશે, પણ ધર્મિષ્ઠ માણસો જીવન પામશે.''

*

રાજા ન્યાય કરવા બેસે – ભગવાન માણસનો પાપપુણ્યનો હિસાબ લેવા બેસે – ત્યારે એ કયો કાયદો અનુસરે, શાની તપાસ કરે. કયા પ્રશ્નો પૂછે ? કેટલું તપ કર્યું, કેટલું જ્ઞાન મેળવ્યું, કેટલો ત્યાગ કર્યો, એ પૂછતો નથી. કેટલો સમય ધ્યાનમાં ગાળ્યો, કેટલાં વ્રત લીધાં ને કેવાં પાળ્યાં, કેટલાં પાઠ-પારાયણ કર્યાં–કરાવ્યાં એની માહિતી એ માગતો નથી. કેટલું દાન આપ્યું કે લીધું કે જાહેર કર્યું એનો હિસાબ જોઈતો નથી. તેને એક જ હિસાબ જોઈએ છે, તે એક જ માહિતી માગે છે, એક જ પ્રશ્ન પૂછે છે કે, 'બીજા માણસો પ્રત્યે તમે કેવું વર્તન રાખ્યું ?' અને વર્તન એટલે આચાર – ભાષણો કે વચનો કે ખાલી લાગણીઓ નહિ. ભૂખ્યાને ખાવાનું આપ્યું, ઉઘાડાને વસ્ત્ર પહેરાવ્યું, માંદાની સંભાળ લીધી... એવું એવું કર્યું કે કેમ ? કર્યું હોય તો આવો, અને કર્યું ન હોય તો જાઓ આટલો જ ન્યાય છે, આટલો જ કાયદો છે, આટલી જ ધર્મસંહિતા છે. દયાધર્મ, સેવાયજ્ઞ, પરોપકારવૃત્તિ. અને જાણે ધર્મનો એ મૂળ પાઠ આપણને બરાબર ગોખાવવો હોય તેમ ટૂંકા બોધમાં ફરી ફરીને સેવાકાર્યોની યાદી સંભળાવે છે : ભૂખ્યા ને તરસ્યા, અજાણ્યા ને ઉઘાડા, માંદાઓ ને કેદીઓ. સર્વ જાતના પીડિતો ને દુખિયાઓ, કચડાયેલા ને દબાયેલા, ઉપેક્ષિત ને તિરસ્કૃત લોકોની સેવા કરવાનું ફરમાવે છે. જે જે દુ:ખમાં હોય તેનું દુ:ખ ભાંગવા આપણો બનતો પ્રયત્ન કરવાની આજ્ઞા આપે છે. એમાં ધર્મનો સાર છે.

*

અને એનું શું કારણ આપે છે ? કારણ તો સીધું ને સાદું ને જેની સામે પેલા દુષ્ટો પણ વાંધો ઉઠાવી ન શકે એવું છે. 'બીજા કોઈને માટે પણ – અદનામાં અદના આદમીને માટે પણ – જે જે કર્યું તે મારે માટે જ કર્યું.' દીકરા માટે કર્યું તે બાપ માટે કર્યું. સેવા તો સેવા, ને અપમાન તો અપમાન. માણસને માટે કર્યું તે ભગવાનને માટે કર્યું, સર્જનને માટે કર્યું તે સર્જકને માટે કર્યું. પ્રેમ તો પ્રેમ, અને તિરસ્કાર તો તિરસ્કાર. માણસને માટે કરેલું કામ ભગવાન સુધી પહોંચે છે કારણ કે દરેક માણસના હૃદયમાં – અદનામાં અદના આદમીના હૃદયમાં પણ – ભગવાનનો વાસો છે, અને ત્યાંથી એ સેવા કે ઉપેક્ષા, પ્રેમ

કે દ્વેષના સંદેશ ઝીલે છે. માણસને ઘા કર્યો એટલે ભગવાનને ઘા કર્યો, માણસને મદદ કરી એટલે ભગવાનને મદદ કરી. એ ન્યાયે સેવા એ પુણ્ય અને નિંદા એ પાપ લેખાય. લોકસંગ્રહનો માર્ગ એ જ સાધનાનો માર્ગ. અને લોકદ્વેષનો માર્ગ એ જ પતનનો માર્ગ.

આમાં ચેતવણી ને ભય છે, પણ એના કરતાં આશ્વાસન વધારે છે. એ ધર્મિષ્ઠ માણસોને મોક્ષનું વરદાન મળતાં કેવું સહર્ષ આશ્ચર્ય થયું કે, 'અમે તમારા માટે એ બધું ક્યારે કર્યું, પ્રભુ ?' અમને ખ્યાલ નહોતો કે એ સરળ દયાકાર્યોની પાછળ એવું ભારે રહસ્ય હતું, અમને કલ્પના નહોતી કે કોઈને એક ગ્લાસ પાણી આપ્યું ત્યારે તમારી તરસ છિપાવી, કોઈના ખબરઅંતર પૂછવા ગયા ત્યારે તમારે દર્શને ગયા, કોઈની સેવા કરી ત્યારે તમારી પૂજા કરી...

ભારે આશ્વાસન છે. જીવનના ચોપડે પુણ્ય ખાતે બતાવી શકાય એવું કંઈ ખાસ લખેલું ન હોય, પણ એ સરળ, રોજનો, સહજ સેવાધર્મ કોઈ પાળતું આવ્યું હોય તો આખરે હિસાબ નફાનો હશે. હા, એ દયા બધાને માટે હોવી જોઈએ, કારણ કે માણસના હૃદયમાં ભગવાનનો વાસો હંમેશાં હોય છે, સેવા સહજ ભાવથી થવી જોઈએ કારણ કે એ આપણી ફરજ છે.

એ સેવાનો સાચો અર્થ શો છે, તેનું સાચું લક્ષ્ય શું છે એ જો એક વાર બરાબર સમજીએ તો એનું આચરણ પણ સરળ ને સાહજિક બની જશે. કામ કરતાં કરતાં નજર સામે એ કામ જાણે પોતાને માટે કર્યું હોય એમ સ્વીકારનાર ભગવાનની મૂર્તિ હોય તો એ કામ કેવા આનંદથી કરીશું ! એમાં પ્રોત્સાહન છે, પ્રેરણા છે, શ્રદ્ધા છે. એમાં ધર્મનો સાર, સદાચારનો ગુરુમંત્ર, નીતિશાસ્ત્રનો નિચોડ છે : 'જે જે કોઈને માટે કર્યું તે... મારે માટે જ કર્યું !'

✦

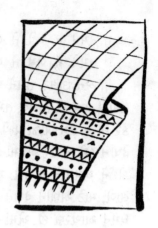

૯. સુવર્ણ નિયમ

સદાચારના પ્રશ્નો અસંખ્ય હોય છે. ક્યારે શું કરવું ઘટે ? ક્યાં કયું વર્તન શોભે ? આ સંજોગો આવે તો શું કરવું, અને આ કસોટી થાય તો કયો માર્ગ લેવો ? નીતિ ને ધર્મના કોયડા ઉકેલવા ગ્રંથો લખાયા છે ને શાસ્ત્રાર્થો રચાયાં છે. ને કોઈ વાર એક પંડિત કહે તો બીજા તોડી પાડે, એટલું જ નહિ પણ કોઈ વાર એક ધર્મ છૂટ આપે ને બીજો મનાઈ કરે, અથવા એક સમાજમાં એ કાર્ય સ્તુત્ય ગણાય ને બીજામાં નિંદ્ય ગણાય. ને વખતે લોકો મૂંઝાય ને કોઈ વાર સાચો રસ્તો ન મળ્યાના દુ:ખથી – તો કોઈ વાર સાચો રસ્તો શોધવામાંથી છટકવાના ઈરાદાથી – બોલી ઊઠે છે : આમાં શું કરવું એ સમજાતું નથી, પછી ગમે તેવું કરીએ તોય ચાલશે ને ?

ના, નહિ ચાલે. પ્રશ્નો ગમે તેવા હોય ને ચર્ચાઓ ને તર્ક ને વાદવિવાદ ગમે તેવાં હોય, પણ વ્યવહારમાં શું સાચું ને શું ખોટું, શું નીતિ ને શું અનીતિ એ સહેલાઈથી જોઈ શકાય. અને એ બાબતમાં એક સાદો સિદ્ધાંત ને વ્યવહારુ નિયમ આપવા ઈસુ ભગવાને બધા સમજી શકે અને એ લઈને સારાનરસાનો વિવેક સહજ રીતે કરી શકે એવું સૂત્ર આપ્યું :

"લોકો તમારી સાથે જે રીતે વર્તે એમ તમે ઇચ્છતા હો તે જ રીતે તમે પણ તેમની સાથે વર્તો. એ જ ધર્મશાસ્ત્ર અને સંતોની વાણીનો સાર છે."

*

સરળ નિયમ.
સુવર્ણ ન્યાય.

તમને ન ખપે તે બીજાને ન આપો.

તમને ન ગમે તે બીજાના હાથમાં ન ધકેલો.

અને ઊલટું, તમને જે વર્તન ગમે, જે વિવેક રુચે, લોકો તમારું માન રાખે, તમારી લાગણી સાચવે, તમારી કદર કરે એ જે શિષ્ટાચાર ને સભ્યતા તમને ખુશ કરે એ જ તમે બીજા પ્રત્યે આદરો. પ્રેમ ગમે એટલે પ્રેમ આપો. દ્વેષ ખૂંચે એટલે દ્વેષ ન કરો. તમારું અપમાન કોઈ કરે તો તમને અસહ્ય લાગે, માટે તમે કોઈ દિવસ કોઈનું અપમાન ન કરો. અણીને વખતે લોકો તમારી મદદ કરે તો તમને સારું લાગે, માટે અણીને વખતે બીજાઓને મદદ કરવા તમે હવે તૈયાર થાઓ. એમાં ધર્મનું આચરણ છે. એમાં નીતિ-સદાચારનો સાર છે.

હવે આપણી પાસે બહાનું રહ્યું નથી. શું કરવું જોઈએ એ સમજાતું નથી માટે ગમે તે કરવાની છૂટ લઈશું – એ દલીલ હવે તૂટી ગઈ છે. હવે શું કરવું જોઈએ એ બરાબર સમજાય છે. સામેના માણસનો ખ્યાલ કરીને, તેની જગ્યા પર આપણે હોઈએ એ મનમાં કલ્પીને અને એ વર્તનથી મને કેવું સુખદુઃખ થાત એ જોઈને પછી એવું સુખવાળું વર્તન પસંદ કરવાનું છે. કોઈને છેતરાય નહિ, કારણ કે હું છેતરાઉં ત્યારે દુઃખી થાઉં. ચોરી ન થાય, કારણ કે હું મારા ખિસ્સામાં હાથ નાખું અને તેમાંના પૈસા ગુમ થયેલા જણાય ત્યારે મને ધ્રાસકો પડે. જૂઠું ન બોલાય કારણ કે લોકો ધંધાના વ્યવહારમાં જૂઠું બોલે ત્યારે મને અગવડ પડે ને મારું કામ બગડે. કોઈની નિંદા ન કરાય, કારણ કે લોકો મારી નિંદા કરે (એ માટે મેં કારણ આપ્યું હોય તોપણ) ત્યારે મને અત્યંત દુઃખ થાય અને જિંદગી ખારી બની જાય.

✳

એમ શું ન કરવું એ આ સુવર્ણ નિયમ પરથી તરત સમજાઈ આવે છે. પણ એ જ રીતે શું કરવું જોઈએ, નિષેધમાં નહિ પણ સક્રિય પ્રયત્નમાં સારું જીવન જીવવા શું કરવું જોઈએ એ પણ એ સરળ નિયમ આપણને તરત સમજાવી આપે છે. મને ગમે, મારા દિલને સંતોષ ને આનંદ આપે એવું વર્તન પણ હું બીજા પ્રત્યે આદરું.

લોકો મારો અભિપ્રાય માગે એ મને ગમે, માટે હું બીજાઓના અભિપ્રાય માગીશ. મને આમંત્રણ આપે એ મને ગમે, માટે આમંત્રણ આપીશ. મારો જન્મ-દિવસ લોકો યાદ રાખે અને શુભેચ્છાઓ પાઠવે એ મને ગમે, માટે હું લોકોના

જન્મદિવસ યાદ રાખવા પ્રયત્ન કરીશ અને કંઈક ને કંઈક મોકલીશ. મારા વિશે લોકો સારું બોલે એ મને ગમે, માટે હું પણ બધા વિશે સારું જ બોલીશ. મારા હાથનું કામ સફળ થાય ત્યારે લોકો મને એકાદ સારો શબ્દ કહે એ મને ગમે, માટે લોકોને પણ પ્રસંગ આવ્યે સરળતાથી એકાદ સારો શબ્દ કહેતાં હું શીખીશ. હું માંદો પડું ત્યારે લોકો ખબર કાઢવા આવે એ મને ગમે, માટે મારા મિત્રો કે ઓળખીતાઓ માંદા પડશે ત્યારે હું એમની ખબર કાઢવા જઈશ. મારું પાકીટ ખોવાય તે કોઈને જડે ત્યારે એ મને શોધીને પાછું આપે એ મને ગમે, માટે કોઈનું ખોવાયેલું પાકીટ મને જડશે ત્યારે હું એ મારી પાસે રાખીશ નહિ ને એના પૈસા વાપરીશ નહિ પણ માલિકને શોધીને બધું એને પાછું આપીશ. વગેરે, વગેરે.

આખા ધર્મશાસ્ત્રનો ને સંતોની વાણીનો સાર એમાં હતો ને!

*

પરંતુ આખા ધર્મનો ને નીતિનો સાર એમાં આવે એ માટે એ નિયમના પ્રભાવ નીચે મનના વિચારો ને હૃદયના ભાવો પણ લાવવા જોઈએ. ફક્ત બહારના આચરણનું નહિ પણ અંતરની સૃષ્ટિનું સંચાલન પણ સુવર્ણ નિયમ મુજબ થવું જોઈએ. મારા વિશે લોકો સારી વાતો કરે એથી હું ખુશ થાઉં માટે હું બીજાઓ વિશે પણ સારી વાતો કરીશ એ ખરું, પણ હવે વાતો પર વિચારો ને લાગણીઓ પણ આવે એ આવશ્યક છે કારણ કે લોકો પણ મારા વિશે સારું વિચારે ને સારી લાગણી રાખે એ મને ગમે. ખરું જોતાં એ લાગણી ન હોય તો લોકોનો ખાલી શિષ્ટાચાર આપણને ગમતો નથી. બહારથી સલામ કરે પણ અંદરથી તિરસ્કાર કરે એની સલામ આપણને ખપતી નથી. વાત સારી કરે પણ લાગણી ખરાબ રાખે એની સારી વાત આપણે જોઈતી નથી. માટે આપણે પણ સારી લાગણી રાખીશું ને પ્રેમની ભાવના કેળવીશું, કારણ કે એમ કરવાથી જ સુવર્ણ નિયમનો ખરો અમલ થશે.

આમ બીજાઓની લાગણી જોઈને આપણી લાગણી ઘડાશે, ને બીજાઓનું વર્તન જોઈને આપણું વર્તન સુધરશે. નીતિનો રસ્તો સ્પષ્ટ દેખાશે. ધર્મની આજ્ઞા સીધી સમજાશે.

આખરે બીજાનાં સુખદુઃખ એ આપણી નીતિ-અનીતિનું માપ છે. કોઈનું દિલ દુભાવ્યું એ પાપ, અને કોઈનું દિલ હરખાવ્યું એ પુણ્ય : એ ઉત્તમ વ્યાખ્યા થઈ, ને એ લઈને આપણે જીવીશું તો આપણે પોતે ધન્ય થઈશું અને આપણી

સાથે કેટલાય પણ ધન્ય થશે. એમાં ભારે જ્ઞાનની જરૂર નથી. એમાં ઊંડા અભ્યાસની જરૂર નથી. એમાં ફક્ત મારા એ બોલેલા શબ્દો ને કરેલાં કામ ને આદરેલું વર્તન સામેના માણસને સુખ કે દુઃખ પહોંચાડે એ જોવાની જરૂર છે. હું બોલ્યો તો સામેથી શું સંભળાયું ? ગુસ્સાના અપશબ્દો કે આભારના ઉદ્‌ગાર ? શાપ કે દુવા ? જાકારો કે આમંત્રણ ? મેં અમુક કર્યું તો સામેથી શું દેખાયું ? સ્મિત કે આંસુ ? હાસ્ય કે લોહી ? મેં લોહી રેડાવ્યું – દેહનું કે લાગણીનું – તો ખોટું કર્યું, ને મેં સ્મિત પ્રગટાવ્યું – મોં પર કે હૃદય પર તો સારું કર્યું, ધર્મનું કામ કર્યું. એ ન્યાય છે. એ સારા-ખોટાનો વિવેક છે.

*

કોઈનું દિલ દુભાવ્યું એ પાપ, અને કોઈનું દિલ હરખાવ્યું એ પુણ્ય.

પણ એ વ્યાખ્યા પૂર્ણ બનાવવા એક વાત યાદ રાખવી જોઈએ. : એ 'કોઈ'ની અંદર ભગવાન પણ આવી જાય તે. કદાચ મેં ખોટું કર્યું પણ કોઈને ખબર ન પડી. એટલે કોઈને દુઃખ પણ ન થયું. તો શું, હું ખોટું કરતાં બચી ગયો ? કોઈનું દિલ ન દુભાયું એટલે ખોટું ન થયું એમ કહેવાશે ? ના, કારણ કે એકને તો ખબર પડી છે, મનના એકાંતમાં જે થયું છે ને અંધારાના આવરણની નીચે જે થયું છે એની ભગવાનને ખબર પડી છે – અને ખબર પડતાં એનું દિલ ભારે થયું છે. દીકરો ખોટું કરે તો પિતાને દુઃખ થાય ને ! માટે સુખદુઃખનું અવલોકન કરતાં, ઉશ્કેરાવેલી કે શમાવેલી લાગણીઓનો ખ્યાલ કરતાં ભગવાનનો ખ્યાલ પણ કરવો જોઈએ. મારા આ કામથી – કે આ વિચારથી કે આ કલ્પનાથી – એને શું લાગ્યું હશે ? એનો પ્રત્યાઘાત સાચો. એનો ફેંસલો આખરી. એની સામે જોવાથી એ શબ્દ કે એ કૃત્ય કે એ વિચાર સાચાં કે ખોટાં હતાં એ મનની આંખ સામે તરત ખુલ્લું થશે.

નીતિ પ્રશ્નો ભલે અટપટા હોય, ને ભલે એના વિશે પંડિતો ગ્રંથો લખે ને તર્કો ચલાવે – પણ વ્યવહારનો માર્ગ તો સ્પષ્ટ છે. સાંકડો હશે, પથરાળ હશે, ચડાણ પડતો હશે, પણ સ્પષ્ટ તો છે જ. એનો એક નિયમ છે, એક સૂત્ર છે. ટૂંકું ને સરળ. ખુલ્લું ને સ્પષ્ટ.

"લોકો તમારી સાથે જે રીતે વર્તે એમ તમે ઇચ્છતા હો તે જ રીતે તમે પણ તેમની સાથે વર્તો. એ જ ધર્મશાસ્ત્ર અને સંતોની વાણીનો સાર છે."

✦

૧૦. સત્સંગ

હવામાં પીછું ઉડાડ્યું. પવન હતો. એટલે પવન સાથે પીછું ઊડી ગયું.

નદીમાં લાકડું તરતું મૂક્યું. પ્રવાહ હતો. એટલે પાણીના પ્રવાહની સાથે લાકડું તણાઈ ગયું.

સમાજમાં માણસને ઊભો કર્યો. સમાજમાં વહેણ હતાં. એટલે સમાજનાં વહેણની સાથે માણસ ખેંચાઈ ગયો. બધા જાય એ દિશામાં એ ગયો. બધા વર્તે એ રીતે એ વર્ત્યો. બધા કરે – સારું કે ખોટું કરે – એ પ્રમાણે એ પણ સારું કે ખોટું કરતો થયો.

પ્રવાહમાં જોર હતું.

પવનમાં ખેંચ હતી.

*

હવા, વાતાવરણ, સમાજ.

એની અસર પ્રબળ છે.

એનું દબાણ ભારે છે.

એની નીચે વ્યક્તિ દબાઈ જાય છે, કચડાઈ જાય છે. પોતાનું વ્યક્તિત્વ ખોઈ બેસે છે. પોતાનું સ્વાતંત્ર્ય ગુમાવી બેસે છે. એણે બીજું કરવું હોય તોય થતું નથી. બીજે જવું હોય તોય જવાતું નથી.

સમાજનું શાસન છે.

સમૂહની સરમુખત્યારી છે.

ને દુઃખ તો એ વાતનું છે કે સમાજ જે કરાવે છે એ ન કરવાનું હોય

છે, બીજાઓ આપણને જે રસ્તે લઈ જાય છે એ ખોટો રસ્તો હોય છે. મનના સંસ્કારો ને સંકલ્પો દૃઢ છે. સારું જીવન જીવવું છે. જુઠ્ઠું બોલવું નથી. ખોટું કરવું નથી. કોઈને દુ:ખ આપવું નથી. પૈસા કમાવા છે પણ એનો લોભ કરવો નથી. આગળ આવવું છે પણ કોઈને પગ તળે કચડવું નથી. લહેર કરવી છે પણ એનો અતિરેક કરવો નથી. સુખ માણવું છે પણ એનો મોહ રાખવો નથી. જીવનમાં સંયમ જોઈએ, પ્રમાણિકતા જોઈએ, મર્યાદા જોઈએ. એ રીતે જીવવું જોઈએ કે જન્મારો સુધરે ને આગળ શુભ ગતિ મળે. એ મનનો નિર્ણય છે, દિલની ખરી અભિલાષા છે.

ને એમાં એ દુનિયાની હવા આવે છે. એ સંસારનાં વહેણ આવે છે. પૈસાનો લોભ કરવો નહોતો, પણ હવે બધા પૈસાનો લોભ કરે છે, બધા પૈસાની પાછળ પડે છે. ખોટો ભોગવિલાસ કરવો નહોતો, પણ બધા ખોટા ભોગ ને ખોટા વિલાસ શોધે છે. જીવનની પવિત્રતા સાચવવી હતી, પણ કોઈને જીવનની પવિત્રતા માટે પરવા હોય કે કદર હોય એમ લાગતું નથી.

જુદાં વહેણ છે.

ઊલટાં વહેણ છે.

ને એમાં એ સંકલ્પો ને સંસ્કારો ને આદર્શો ધોવાઈ જાય છે.

હૃદયનાં મૂલ્યો જુદાં હતાં. ને દુનિયાનાં મૂલ્યો જુદાં છે. ને એનો પ્રચાર નજર સામે આખો દિવસ થતો રહે છે. છાપામાં ને વાતચીતમાં, સિનેમામાં ને રેડિયોમાં, સમાચારોમાં ને વાર્તાઓમાં એ જ વાતો આવે છે, એ જ મૂલ્યો આવે છે. હોશિયારી ને ચાલાકી ને પૈસા ને સત્તા ને લોભ ને મોહ ને લહેર – એ મૂલ્યોનો પુરસ્કાર થાય છે, એ સિદ્ધાંતોનો પ્રચાર થાય છે. અને એ વાતો રોજ જોઈને ને સાંભળીને ને વાંચીને ને કરીને પેલા સાચા સિદ્ધાંતો મોળા પડે છે, ઢીલા થાય છે, ઓગળી જાય છે.

દિલને ખાતરી હતી કે, બ્રહ્મ સત્ય ને જગત મિથ્યા. પણ રોજના એ સતત પ્રચારને પરિણામે વ્યવહારમાં તો માનતા થયા કે, જગત સત્ય ને બ્રહ્મ મિથ્યા. ને એ અવળા સિદ્ધાંત પ્રમાણે જીવન ચાલ્યું.

✳

વાતાવરણની અસર છે.

સંસારનો પ્રભાવ છે.

એમાંથી બચવું શી રીતે ?

અવકાશયાત્રામાં પણ એ પ્રશ્ન ઊભો થાય છે. અવકાશમાં વાતાવરણ નથી, ચન્દ્ર-ગ્રહો ઉપર વાતાવરણ નથી, અથવા જેમાં માનવી જીવી શકે એવું વાતાવરણ નથી. જુદું વાતાવરણ છે, પ્રતિકૂળ વાતાવરણ છે. માટે અવકાશયાત્રી ત્યાં જાય છે ત્યારે સાથે પોતાનું વાતાવરણ લઈને જાય છે. અવકાશયાનમાં પ્રાણવાયુ બનાવવા, ભેજ લાવવા, ગરમી-ઠંડી રાખવા સાધનો છે, ને એ અવકાશયાત્રીની આસપાસ તેની આખી સફર દરમિયાન એનું પરિચિત, હૂંફાળું, જીવનદાયક વાતાવરણ સર્જી જાય છે. આમ એ શૂન્યની વચ્ચે પણ શ્વાસ લઈ શકે, જીવલેણ વાતાવરણની વચ્ચે પણ જીવી શકે.

એ જ ઉપાય છે.

પોતાનું વાતાવરણ પોતાની સાથે લઈ જવું.

અને સિદ્ધાંતો ને મૂલ્યોની દુનિયાની વાત કરીએ, સંસારની જીવનયાત્રાની વાત કરીએ તો પ્રતિકૂળ વાતાવરણમાં જીવવા, અપ્રમાણિકતા ને અનીતિના સમાજમાં પ્રમાણિક ને નીતિમય જીવન જીવવા, મોહ ને લોભના જગતમાં અપરિગ્રહી ને અનાસક્ત જીવન જીવવા પોતાનું વાતાવરણ સાથે લઈ જવું જોઈએ; ને અહીં વાતાવરણ એટલે બીજા લોકોની વાતચીત ને સલાહ ને વર્તન ને પ્રોત્સાહન. માટે એવા લોકોની સાથે જીવવું જોઈએ, એવા મિત્રોના સંગમાં રહેવું જોઈએ, એવા વિશ્વાસપાત્ર આત્મજનોને જીવનસફરમાં સાથે લઈ જવા જોઈએ કે આપણી સાથે એ પણ સાચી વાતો કરે, એવું શુભ પ્રોત્સાહન આપે, એવું પવિત્ર જીવન જીવે. આપણી આસપાસ એ મિત્રોનું મંડળ એ વાયુમંડળ – જોઈએ કે આપણા સિદ્ધાંતોને પોષે, આપણા આદર્શો સાચવે, અને એમાં રહીને આપણે આપણું જીવન જીવી શકીએ.

મારા આદર્શો સ્પષ્ટ છે. પણ મોળા છે. એમાં જો એ સરખા વિચારવાળા ને સરખા આદર્શવાળા મિત્રોનો સાથ મળે તો એ વિચારોને ટેકો મળશે ને એ અમલમાં મૂકવા શક્તિ મળશે.

મારા સિદ્ધાંતો ચોક્કસ છે, પણ ઢીલા છે. એમાં જો એ સરખા સિદ્ધાંતવાળા મિત્રોની હૂંફ મળે તો એ સિદ્ધાંતો પ્રમાણે જીવવાનું શક્ય બનશે.

મારાં જીવનમૂલ્યો ઊંચાં છે. પણ કાચાં છે. એમાં જો એ જ ઉમદા દિલના મિત્રોનો સહકાર મળે તો જ એ મૂલ્યો સાચવવા ને વ્યવહારમાં ઉતારવા જરૂરી

ઉત્સાહ ને સામર્થ્ય મળશે.

એ મિત્રોની સાથે દિલની વાતો થાય, ધ્યેયની વાતો થાય. લોકો ખોટું કરે તો ભલે કરે પણ આપણે કરવાના નથી એ પ્રતિજ્ઞા લેવાય. ખરો આનંદ કૃત્રિમ ભોગવિલાસમાં નહિ પણ શુદ્ધ ને સરળ જીવનમાં છે એની પ્રતીતિ એકબીજાને કરાય. દુનિયામાં ગમે તે ચાલતું હશે પણ સાચા પ્રેમ ને સેવા ને પ્રમાણિકતા ને પવિત્રતા માટે હજી અવકાશ છે અને આપણે એનો પૂરો લાભ લેવાના છીએ એ નિર્ણય દૃઢ થાય. બ્રહ્મ ખરેખર સત્ય છે ને જગત મિથ્યા છે, ધર્મ સાચો ને વ્યસન ખોટું, અપરિગ્રહ સાચો ને લાંચરુશત ખોટી એ અંતરની ખાતરી હતી, તેની સાક્ષી પુરાય, તેનું સમર્થન કરાય ને તે પ્રમાણે જીવવાનું શરૂ થાય.

જીવવા માટે વાતાવરણ જોઈએ.

શ્વાસ લેવા માટે પ્રાણવાયુ જોઈએ.

ધ્યેય ટકાવવા માટે મિત્રોનું સંગઠન જોઈએ.

એ સાચા મિત્રોના ગાઢ સંપર્કમાં ને સંબંધમાં જ સંસારની સફર સલામતીપૂર્વક કરી શકાય.

✳

સાધુ-સંતોના સત્સંગનું રહસ્ય આ જ હતું.

દુનિયાની તો ઊંધી ચાલ છે, અવળાં વહેણ છે, માટે ચાલો, આપણે એ દુનિયાની વચ્ચે એવું વર્તુળ રચીએ, એવું સંગઠન ઊભું કરીએ કે એમાં શુદ્ધ હવા રહે, નિર્મળ પાણી વહે, સાચી ગતિ સચવાય. કોઈ સાચા સંન્યાસીના સાંનિધ્યમાં આવીએ ત્યારે દિલ પાવન થાય, મન સ્થિર થાય. ધર્મ સાચો છે ને દુનિયાના લોભ ખોટા છે એની આપોઆપ ખાતરી થાય. એવી પૂજ્ય વ્યક્તિના સત્સંગમાં જો સતત રહી શકીએ તો જીવન ખરેખર સુધરે ને સાધના સરળ થાય એ સહજ વિચાર આવે. પણ એ તો કોઈ વાર જ મળે, થોડાક સમય માટે, કોઈ વિરલ વ્યક્તિના સાંનિધ્યમાં મળે.

ખરો સત્સંગ રોજનો, હંમેશનો જોઈએ, જેથી રોજ ને હંમેશ આપણાં સાચાં ધ્યેય પ્રમાણે જીવી શકીએ. ખરો સત્સંગ મિત્રોનો જોઈએ, દોસ્તોનો જોઈએ, સરખા વિચારવાળા ને સરખી લાગણીવાળા આત્મજનોનો જોઈએ, બીજા યુવાનોનો જોઈએ, બીજા વિદ્યાર્થીઓનો જોઈએ.

અનેક યુવાનો એવા સારા વિચારો રાખે છે, એવા ઉમદા આદર્શો સેવે છે. પણ અલગ અલગ રહે છે. એટલે કોઈનું ચાલતું નથી. અને અંતે બધાનું બગડે છે. એમાં હવે જો સંપર્ક આવે, એકતા આવે, મંડળ આવે, વાતાવરણ આવે, તો એ શુદ્ધ હવાથી છાતી ભરાશે ને જુસ્સો આવશે ને હિંમત આવશે. ને બધાને કરવું છે એ સારું કામ બધા કરી શકશે, બધાને જીવવું છે એ પવિત્ર જીવન બધા જીવી શકશે.

ખરો સત્સંગ છે.

ધન્ય મિત્રતા છે.

*

એક પીંછું હવામાં ઉડાડ્યું અને પવનની સાથે એ ઊડી ગયું. પણ હવે એ પીંછાની સાથે બીજાં આવવા દો. ગરુડની પાંખ બની જાય એટલાં પીંછાં આવવા દો. એ બળવાન પક્ષીમાં હવે સ્નાયુઓ છે, હાડકાં છે, તાકાત છે; ને હવાને પાંખનો ઘા કરીને ગરુડ ઊડશે, ને એ પીંછાંઓનો ઢગલો પવનની સામે ગગનને માર્ગે સ્વૈરવિહાર કરશે.

એક લાકડું નદીમાં નાખ્યું એટલે પ્રવાહની સાથે એ તણાઈ ગયું. પણ હવે એ લાકડાની સાથે બીજાં પણ લો, સાથે બાંધો, હોડી બનાવો; અને પાણીને હલેસાંનો ઘા કરીને એ પ્રવાહની સામે ચાલશે, ઊંધી ગતિએ ચડશે ને નદીના મૂળ સુધી પહોંચશે.

એક યુવાન માણસને સમાજમાં ઊભો રાખ્યો એટલે સમાજનાં વહેણ સાથે એ ખેંચાઈ ગયો. પણ હવે એ યુવાનની સાથે બીજા યુવાનોને આવવા દો, મિત્રોને આવવા દો, સાચા દિલનાં સાથીઓને આવવા દો; ને બધામાં શક્તિ આવશે, ઉત્સાહ આવશે, નિર્ણય આવશે, ને દુનિયાની સામે ને દુનિયાની વિરુદ્ધ ચાલીને પોતાના સિદ્ધાંતો સ્થાપશે, પોતાનું જીવન જીવશે, પોતાના આદર્શો મૂર્તિમંત કરશે.

એનું નામ સત્સંગ.

✦

૧૧. જમાનાનો વેગ

કાળની ગતિ આજકાલ વધી ગઈ છે.

ઇતિહાસની ઝડપ વર્તમાનયુગમાં સો ગણી થઈ છે.

જૂનું તે જલદી ને જલદી જૂનું-પુરાણું થતું જાય છે.

અને દૂર લાગતું હતું તે હવે જલદી હાથમાં આવી જાય છે.

તેથી જ ભૂતકાળના બીજા કોઈ પણ યુગ કરતાં આપણા આ નવા જમાનામાં નવી પેઢીનું સ્થાન મોખરાનું, મહત્ત્વનું, અગત્યનું બની ગયું છે.

નવા પ્રશ્નો ઉકેલવા નવી બુદ્ધિ જોઈએ.

નવાં યંત્રો ચલાવવા નવી આવડત જોઈએ.

નવી વિશ્વરચના કરવા નવી હિંમત જોઈએ.

સૂર્યરથના અશ્વો યુગેયુગે બદલાય છે. આ યુગમાં વિધાતાએ તેજ, પાણીદાર, તોફાનગ્રસ્ત ઘોડાઓને સૂર્યરૂપી માનવસંસ્કૃતિના રથે જોડ્યા છે; અને એવા મસ્તીખોર ને બળવાન ઘોડાઓને પળોટવા તેમની લગામ યુવાન સશક્ત સારથિના હાથમાં સોંપી છે. એ નવા અરુણ-નવી પેઢી-ની શક્તિ ને દૃષ્ટિ ને બહાદુરી હવે ઇતિહાસયાત્રાની દિશા બાંધનારી છે. આજના યુવાનોના હાથ પર આખી માનવજાતની ભાગ્યરેખાઓ અંકાયેલી છે.

આ હું તમને – નવયુવાનોને – ખાલી ખુશ કરવા, કે અમને – પ્રૌઢ વૃદ્ધોને – જવાબદારીમાંથી મુક્ત કરવા નથી કહેતો, પણ બધાને આ નવી પરિસ્થિતિનું ભાન કરાવવા ભારપૂર્વક કહું છું.

નદીનાં પાણી ધીમાં વહેતાં હતાં ત્યારે એક જ સુકાની લાંબે સુધી હોડી હંકારી શકતો; પણ હવે પાણીનાં વહેણ વેગીલાં બન્યાં છે માટે વૃદ્ધ હોડીવાળાના

હાથ ઢીલા પડ્યા છે. અને નવી પકડ, નવી તાકાત, નવી છાતી જોઈએ.

*

આદિમાનવ પગે ચાલીને જંગલમાં વિહરતો. પૈડાની શોધ કરીને પહેલું વાહન બનાવતાં યુગો વીત્યા. પહેલા ગાડાથી તે મોટરકારની બનાવટ સુધી સૈકાઓ વહ્યા. હવે મોટરકારથી પ્રથમ અવકાશયાન સુધી આપણે થોડાં વર્ષમાં જ આવ્યા.

પ્રગતિનો વેગ વધે છે.

યુક્લિડથી ન્યૂટન સુધી વીસ સૈકાઓ થયા. ન્યૂટનથી આઇન્સ્ટાઈન સુધી ત્રણ જ થયા. અને એક આધુનિક ગણિતનિષ્ણાતના શબ્દોમાં, "છેલ્લાં સો વરસમાં પૃથ્વીના સર્જનથી તે છેલ્લી સદી સુધીના આખા સમય કરતાં ગણિતમાં વધારે પ્રગતિ થઈ છે."

જ્ઞાનપ્રાપ્તિનો વેગ વધે છે.

રણક્ષેત્રમાં યુગો સુધી માણસ માણસ સામે બાહુબળથી લડતા. પિતા પુત્રને વારસામાં તલવાર ને તીર-કામઠું આપતા. પણ વીસમી સદીની શરૂઆતમાં પહેલા વિશ્વયુદ્ધનો અંત રણગાડીએ, અને વીસ જ વરસ પછી બીજા વિશ્વયુદ્ધનો અંત અણુબૉંબે આણ્યો.

વિનાશનો વેગ પણ વધે છે.

*

અને વેગ વધવાથી જૂની અને નવી પેઢી વચ્ચેનું અંતર પણ ત્વરાથી વધતું જાય છે.

નવા-જૂનાનો ભેદ તો હંમેશનો જ છે. જુવાનિયા ને મોટેરાંઓના પક્ષ સર્જનજૂના છે. વીસ વરસ થાય એટલે નવી પેઢી ગણાય. પણ તમારાં નવયુવાનીનાં વીસ વરસમાં અને તમારા દાદાની યુવાનીનાં વીસ વરસમાં ઘણો ફેર છે. તમારી અને તમારા વડીલોની વચ્ચે જેટલું અંતર છે – મનનું ને દિલનું ને વર્તનનું – એટલું તમારા એ વડીલો (તેઓ તમારા જેવા હતા ત્યારે) અને તેમના જ વડીલો વચ્ચે ન હતું. ત્યારે જમાનાનો વેગ ઓછો હતો. હવે ઝડપભેર એ આગળ ધસતો જાય છે.

જરા વિચાર કરો : તમારા દાદાએ (તમારા જેવા હતા ત્યારે) રેડિયો સેટ જોયો જ ન હતો; તમે ખભે ટ્રાન્ઝીસ્ટર લટકાવીને ફરો છો. તમારા દાદાને ગામ

છોડતાં ફાળ પડતી. તમે પરદેશ જઈ આવ્યા વિના જંપવાના નથી. તમારા દાદા પગે ચાલીને સંતોષ માનતા; તમને સાઇકલ-સ્કૂટર વિના ન ચાલે. તમારા દાદા હજીયે ખડિયામાં કલમ બોળીને લખે છે; તમે સ્કૂલથી જ ટાઇપિંગ શીખ્યા છો. અને મુદ્દાની વાત એ છે કે જો તમારા દાદા પોતાના દાદાની સાથે પોતાની સરખામણી કરે તો એવો ફેર એમને જણાશે નહિ, કારણ કે, એમના દાદા પણ પગે ચાલતા ને કલમથી લખતા ને રેડિયો-ટાઇપિંગનાં લફરાં વિના જીવન ગુજારતા.

મને યાદ આવે છે કે મારા દાદા પોતાના જ દાદાનું ખિસ્સાનું ઘડિયાળ પોતે વાપરતા અને ગર્વથી બધાને બતાવતા. પણ આજે કયો એવો યુવાન હશે જે પોતાના દાદાનું ઘડિયાળ વાપરે ? સમયનો વેગ વધી ગયો છે. માટે એનું માપ લેવા નવું ઘડિયાળ જોઈએ.

નવી પેઢીનો પ્રશ્ન જૂનો જ છે. એ વાત કબૂલ છે. પણ આ જ નવી પેઢીનો આગવો પ્રશ્ન તદ્દન નવો છે, કારણ કે આજની નવી પેઢી સાચે જ નવી છે, અવનવી છે. ફક્ત ઉંમરનો ખાડો નથી, ફક્ત મૂછ-દાઢીનો ફેર નથી, ફક્ત પાઘડી-ટોપી-હેટની ફૅશનનો તરંગ નથી.

સિદ્ધાંતની વાત છે.

જીવનમૂલ્યોની વાત છે.

અંતરના કોડની વાત છે.

નવાં વિમાનોના અખતરા કરવાનું જોખમ ને જવાબદારીભર્યું કામ ખાસ ચૂંટેલા ને તાલીમ પામેલા વિમાનીઓ (ટેસ્ટ પાઇલટ : કસોટી-વિમાની)ને સોંપવામાં આવે છે. એમની પસંદગી માટે એક આવશ્યક શરત હોય છે. તેઓ યુવાન હોવા જોઈએ. માનવજાતના આ નવા ઉડ્ડયન માટે પણ એવા 'કસોટી-વિમાનીઓ' આજે જોઈએ, એવા યુવાનો જોઈએ.

તમે જ નવયુવાન એ શુભ કામ માથે લઈ શકો, બીડું ઝડપી શકો. હા, એમાં જોખમ છે. પણ જો તમે એ જોખમ વહોરશો નહિ તો એ મહાકાય વિમાન કદી ઊડશે નહિ.

*

તમારી સામે આરોપ મૂકશે કે તમને અનુભવ નથી. પણ નવો જ રસ્તો કાઢવાનો છે એમાં અનુભવ શેનો ? ચંદ્રલોકમાં જવાનો કોઈને અનુભવ નહોતો

માટે શું એ અપૂર્વ સાહસ ખેડવાનું આપણે માંડી વાળ્યું ?

તમારે માથે એ આળ ચઢાવશે કે તમે ઉતાવળિયા છો. પણ બેસી રહેવાથી શું પૂરા વેગથી ફરતા કાળચક્ર ઉપર કાબૂ પ્રાપ્ત થશે ?

તમારી વિરુદ્ધ વાંધો ઉઠાવશે કે તમે ઝનૂની છો, ધૂની છો. પણ આદર્શના પવિત્ર આવેશમાં આવ્યા વિના આળસની બેડીઓ તોડવા શક્તિનો સંચાર દિલમાં ને બાહુમાં કેમ થશે ?

હા, તાલીમ જોઈશે, આવડત જોઈશે, તૈયારી જોઈશે. પણ સૌથી વધારે જોઈશે તમારી યુવાનીનો જુસ્સો, તમારી જવાબદારીનું ભાન, તમારા હૃદયનો ઉત્સાહ.

✳

નવી પેઢીના હાથમાં – તમારા જ હાથમાં – ઇતિહાસનું સુકાન આવી ગયું છે.

રાજકુમારના શિર પર – તમારા જ મસ્તક પર – સમ્રાટનો મુગટ મૂકવામાં આવ્યો છે.

વરરાજાના લલાટ પર – તમારા જ કપાળે – નવ-ભાગ્યનું તિલક કરવામાં આવ્યું છે.

નવી પેઢી.

નવું લોહી.

નવું સર્જન.

"આજના આ ફલક પર
ગઈ કાલ લાગે છે પુરાણી.
આવતી કાલે –
નવું દર્શન.
નવું સર્જન.
નવી વાણી !"

– વેણીભાઈ પુરોહિત

એ દર્શન મેળવવું, એ સર્જન કરવું, એ વાણી ઉચ્ચારવી એ તમારો – નવી પેઢીનો – જન્મસિદ્ધ અધિકાર અને તાકીદનું કર્તવ્ય છે.

◆

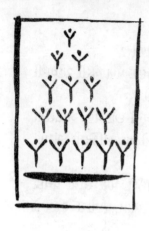

૧૨. જૂઠું

જૂઠું છે એટલે જ ખોટું છે.

એ કાર્યને આપણે ગંદું, મેલું, અશુદ્ધ કહીએ છીએ – અને વાત સાચી છે. કુત્સિત, અઘટિત, નિંદ્ય કહીએ છીએ – અને એ કાર્ય ખરેખર કુત્સિત ને નિંદ્ય છે. પણ તેના મૂળમાં જે બૂરાઈ છે, જે અઘટિતપણું છે એનો સંબંધ અશુદ્ધતા કરતાં અસત્યની સાથે છે. અને તેથી એ ઘોર અપકૃત્ય છે, જૂઠાણું છે, ઢોંગ છે, છેતરપિંડી છે. મોંએથી નહિ પણ આખા દેહથી ઉચ્ચારેલું જૂઠું છે. અને તેથી એ નર્યો અધર્મ છે.

સ્ત્રી-પુરુષની વાત છે.

લગ્નની સાક્ષી વિના, કુટુંબની જવાબદારી વિના, સાચા પ્રેમ ને સાચી એકતા વિના, ખાલી મોહમાં કે વાસનામાં કે લાચારીમાં કે મૂર્ખાઈમાં દેહનું સુખ લૂંટવા એ ભેગાં થાય, લાજ વેચે, ભ્રષ્ટ થાય. એ કાર્ય માટે એમને અધિકાર નથી તોય કરે છે. એની તૈયારી ને એની લાયકાત ને એનો અર્થ ને એનું પરિણામ સાચવ્યા વિના કરે છે. એકતા વિના એકતાનું કામ કરે છે. ભાવના વિના ભાવનાનું કાર્ય કરે છે. એટલે જૂઠું બોલે છે. જૂઠું કરે છે. એમનો એ ખોટો વ્યવહાર મૂર્તિમંત અસત્ય છે, શરીરધારી ઢોંગ છે, અને એટલા માટે જ એ ગંભીર અનીતિ છે.

*

વ્યભિચાર એટલે અસત્ય.

દિલના સંબંધ વિના દેહનો સંબંધ.

જીવનની એકતા વિના શરીરની એકતા.

આત્માના મેળ વિના અંગોનો મેળ.

એટલે ખોટું, જૂઠું, એઠું.

બહારની ક્રિયા તો એકતાની છે. સમર્પણની છે, સ્થિરતાની છે. જ્યારે અંદરની વૃત્તિ ખાલી મોજમજાની છે, ભોગવિલાસની છે, આજે એનો ઉપભોગ કરીને કાલે એને ફેંકી દેવાની છે.

એટલે જૂઠાણું છે.

દેહ કહે છે કંઈ અને આત્મા કહે છે કંઈ. દેહ કહે છે કે, હું તારો છું... તારી સાથે એક છું; પણ મન જાણે છે કે કાલે એને છોડીને બીજી સાથે જશે. દેહ કાયમ સાથે રહેવાનું વચન આપી રહ્યો છે; પણ મન એવું બીજું વચન તોડીને જ આજે આવ્યું છે – અને એ જ રીતે આજનું કાલે તોડશે. દેહનો અભિનય પ્રેમનો છે; મનનો આવેશ વાસનાનો છે. વેશ્યાનો ધંધો છે. ઘડીકમાં પ્રેમનું નાટક ને ઘડીકમાં ફી લઈને છૂટાં પડવાનું. જૂઠું દિલ ને જૂઠો દેહ.

*

જૂઠાબોલો તો જીભથી જૂઠું બોલે છે, પણ વ્યભિચારી માણસ પોતાના આખા દેહથી જૂઠું બોલે છે. શબ્દોના જૂઠ કરતાં અંગેઅંગનું જૂઠ કેટલું વધારે ઘાતક હશે !

સાચી રીત ઊલટી છે. પ્રથમ તૈયારી ને ભાવના ને દિલની ઉપાસના ને મનનો મેળ ને વડીલોના આશીર્વાદ ને સમાજનો વિધિ – અને પછી એના ફળસ્વરૂપે ને એના પ્રતીક ને સંકેત રૂપે પ્રેમની મૂર્ત પ્રક્રિયા.

એકતાની મહોર એકતા જમાવ્યા પછી મરાય.

દેહનો અભિનય અંતરની યોગ્યતા મેળવ્યા પછી થાય.

બહારનો સ્પર્શ અંદરના પ્રેમ ને બલિદાન ને સમર્પણ ને પ્રતિજ્ઞા પછી કરાય.

દેહદાન લગ્ન પછી જ થાય.

આમ શુદ્ધતા ને સંયમના મૂળમાં સત્ય છે. વ્યક્તિને વ્યક્તિ પ્રત્યે જે સાચું વલણ હોય, સંબંધ હોય. એકતા હોય એ દેહ દ્વારા વ્યક્ત કરવાનો આગ્રહ છે. પતિ-પત્નીની એકતા હોય તો જ પતિ-પત્નીનું કાર્ય થાય. બાકીનું જૂઠું છે અને તેથી ખોટું, અશુદ્ધ, નિંદ્ય છે.

જૂઠું ☆ ૪૯

સત્ય એ શુદ્ધતાનું બળ છે. સત્ય બ્રહ્મચર્યનો પાયો ને પતિ-પત્નીની પરસ્પર વફાદારીનું રક્ષક છે. શુદ્ધતાનો ભંગ એટલે સત્યનો દ્રોહ.

✳

અશુદ્ધ વિચારો શા માટે ખોટા છે ?

કારણ કે એમાં પણ અસત્ય છે. દેહ કુંવારો છે ને મન જાતીય વિલાસ કરે છે. દુનિયા આગળ તે બ્રહ્મચારી છે. પણ તેના મનની અંદર શૃંગાર ચાલે છે. એટલે પાછું જૂઠાણું છે. ઢોંગ ને નાટક. બહારનો દેખાવ જુદો અને અંદરની સૃષ્ટિ જુદી. અસત્ય. અબ્રહ્મચર્ય.

ખોટી નજર શા માટે ખોટી છે ?

કારણ કે એ પણ જૂઠી છે. તે સ્ત્રી તો એની 'બહેન' છે, અને 'બહેન' કહીને એ સંબોધે છે. પણ એની આંખ એને બહેન તરીકે જોતી નથી. એ વિવેકથી એની સાથે બોલે છે, પણ વાસનાથી એની તરફ જુએ છે. બહારથી સભ્યતા રાખે છે, પણ અંદરથી વિલાસિતા ચલાવે છે. શબ્દો સંયમના છે, પણ નજર લોલુપતાની છે. આંખનું જૂઠ છે. નજરનો દ્રોહ છે. અસત્ય છે. અબ્રહ્મચર્ય છે.

એકાંતનું પાપ શા માટે પાપ છે ?

કારણ કે એ જૂઠું છે. સર્જકક્રિયા સર્જન વિના થાય, જીવનદાન જીવન વિના થાય – અરે દાન જ વિના થાય, કારણ કે કોઈ તે સ્વીકારવા હાજર નથી, પછી દાન જ શાનું ? કુદરતે બીજાની સાથે ને બીજાને માટે વાપરવા જે શક્તિ આપી છે તે પોતાને માટે ઉજ્જડ એકાંતમાં વપરાય. સાથી વિના આલિંગન. સામે બોલનાર વિના સંવાદ, ભ્રષ્ટ નાટક. વ્યર્થ મુદ્રા. આખી રીત જ જૂઠી છે, ગાંડી છે, વિકૃત છે. ચોખ્ખું અસત્ય છે. બ્રહ્મચર્યનો ભંગ છે. અને એટલા માટે જ કુદરતના નિયમ વિરુદ્ધ થતું કૃત્ય ખોટું છે : કારણ કે એ પણ જૂઠું છે, અવળું છે, અસત્ય છે. હેતુ વિના કાર્ય. ક્ષેત્ર વિના બીજ.

અને ઊલટું, પરિણીત જીવનના પુણ્ય સાન્નિધ્યમાં જ્યારે પતિ-પત્ની સાથે સાથે પ્રેમની આરાધના ને જીવનની સાધના કરી કરીને એકબીજાની નજીક આવે છે, બે મટીને એક બની જાય છે, વિચારમાં ને ભાવનામાં ને કલ્પનાઓમાં ને અભિલાષાઓમાં એક બની જાય છે, અને એ એકતાની સિદ્ધિમાં મનના પરિશ્રમ ને દિલના ભાવ પછી દેહ પણ સહકાર આપવા તૈયાર થાય અને હૃદયમાં હતો

૫૦ ✫ સમાજમંગલ

એ અદ્વૈતનો ભાવ હવે દેહ દ્વારા વ્યક્ત થાય, મૂર્તિમાન થાય, સંપૂર્ણ થાય – ત્યારે એ દેહની ક્રિયા સાચી બને, સાર્થક બને, સત્યનો આવિર્ભાવ બને, અને એ પતિ-પત્નીને ધન્ય બનાવે.

✳

દેહના સંબંધમાં સત્યનો અવતાર થયો તે સંબંધ સાચો, શુદ્ધ, પવિત્ર. અને તે સત્ય વિના દેહનો કોઈ વ્યવહાર ખોટો, અશુદ્ધ, અમંગળ.

એમાં શુદ્ધતા, સંયમ, બ્રહ્મચર્યની વ્યાખ્યા આવી.

સંયમ તે ખાનદાની.

શુદ્ધતા તે પ્રમાણિકતા.

બ્રહ્મચર્ય તે સત્ય.

એ જ એનું ખરું મહત્ત્વ છે.

◆

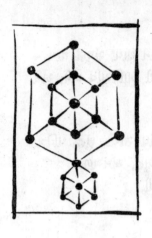

૧૩. ખોટો સહકાર

"મને એમ કે તે વિરોધ કરશે." – એ યુવાન ગરીબ અવાજે ને નીચી નજરે બોલતો હતો. "મને ખાતરી હતી કે હું એવું કરવા જાઉં તો તે સામે થશે, વિરોધ બતાવશે, છટકવાની કોશિશ કરશે. પણ એવું કાંઈ બન્યું નહિ. મેં હુમલો કર્યો ત્યારે એ તાબે થઈ. પોતે મારા હુમલાની રાહ જોતી હોય એવું લાગ્યું. એટલે મારી હિંમત વધી કે નફટાઈ વધી. ને પછી મેં પોતે વિચાર્યું નહોતું, ધાર્યું નહોતું એટલું બધું હું કરી બેઠો."

છોકરો સાચો હતો. પોતાનો બચાવ કરવા માટે એ એમ બોલતો નહોતો. પોતાનો દોષ એ પૂરેપૂરો કબૂલ કરતો હતો. પોતાની ભૂલ હતી, પોતાની જવાબદારી હતી પણ એના મનમાં એ વસવસો રહ્યો હતો કે, એ છોકરી સામે ન થઈ ! જ્યાં વિરોધ મળવો જોઈતો હતો ત્યાં સહકાર મળ્યો, જ્યાં અટકી જવાનું ચિહ્ન મળવું જોઈતું હતું ત્યાં આગળ જવાનું પ્રોત્સાહન મળ્યું. એટલે આગળ જવાયું. ખાલી થોડી ચેષ્ટા કરવી હતી ત્યાં ભારે અમંગળ કરી બેઠા...

એમાં એ છોકરીની સામે ફરિયાદ નહોતી. પોતે પહેલો ગુનેગાર હતો, પછી બીજાનો દોષ કેમ કાઢવા જાય ? હું દોડવા માંડું, પછી 'મને કેમ ન રોક્યો ?' એ ફરિયાદ શું મોં લઈને કરી શકાય ? ને તોય છોકરાની વાતમાં તથ્ય હતું. નિખાલસ આશ્ચર્ય હતું. હું દોડતો હતો, પણ મારો વેગ ઘણો નહોતો : પછી મારા વેગમાં વેગ કેમ ઉમેર્યો ? મારે દૂર જવું નહોતું, પછી મને કેમ આગળ ધકેલી મૂક્યો ? મારે થોડુંક સાહસ કરવું હતું, એમાં સામેથી પૂરી સગવડ કેમ કરી આપી ? બહેન ! મારું સાચું દિલ કેમ ન પારખ્યું ? એક શબ્દથી કે એક

તમાચાથી મને કેમ ન વાર્યો ? એ વખતે મને વાર્યો હોત તો આજે તમારો કેટલો આભાર માનત !...

✳

એ યુવાનને ખાતરી હતી કે એ યુવતી સામે થશે, વિરોધ કરશે, કારણ કે એની પવિત્રતા વિશે એને ઊંચો ખ્યાલ હતો. પુરુષમાં વાસના ને સ્ત્રીમાં પવિત્રતા – એમ એનું નિર્દોષ મન માનતું હતું. પુરુષ પશુ ને સ્ત્રી સતી – એમ એ નિખાલસ ભાવે માનતો હતો ને એ નાજુક યુવતી, એ ઠાવકી છોકરી એ છોકરાના મનમાં તો પવિત્રતાની મૂર્તિ ને સ્ત્રીત્વના આદર્શ સમી ઊભી હતી. પણ હવે એ આદર્શ તૂટી ગયો હતો. એ કલ્પના ઊઠી ગઈ હતી. પોતાનામાં જેટલી વાસના છે તેટલી એનામાં પણ છે એની ખાતરી થઈ હતી. કંઈક સૌમ્ય રૂપે, કંઈક સુષુપ્ત ભાવે, પણ એ જ વાસના, એ જ તૃષ્ણા, એ જ લોલુપતા. એ આદર્શની મૂર્તિ ખંડિત થઈ હતી, અને સાથે દુનિયાને માટે, જીવનને માટે, ચારિત્ર્યને માટે પોતાની જે આશા હતી ને જે ઉત્સાહ હતો એના લીરેલીરા પણ ઊડી ગયા હતા. બસ. બધે જ એવું હશે. હવે શાની આશાએ જિવાશે ?....

એટલા માટે એ યુવતીની સામે એને રોષ હતો. દિલની ફરિયાદ હતી. અધિકાર ન હોવા છતાં, એના કરતાં પોતાનો ગુનો મોટો હોવા છતાં મનમાં ને મનમાં એ એને ઠપકો આપી રહ્યો હતો. સ્ત્રીના હૃદયમાં કામવાસનાની અણધારી શોધ થતાં પોતે ચકિત થઈ ગયો હતો, ઉદાસ બની ગયો હતો. આખરે બધાં સરખાં, એમ ને ? એ અમંગળ અનુભવથી એના મનમાં સમસ્ત સ્ત્રીજાતનું અવમૂલ્યન થયું હતું.

✳

અને સ્ત્રીજાતની વાત તો જુદી, પણ એ યુવતી – જેને માટે વિશેષ પ્રેમ ને આદર ને માન ને પૂજ્યભાવ દિલમાં હતાં, ને જેની સાથે આદર્શ દાંપત્યમાં આખી જિંદગી ગાળવાનાં સ્વપ્નો કલ્પનામાં હતાં – એ યુવતી પણ આરાધ્ય દેવીના પદમાંથી ભ્રષ્ટ થઈ એટલે નિરાશાનો પાર ન રહ્યો. હવે એ મામૂલી લાગતી હતી, સાધારણ લાગતી હતી, સસ્તી લાગતી હતી. હાથ લંબાવીએ એટલે પોતે નજીક આવે, સૂચના આપીએ એટલે ઉત્સુકતા બતાવે, છૂટ લઈએ એટલે પ્રસન્ન મુખ બતાવે – એ શું સ્વમાની સ્ત્રી કે બજારની પૂતળી ?...

સ્ત્રીની સૂઝ, સમજશક્તિ, પારખશક્તિ તીવ્ર હોય છે. તો શું, એને ખબર

પડી ન હોય કે એ યુવાનને ખરેખર શું જોઈતું હતું ? એને સસ્તો સંતોષ જોઈતો નહોતો, તુચ્છ શરીરસુખ જોઈતું નહોતું. એની ચેષ્ટાનો અર્થ જુદો હતો, એના દિલનો સંદેશ બીજો હતો. પુરુષના વર્તનમાં સંદિગ્ધતા હોય છે, વિરોધાભાસ હોય છે. બહારથી કંઈક કરે ને અંદરથી બીજું માગે. દેહનો અભિનય કંઈક બતાવે ને અંતરની ઇચ્છા બીજું ઝંખે. પોતે જાણતો નથી કે પોતાને શું જોઈએ છે. પણ એને આશા હતી કે, પોતે ન જાણે તો સ્ત્રી જાણશે, અવળા પ્રયોગમાં પણ તે દિલની સાચી ઇચ્છા વાંચશે, અયોગ્ય ચેષ્ટામાં પણ સાચા જવાબની ઝંખના જોશે. એ યુવાનને લાગણીની હૂંફ જોઈતી હતી, સાથની ખાતરી જોઈતી હતી, પોતાની બેકાબૂ પ્રકૃતિને મર્યાદામાં રાખવા માર્ગદર્શન ને પ્રેરણા ને સહકાર જોઈતાં હતાં. એને સલામતી જોઈતી હતી. પોતાની જાતની સામે જ સંરક્ષણ જોઈતું હતું. ને એની શોધમાં તે એ યુવતીની પાસે ગયો. કઢંગી રીતે ગયો, ખોટું મોં બતાવીને ગયો, પણ એ ગરજ લઈને ગયો, ને એની આશા ખોટી પડી. એના વર્તનનો સ્થૂળ અર્થ લેવાયો, એનો સૂક્ષ્મ ને સાચો અર્થ ધ્યાનમાં ન આવ્યો. ને એમાં એ પડ્યો. જીવન માટેનું એનું ધ્યેય પણ પડ્યું.

✳

''મને એમ કે તે વિરોધ કરશે, સામે થશે.'' એ છોકરી હવે આ શબ્દો સાંભળી શકત તો ! એ કોણ છે ને કેવી છે એની ખબર નથી. સ્ત્રી છે ને યુવાન છે એટલી ખબર છે. પણ જો આ શબ્દો એ સાંભળે તો એના દિલમાં ઘા પડ્યા વિના તો ન રહે એ ખાતરી છે. એની પાસેથી વિરોધની આશા રાખવામાં આવી હતી, નહિ કે સહકારની. અને વિરોધ પણ સાચો ને પૂરો. ખાલી 'ના' કહેવી પણ તૈયારી બતાવવી, મોંએથી સંકોચ કરવો પણ દિલના સંકેતથી આમંત્રણ આપવું એમ નહિ. એ નાટકનો વિરોધ છે. 'હા'ના અર્થમાં 'ના'નો પ્રયોગ છે. પણ સાચા વિરોધની આશા હતી, અટકાવનાર વિરોધની આશા હતી. આશા નહિ, ખાતરી હતી. ને એટલા માટે ખોટું સાહસ કરવા પણ લલચાયો. અણીને વખતે એ મને રોકશે. ઢોળાવ પડતો રસ્તો છે ને સાઇકલ વેગ પકડીને ઊતરતી રહેશે, પણ સાઇકલમાં બ્રેક છે એટલે છેલ્લે બ્રેક મારીને વેગ ઓછો કરીશું ને જોખમના વળાંક પહેલાં સાઇકલ ઊભી રાખીશું. અને બ્રેક એ યુવતીના હાથમાં હતી. પણ બ્રેક લાગી નહિ. વેગ ઓછો થયો નહિ. ને જોખમનો વળાંક આવ્યો. ને અકસ્માત થયો. બ્રેકના ભરોસે ખોટું સાહસ

ખેડ્યું હતું. ને બ્રેક ખોટી પડી. એ છોકરી એ સાંભળે તો ?

દોષ તો બંનેનો હતો, પણ બેમાંથી એક સાચું નીવડ્યું હોત તો બેનું પતન ન થાત. કંઈ નહિ. હવે તો જે થવાનું હતું એ થઈ ચૂક્યું હતું. બે યુવાન લોકોની આશા ને વિશ્વાસ ઊડી ગયાં હતાં. 'હું નબળો છું, પણ બીજાનો ટેકો લઈને ઊભો રહી શકીશ.' એ શ્રદ્ધા પણ હવે રહી નહોતી. જીવનનો રંગ બદલાયો હતો. દિલનાં સ્વપ્ન વિખેરાયાં હતાં.

એ યુવાનના અવાજમાં ગુસ્સો નહોતો, ફરિયાદ નહોતી, ઠપકો નહોતો. ખાલી નિરાશા ને ઉદાસીનતા હતાં. પોતાની સાથે વાત કરી રહ્યો હોય એ રીતે ધીરેથી, સ્વગત, ગરીબ અવાજે એ બોલ્યો હતો. ''મને એમ કે તે વિરોધ કરશે.''

એ વાક્યમાં યુવાનીમાંથી પોતાનું રાજીનામું હતું.

◆

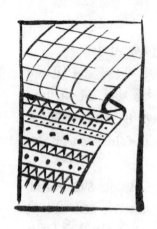

૧૪. ચાંદલો

કન્યા ચાંદલો કરે છે.

અરીસાની સામે ઊભી છે. સવારનું પ્રસાધન પૂરું થવા આવ્યું છે. મોં ઉપર સ્નાનની પવિત્ર તાજગી છે. હમણાં ઓળેલા બાંધેલા વાળમાં ચમક છે, સુગંધ છે. ને તે કુમકુમની ડબ્બી લે છે, રંગ પસંદ કરે છે, વચલી આંગળીના ટેરવે એનો લેપ લે છે. કપાળને લગાડે છે, આકાર બાંધે છે, ઠીક કરે છે – અને એ મંગળ ચિહ્નથી એકદમ દીપી ઊઠેલા પોતાના મોંની સામે સંતોષની નજરે જોતી રહે છે.

રોજનો કાર્યક્રમ છે.

શણગારનો વિધિ છે.

સૌન્દર્યનું સદાવ્રત છે.

અને રોજનું છે માટે કદાચ એ કન્યા કે એ યુવાન સ્ત્રી અથવા એ સૌભાગ્યવતી એનું મહત્ત્વ ભૂલી જાય છે, એનો સંદેશ ચૂકી જાય છે. કદાચ ફક્ત ટેવ છે એટલે કરે છે, રિવાજ છે એટલે કરે છે, ફૅશન છે એટલે કરે છે, અને એનો મર્મ એ ભૂલી જાય છે, એનું પુણ્ય ચૂકી જાય છે. કારણ કે એ ચાંદલામાં મર્મ છે ને પુણ્ય છે; કુમકુમના એ ટપકામાં સંસ્કારો ને મંત્રો ને શક્તિ ને પ્રેરણા ભરેલાં છે. ધર્મનું અંગ છે. સંસ્કૃતિનો અંશ છે.

✳

ચાંદલો કપાળ પર થાય છે. કપાળમાં વિધિના લેખ કોતરાયેલા છે એમ લોકવાણી કહે છે. હકીકત જુદી હશે, પણ માન્યતા બોધક છે. માનવીનું ભાવિ

એના કપાળમાં. તકદીરના લેખ એના મસ્તક પર. અમુક સંસ્કારો લઈને એ જન્મ્યો છે, અમુક સંજોગોમાં એ જીવે છે, અમુક વાતાવરણમાં એ આવ્યો છે, ને એની અસર એના ઉપર છે, એના લિસોટા એના ભાગ્યમાં છે. એમાં પુરુષાર્થ આવશે ને પુણ્ય ને સાધના આવશે. એટલે એ લેખ લખાતા જશે, કપાળની કરચલીઓમાં એની રેખાઓ અંકાતી જશે. એ કન્યા માટે પણ એનું યુવાન, નિર્મળ, શુભ્ર, સુંવાળું કપાળ એના ભાવિનું પ્રતીક છે. એમાં એનો વારસો છે. એમાં એનું ભવિષ્ય છે. એમાં એનાં સ્વપ્નો છે. એમાં એની ભીતિ છે. ને હવે તે એના ઉપર ચાંદલો કરે છે. પોતાના મંગળ હાથે, ક્ષણિક ધ્યાનમાં, મૌન પ્રાર્થનાથી ચાંદલો કરે છે. શ્વેત લલાટ ઉપર ધર્મનો રાતો રંગ (જોકે હવે તો બિંદી માટે મેઘધનુષ્યના બધા રંગો અને તેની બહારના પણ કેટલાક વપરાય છે) લગાડે છે.

વિધિના લેખ ઉપર ભગવાનની કૃપા લાવે છે.

નસીબની રેખાઓ ઉપર મંગળની મુદ્રા મૂકે છે.

ભવિષ્યનાં સ્વપ્ન ઉપર પરમાત્માના આશીર્વાદ ઉતારે છે.

ચાંદલામાં એ પ્રાર્થના છે, એ મંત્ર છે. મારો આજનો દિવસ પવિત્ર જાય, મારું આખું જીવન શુભ નીવડે એ અરજી એમાં છે, એ ઉંમેદ એમાં છે. રક્ષણનો ભાવ છે. અભયદાનની મુદ્રા છે. એ કન્યા હવે બહાર જશે, કામે લાગશે, કૉલેજમાં જશે કે બજારમાં જશે, વાતે વળગશે કે વાંચવા બેસશે, સવારનો એ ભાવ તે ભૂલી જશે, પ્રાર્થનામાંની અરજ એ વિસારે પાડશે – પણ એના કપાળ ઉપરની એ બિંદી બોલતી રહેશે, ભગવાનને હાક મારતી રહેશે કે મને બચાવો, મારું રક્ષણ કરો, બૂરા પ્રસંગથી મને દૂર રાખો, સંસારનાં જોખમથી અને મારી મૂર્ખાઈથી મને ઉગારી લો. એ એક ચીતરેલી પ્રાર્થના છે, કપાળ ઉપર અંકિત થયેલી વિનંતી છે.

ઓમ્‌કારનો અનુસ્વાર છે.

અમૃતનું ટીપું છે.

શરત્પૂર્ણિમાનો ચંદ્ર છે.

અને ભગવાન એ જોઈને એ પ્રાર્થના યાદ કરે છે, એ ભાવના ઝીલે છે, અને પ્રસન્ન થઈને રક્ષણ કરે છે, આશીર્વાદ દે છે.

*

ચાંદલામાં સમર્પણનો ભાવ પણ છે. સૌભાગ્યવતી ચાંદલો કરે છે ત્યારે એનો એ અર્થ થાય છે કે મારો ધણી જીવે છે, મારો માલિક છે; હું એની છું, ને એની જાહેરાત દુનિયાની આગળ કરવા સૌ જોઈ શકે એ રીતે મારા કપાળ ઉપર આ સૌભાગ્યનું ચિહ્ન કરું છું. હવે કોઈની લોભી નજર મારા ઉપર ન પડે, કોઈની કામી વૃત્તિ મારા પ્રત્યે ન જાગે. હું બીજાની છું એનો આનંદ મને છે, એનો ગર્વ મને છે. અને તેથી રોજ આ મોટો ને ગોળ ચાંલ્લો કરીને આખી દુનિયાને આ વાત જણાવું છું, યાદ દેવરાવું છું. અને ન કરે નારાયણ ને હું પોતે ભૂલી જાઉં કે હું બીજાની છું, તો મારા કપાળ ઉપરની એ જાહેરાત બીજાઓને જાણ કરશે ને મને ભાન કરાવશે ને સૌને ઉગારી લેશે.

ચાંદલામાં સમર્પણ છે. પ્રેમનું, ભક્તિનું, દિલનું. હું બીજાની છું – ને આખરે ભગવાનની છું. એ ભાવના પણ છે. એ અર્થ પણ છે. એ મારો ધણી. એ મારો માલિક. ને એની આ સંજ્ઞા છે. રાજાની મુદ્રા છે. ઈશ્વરની મહોર છે. એ પણ મારા કપાળ ઉપર. મારે હાથે, મારી શ્રદ્ધાથી. હા, મારો ધણી જીવે છે, મારો ભગવાન જીવે છે. હું સૌભાગ્યવતી છું, અખંડ, અનંત, અમર સૌભાગ્યવતી છું. મીરાંબાઈની જેમ રાંડવાનો ભય ટાળ્યો. અને એ ભાવ રોજ સવારે આ ચાંદલો કરતી વખતે દિલમાં છે. ભક્તિનો કાર્યક્રમ છે. ધર્મની ક્રિયા છે.

માટે ચાંદલો કરતી વખતે અંગેઅંગમાં પવિત્રતાનું સ્પંદન અનુભવાય છે. અને જવાબદારીનો રણકો પણ દિલમાં સંભળાય છે. એ શ્રદ્ધાની જાહેરાત છે, શીલની દીક્ષા છે. એ બિંદીમાં ભક્તિ છે, મોહ નથી; સમર્પણ છે, વશીકરણ નથી. એમાં દેહના રૂપનું પ્રદર્શન નથી, આત્માના તેજનો ઝબકારો છે. ખરું કહીએ તો અંતરના માંગલ્યના પ્રતીકરૂપે તે બાહ્ય સૌંદર્યનો કળશ છે.

*

દુનિયાને જેની સૌથી વધારે જરૂર છે તે સંદેશ ને તે બોધ ને તે ખાતરી એ છે કે ઈશ્વર જીવે છે, કે ભગવાન છે, ને તે સૃષ્ટિના માલિક છે અને માનવીના હૃદયના ધણી છે. અને એ સંદેશો સ્ત્રીના લલાટ ઉપરનું એ સૌભાગ્યનું ચિહ્ન એને આપી રહ્યું છે – દુનિયા એ ઝીલી શકે તો. રસ્તામાં સ્ત્રી મળી. સ્મિત કર્યું. મોં સામે જોયું. ચાંલ્લો જોયો. અને દિલને એ સંદેશો મળ્યો. એનો ધણી જીવે છે. મારોય ધણી જીવે છે. ભગવાન છે. સૃષ્ટિનો માલિક છે. હૃદયનો નાથ

છે. એનો આ ચાંલ્લો છે. એની આ ધજા છે. ને રોજ મળતી એ અસંખ્ય નિશાનીઓ, એ હસમુખી સ્ત્રીઓ, એ રંગરંગના આકાર-આકારના ચાંલ્લાઓ એ ખબર આપતા જાય છે, યાદ દેવરાવતા જાય છે, ખાતરી કરાવતા જાય છે કે ભગવાન છે, ધણી જીવતો છે, ધર્મ સાચો છે. ચાંદલાનો એ મર્મ છે. પછી એના જેવી શુભ શુકનવંતી મંગળકારી નિશાની બીજી કોઈ હોય ?

*

ચાંલ્લો મસ્તક ઉપર થાય છે. અને મસ્તકમાં માનવીના વિચારો ચાલે છે. એની યોજનાઓ ને એની ચિંતાઓ, એનાં સ્વપ્નો ને એની મુરાદો, ખોટું કરવાનાં કાવતરાં અને સારું કરવાના મનસૂબા – બધાં એમાં ચાલે છે. મસ્તકમાં માનવીના વિચારો ચાલે છે. અને તે એનું જીવન ઘડે છે, ને તે દ્વારા આખો સમાજ ને આખી દુનિયા ચલાવે છે. વિચારોમાં એ શક્તિ છે. વિચારોનું ધામ મસ્તક છે. અને મસ્તક ઉપર હવે સ્ત્રીના હાથે ચાંલ્લો થાય છે. કંકુનો રંગ પડે છે. ધર્મની નિશાની ચિતરાય છે. એટલે કે એ વિચારોના ધામ ઉપર હવે ધર્મની પ્રેરણા આવે છે, નીતિની મર્યાદા આવે છે, ભગવાનનો આશીર્વાદ આવે છે. હવે એ મસ્તકની અંદર, એ કપાળના પડદાની પાછળ કોઈ મેલો વિચાર ન પાલવે, કોઈ અશુભ કલ્પના ન પરવડે.

પથ્થર ઉપર કંકુનું છાંટણું પડ્યું એટલે એ પવિત્ર બન્યો. હવે એનો ઉપયોગ મંદિર માટે થાય, પૂજા માટે થાય. ફરસબંધી બનાવવા માટે ન જ થાય, તો માથા ઉપર ચાંદલો પડ્યો એટલે એનો ઉપયોગ શુભ કાર્ય માટે જ થાય. ગમે તે વિચારો કરવા કે થવા દેવા, આવવા-જવા દેવા માટે ન થાય. રસ્તાના પથ્થર માટે ન થાય. ચાંદલામાં મસ્તકનો અભિષેક છે, વિચારોનો સંસ્કાર છે, બુદ્ધિની દીક્ષા છે. (હા, સ્ત્રીને પણ બુદ્ધિ હોય છે. પૂરી હોય છે. તીવ્ર હોય છે. અને તે પાનીએ નહિ પણ મસ્તકમાં જ હોય છે.) શુભ વિચારોથી શુભ જીવન બને, ને શુભ વિચારોનો રક્ષક ને પ્રેરક ને દ્યોતક ને વર્ધક એ જ ચાંદલો છે.

*

ચાંદલો શુભ પ્રસંગે થાય નવા સાહસના પ્રભાતે થાય, લડાઈ માટે જતી વખતે થાય, વિજય કરીને પાછા આવતી વખતે થાય. વિજયનો ભાવ એમાં છે. એટલે ઉપકાર ને કૃતજ્ઞતાનો ભાવ એમાં છે. આજે સંકલ્પ તરીકે એ થાય

છે. કાલે પાર પાડેલા સંકલ્પ માટે આભારદર્શન રૂપે થશે. આજે આ કન્યા જીવનને પરોઢિયે ઊભેલી આશા ને સ્વપ્ન ને સંકલ્પ ને આકાંક્ષાનો ચાંલ્લો કરે છે. કાલે એ જીવનની સંધ્યાએ નમેલી ઉપકાર ને આભાર ને કૃતાર્થતાનો ચાંલ્લો કરશે (ને કદાચ એને સમાજ ને રૂઢિ કપાળ ઉપર દશ્ય ચાંલ્લો કરવા ન દે તો તે હૃદય ઉપર ધન્યતાનો અદશ્ય ચાંલ્લો તો કરશે જ.) સીમોલ્લંઘનના ચાંદલા પછી દિગ્વિજયનો ચાંદલો આવશે. કન્યાની ઉમેદ પછી દાદીમાની સાધના આવશે.

*

કન્યા ચાંદલો કરતી હતી. હવે પૂરો કર્યો હશે. એનો મર્મ એ જાણે છે, કે એનો અર્થ એ સમજે છે...એ ખબર નથી. કદાચ એણે એનું મંથન કર્યું નથી. એની કથા સાંભળી નથી. કદાચ તે એ બેદરકારીથી કરે છે, લહેરથી કરે છે, ફક્ત ટેવના બંધનથી કરે છે. ભલે. એ ચાંદલામાં પુણ્ય છે, શક્તિ છે, જાદુ છે. અને દિલને શ્રદ્ધા છે કે એ ચાંદલાનું મંગળ બીજ એ કન્યાના જીવનમાં પૂરું ફળશે જ.

✦

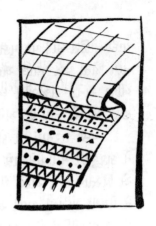

૧૫. પ્રેમપત્ર

તમે એ પત્ર લખી રહ્યા હતા. ધ્યાનથી, કાળજીથી. આટલી કાળજીથી તમે કદી કોઈ પત્ર લખ્યો નહોતો. સારા કાગળ લઈને, ખરીદીને, ત્રણ-ચાર વખત લખીને, ફાડીને. સારા અક્ષર કાઢીને. સારાં વાક્યો ગોઠવીને. લખ્યા પછી વાંચીને. વાંચ્યા પછી ફરી લખીને. પણ છેલ્લે પૂરો લખાયો. સહી થઈ. સહી કરતી વખતે હૃદયમાં લાગણીનો ઉછાળો થયો. એ જોઈને એને શું લાગશે? સહીમાં નામ છે, સાક્ષી છે. પહેલો સંપર્ક હશે. કેવો લાગશે? પછી તમે કાગળ વાળ્યો. તમારા પછી હવે એના જ હાથે એ કાગળ લેશે, એનો સ્પર્શ કરશે, ખોલશે – એ ખ્યાલ સાથે તમે કાગળ વાળ્યો અને રોમાંચ અનુભવ્યો. પરબીડિયું લઈને કાગળ અંદર મૂક્યો અને સરનામું કર્યું.

એ સરનામું મેળવતાં તમને ઠીક મુશ્કેલી પડી હતી. એ ક્યાં રહેતી હતી એની તમને ખબર નહોતી. કૉલેજમાં જોઈ હતી, એટલે કઈ તરફ એ જાય છે એનો ખ્યાલ હતો. પણ એના ઘર સુધી જવાની હિંમત નહોતી. દૂરથી પૂજા હતી. સંકોચ કે મૃદુતા કે અત્યંત આદરને લીધે હશે, પણ એને સહેજ પણ અગવડ કે મૂંઝવણ થાય એ તમારે માટે અસહ્ય હતું એટલે તમે દૂર રહ્યા હતા. એનું નામ પણ જાણતાં વાર લાગી હતી. એની એક બહેનપણીએ એને એક વાર નામથી બોલાવી હતી અને તમે સાંભળ્યું ત્યારે જાણ્યું. સુંદર નામ હતું. મધુર હતું. એને શોભે એવું. એ બોલવામાં કેટલી મીઠાશ હતી! એ લખવામાં કેવો નશો હતો!

પણ હજી અધૂરી માહિતી હતી. એની અટક એના વર્ગના વિદ્યાર્થીઓની

યાદી નોટિસ-બૉર્ડ પર મુકાઈ એ ઉપરથી જાણી. સાથે પિતાનું નામ હતું. પિતાનું નામ જોતાં પણ ખ્યાલ આવ્યો કે આ બાબતમાં બીજી અનેક વ્યક્તિઓને અને બીજા અનેક સંજોગોને ધ્યાનમાં લેવાં પડશે. પણ એ ચિંતા કરવાનો સમય હજી આવ્યો નહોતો, અને એનું પૂરું નામ જાણ્યાનો સંતોષ તો હતો.

પછી સરનામું તો કૉલેજની ઑફિસમાં તપાસ કરીને, કોઈ બહાનું કાઢીને ને કારકુનને મનાવીને તમે છેવટે મેળવ્યું હતું. જે બસમાં એ બેસતી એ તરફનો એ વિસ્તાર હતો એટલે મેળ બેઠો. એ મહામોલું સરનામું તમે ધ્યાનથી ઉતાર્યું ને પ્રેમથી સાચવ્યું. પછી એ પેલા પત્રના પરબીડિયા ઉપર સ્પષ્ટ અક્ષરે લખ્યું.

પરબીડિયું બંધ કરવા જતા હતા, પણ ફરી એક વાર પત્ર વાંચવાનું મન થયું એટલે એ અંદરથી કાઢીને તમે છેલ્લી વાર વાંચ્યો.

✻

એનું એ નામ.

હા, શું સંબોધન કરવું એનો તમે ખૂબ વિચાર કર્યો હતો. 'પ્રિય' લખવાની પહેલી વૃત્તિ હતી. એ પ્રિય તો હતી જ, અત્યારથી પ્રાણપ્રિય હતી, પ્રિયતમા હતી, પણ 'પ્રિય' લખીએ અને એ પહેલો શબ્દ એ જુએ તો ભડકશે અને પત્રની ઊંધી અસર પડશે એ બીક હતી એટલે એ ન લખાયું. 'બહેન' લખવાનો વિવેક સૂઝ્યો. પણ એને બહેન નહિ, બીજું કંઈ બનાવવાનો સવાલ હતો એટલે એ પણ ન લખાયું. છેવટે એકલું નામ લખ્યું. એનું એ સુંદર, પ્રિય, કર્ણમધુર નામ. કેવું એ શોભતું હતું ! અને એને એ જોવું ગમશે ને !

નામ પછી શરૂઆત ઠીક કરી હતી. એ પ્રસંગ, એ ધન્ય પ્રસંગનો ઉલ્લેખ કરીને તમે તમારી ઓળખાણ આપી હતી. એક દિવસ તમે બસમાં મળ્યાં હતાં. ગિરદી હતી. તમે એને બેસવાની જગ્યા કરી આપી. એ બેઠી. હિંમત કરીને તમે પૂછ્યું, "તમે ફલાણી કૉલેજમાં ભણો છો ?" એણે કહ્યું, "હા." અને આટલા રસિક ને સમૃદ્ધ સંવાદ પછી બંને મૌન રહ્યાં.

એ પ્રસંગની યાદ કરાવીને તમે હવે લખ્યું હતું કે, હું એ યુવાન હતો. એ પ્રસંગનો એને ખ્યાલ હતો કે કેમ એ તમે જાણતા નહોતા, પણ પોતાની ઓળખાણ આપવા અને પત્રની શરૂઆત કરવા એ કામ લાગ્યો હતો.

પછી તમારી થોડી વિગતો આપી. અભ્યાસ, દેખાવ, કુટુંબ એને એ પહેલેથી જ જાણવાનો અધિકાર હતો, જરૂર હતી એટલે તમે સહજ ભાવે, જાણે

બીજાની વાત હોય એવી તટસ્થ રીતે એ માહિતી પૂરી પાડી હતી. આમ પત્રનો પહેલો ભાગ કુશળતાથી લખાયો હતો.

*

પછી મુદ્દાની વાત આવી, દિલની વાત આવી. જે વાત મૂકવા માટે આખો પત્ર લખાતો હતો એ વાત આવી. જોકે આડકતરી રીતે તો એ કહેવાઈ ગઈ હતી. પત્ર લખવાનો બીજો શો અર્થ હતો ? પણ તે સ્પષ્ટ કહ્યા વગર પણ ચેન ન પડ્યું. એ અગત્યની બાબતમાં સહેજ પણ ગેરસમજનું જોખમ વહોરવું નહોતું. એટલે તમે એ ચોખ્ખું ને સાફ લખવા બેઠા.

પણ એમાં ભાષાએ દ્રોહ દીધો. 'પ્રેમ હોવો' અને 'ચાહવું' જેવા ઘણા પ્રયોગો કર્યા, પણ બધા લૂખા લાગ્યા. પદ્યશૈલીમાં અખતરા કર્યા, પણ કૃત્રિમ લાગ્યા. છેલ્લે 'હું તમને દિલથી ચાહું છું' એ સીધી સત્તાવાર જાહેરાતથી સંતોષ માનવો પડ્યો.

*

એ લખતાં લખતાં અનેક વિચારો તમારા મનમાં આવ્યા હતા.

આ લખવું શું યોગ્ય હતું ? એવી પાતળી ઓળખાણ ઉપર પ્રેમના પુલ બંધાય ? એના વિષે હું શું જાણું છું ? માંડ માંડ એનું નામ જાણ્યું, એનું સરનામું જાણ્યું, પણ એનો સ્વભાવ કેવો, સંસ્કારો કેવા, વિચારો કેવા – એ હું જાણતો નથી. મારી સાથે મનમેળ થશે, સ્વભાવમેળ થશે, એ હું જાણતો નથી. જાણું છું ફક્ત એનો ચહેરો, એનું રૂપ. પણ ત્યારે એનો અર્થ એ થયો કે ફક્ત એના રૂપ ઉપરથી જ હું આ પગલું ભરી રહ્યો છું. અને એ તો ખોટું છે એમ બધા કહે છે, અરે હું પોતે આજ સુધી કહેતો હતો !

એનું ઘર કેવું, ભૂમિકા કેવી એ હું બિલકુલ જાણતો નથી. વાતચીત તો ફક્ત અર્ધી મિનિટમાં બસમાં પેલા દિવસે થઈ હતી એટલી જ. "તમે આ કૉલેજમાં ભણો છો ?" "હા." એ ઉપરથી શું કાયમનો સંબંધ બંધાય ? એ તો માલ તપાસ્યા વિના ખરીદી કરવા જેવું થાય.

અને બીજું.

હું આ પત્ર લખી એને, એ છોકરીને શું અન્યાય નથી કરતો ? મુશ્કેલીમાં નથી નાખતો ? એ મને ઓળખતી નથી. બસનો પ્રસંગ એને ક્યાં યાદ હોય ! એટલે પત્ર જોઈને એ મૂંઝાશે. અને એને ઘેર પત્રની ખબર પડશે જ. એટલે

એ અગવડમાં મુકાશે. ઘેર શો જવાબ આપે ? મને શો જવાબ આપે ?

એના કરતાં હું પહેલાં એને મળવાનો પ્રસંગ શોધું, બોલવાની હિંમત કરું એ શું સારું નથી ? ઓળખાણ વગર, પરિચય વગર, સંપર્ક વગર લખવાનો પ્રયોગ ખોટો જ છે, લખાણ છેલ્લું આવે. મળ્યા, બોલ્યા, જાણ્યા પછી આવે. ભૂલ કરવાની હોય તો એ બોલવામાં જ થાય જેથી એ હવામાં ઓગળી જાય, પણ કાગળ ઉપર વાત મૂકી કે કાયમની થઈ. આ કાગળ લઈને કોઈ આગળ ઉપર મને – અને મને તો શું, એને જ હેરાન કરી મૂકે તો...

અને એને આવા બીજા પત્રો અગાઉ મળી ગયા હોય તો ? એ એટલી રૂપાળી છે કે એમ થયું હોય તો નવાઈ નહિ. અને એમ થયું હોય તો આપણે મૂર્ખ ઠર્યા. એ કાગળ લઈને   મારે ઘેર બતાવે કે કૉલેજના પ્રિન્સિપાલને બતાવે તો આપણા બાર વાગ્યા. પૂરું જોખમ છે. મૂર્ખાઈ છે એમ લોકો કહેશે. મોહ છે, સ્વાર્થ છે, છોકરવાદ છે એમ કહેશે. ચોક્કસ કહેશે.

કહેવા દો – તમારી લાગણીએ કહ્યું. અને પત્ર આગળ ચાલ્યો.

✳

''મને સ્વીકારશો તો હું દુનિયાનો સૌથી ભાગ્યશાળી પુરુષ બનીશ : અને મને તરછોડશો તો હું જિંદગી સુધી દૂરથી તમારી પૂજા કરતો રહીશ'' એ અગત્યનાં વાક્યો આવ્યાં.

પછી ગમે તે ભાવમાં ને ગમે તે રીતે, પણ કોઈ જવાબ તો આપે અને તરત આપે એવી આર્દ્ર વિનંતી હતી.

ને છેલ્લે તમારું નામ. એકલું મરોડથી લખેલું. લાગણીથી લખેલું. એની નજર એના ઉપર પડવાની હતી એ ધન્યતાથી લખેલું.

✳

આ છેલ્લી વાર તમે પત્ર વાંચ્યો એટલે ગમ્યો. સંતોષ થયો. સારો લખાયો હતો. ફરીથી વાળીને અંદર મૂક્યો. પરબીડિયું બંધ કર્યું. ભૂલેચૂકે પણ ન ખૂલે એવી કાળજીથી બંધ કર્યું, ટિકિટ લગાડી. જિંદગીનાં, સ્વપ્ન ઉપર પચીસ પૈસાની ટિકિટ ચાલે એની વિચિત્રતા જરા વાર સાલી. ખેર. આખરે એ હૃદયના ભાવ ટપાલપેટીને શરણે જવાના હતા.

બંધ પરબીડિયું હાથમાં હતું. હજુ એ ખોલીને પત્ર ફરી એક વાર વાંચી લેવાનું મન થયું; પણ છેલ્લે મોકલવો તો પડશે જ એટલે કઠણ બનીને મન

વાળ્યું. ને હવે ઢીલ કરીએ તો મોડું થશે ને પત્ર મોડો મળશે ને દિલને વસમું લાગશે. એટલે પત્ર લઈને તમે ઊઠ્યા અને ટપાલમાં નાખવા નીકળ્યા.

✳

ભાઈ !

જરા ઊભા રહો. એક મિનિટ થોભી જાઓ. મારી એક વાત સાંભળો. મારી સલાહ માનો.

શું સલાહ ?

કે એ પત્ર ન મોકલો તો સારું.

✳

પત્ર મોકલાયો.

નહોતો મોકલવો જોઈતો, પણ મોકલાયો. ન મોકલવાની સલાહ હતી તોય મોકલાયો. ને ટપાલ ખાતાએ પોતાની ફરજ બજાવી. અને એ પત્ર યુવતીને ઘેર ગયો. એ યુવતીના હાથમાં ગયો.

એને નવાઈ લાગી.

પોતાને માટે છે એની ખાતરી કરી. પાછળના સરનામા ઉપરથી ખ્યાલ ન આવ્યો કે પત્ર કોનો છે. ભારે કુતૂહલ થયું, પણ સ્ત્રીસહજ ડહાપણથી અંદર જઈને કોઈ નહોતું ત્યાં એણે પત્ર ખોલ્યો ને વાંચવા માંડ્યો. બહારથી બાએ બૂમ પાડી, "કોનો પત્ર છે ?" એની એક બહેનપણી બહારગામ ગઈ હતી એનું એણે અંદરથી નામ આપ્યું. "સ્મિતાનો છે." "શું કહે છે ?" "મજામાં છે."

✳

એટલામાં એની નજર આખા પત્ર ઉપર ફરી વળી હતી. ઉતાવળથી. ક્ષોભથી પોતાનું નામ જોયું. એક અજાણ્યા છોકરાનું નામ જોયું. અને વચ્ચે એ પ્રેમનાં વાક્ય જોયાં. એટલે તરત સમજણ પડી. યુવાન સ્ત્રીને પ્રેમનો સંદેશ સમજતાં ક્યાં વાર લાગે ! પછી બધું ફરીથી વાંચ્યું. શાંતિથી નહિ તો ધ્યાનથી વાંચ્યું. બધી વિગતો નોંધી. એ છોકરો કોણ હતો એનો ખ્યાલ કરવા એણે પ્રયત્ન કર્યો પણ ખ્યાલ આવ્યો નહિ. એ યુવાન હતો, પોતાની કૉલેજમાં ભણતો હતો અને પોતાનો પ્રેમ માગતો હતો એટલું જ સ્પષ્ટ હતું: અને એટલું તો ઘણું હતું. સારું કે ખરાબ, પણ ઘણું હતું.

ગુસ્સે થવું કે ફુલાઈ જવું – બેમાંથી શું કરવું એ સમજાયું નહિ. પત્ર

તરત ફાડવો જોઈએ એ વિચાર પણ આવ્યો – પણ ફક્ત વિચાર જ આવ્યો. તે અમલમાં ન મુકાયો. અને પત્ર ન ફાડીએ તો એ બરાબર સાચવવો જોઈએ જેથી એ કોઈના હાથમાં ન જાય અને ખોટું માની ન બેસે એ વિચાર પણ આવ્યો – અને એ તરત અમલમાં મુકાયો. સ્ત્રીના વેશમાં દુનિયાથી અજાણ્યાં જે અનેક ગુપ્ત ગજવાં ને ગાંઠ હોય છે એમાંના એકમાં પત્ર વાળીને એણે સરકાવી દીધો.

ને પછી એ કામે લાગી.

*

પણ મનમાં તોફાન હતું. લાગણીઓનો શંભુમેળો હતો.

એવો પ્રસંગ એને માટે હજુ જિંદગીમાં આવ્યો નહોતો. કોઈ વાર કૉલેજમાં કોઈ છોકરાની નજર પોતા ઉપર છે, અને કોઈ છોકરો રસ્તામાં પાછળ આવે છે એવું લાગ્યું હતું, પણ વાસ્તવમાં કશું નહોતું. બહેનપણીઓ સાથે એવી વાતો થઈ હતી ખરી અને એકબીજીની મશ્કરી કરી હતી પણ ખરી. પણ કોઈ છોકરાના તરફથી પ્રેમની વાતો કે ઇશારો સુધ્ધાં કોઈ દિવસ મળ્યાં નહોતાં. ને એકદમ આ ઇશારો તો શું પણ સીધો ને સ્પષ્ટ ને લખેલો વ્યક્તિગત પ્રેમસંદેશ મળ્યો હતો.

એક રીતે તો શરમ આવી.

પોતે ઢીલી છે એમ સમજીને એણે એવું લખ્યું હશે ને ! પોતે ચારિત્ર્યવાળી ને શીલવંત છે એવી છાપ પડી હોત તો એવું લખવાનું સાહસ એ ન કરત. કૉલેજની બીજી એક-બે છોકરીઓ યાદ આવી કે ખૂબ રૂપાળી હોવા છતાં કોઈ છોકરો એના ઉપર પ્રેમપત્ર લખવાની હિંમત કોઈ દિવસ ન કરે. કરે તો એને તરત ઉઘાડો પાડશે એ ખાતરી હતી ને ! પણ પોતા ઉપર કોઈએ લખ્યું હતું એટલે પોતાની એવી છાપ પડી નહોતી એ સાબિત થયું. ખરું જોતાં એ પત્ર એને મોકલવાથી એનું અપમાન જ કરવામાં આવ્યું હતું એ ચોખ્ખું લાગ્યું. પોતે ઢીલી છે, મોજીલી છે, ખોટી રમત રમવા તૈયાર છે એ આ પત્રનો અર્થ હતો ને ! એટલે શરમ આવી. ગુસ્સો ચડ્યો. એ નફ્ફટ છોકરાની બરાબર ઝાટકણી કાઢવાનું મન થયું.

*

ગુસ્સાની સાથે ભય પણ હતો.

૬૬ ✫ સમાજમંગલ

હવે એક છોકરાની નજર પોતા પર હતી, એક છોકરો પોતાની પાછળ પડ્યો હતો એની ખાતરી હતી. એટલે ભય હતો. અસ્પષ્ટ અમંગલ ભય. મદાંધ પુરુષ શું ન કરે ? આજે પત્ર લખે, ને કાલે... ? હવે જીવનમાંથી સલામતી ગઈ. એકલા જવાશે નહિ. રાત્રે નીકળાશે નહિ. એ છોકરાનો સતત ભય રહેશે.

ફક્ત એનો ?

દિલમાં બીજો ભય પણ હતો. પોતાની જાતનો જ. હવે પોતાનો ભરોસો પણ નહોતો. નવી દુનિયામાં પ્રવેશ કરતાં, પ્રેમ અને જવાબદારી અને જોખમ અને વાસ્તવિકતાની દુનિયામાં પ્રવેશ કરતાં એને આજે એકદમ લાગ્યું કે પોતે એ માટે તૈયાર નહોતી. પોતાનો વિશ્વાસ નહોતો. રસ્તો જોવા ને નિર્ણય લેવા ને લાગણીઓ કાબૂમાં રાખવા એનામાં શક્તિ નહોતી, આવડત નહોતી. હવે દુનિયાનો મુકાબલો કરવો પડશે, સામે જોઈને કરવો પડશે – અને એ માટે એ તૈયાર નહોતી.

એટલે ભય લાગ્યો.

સ્પષ્ટ અમંગલ ભય.

પોતાનો જ ભય.

✳

એ ભયમાંથી છૂટવાનો એક રસ્તો સૂઝ્યો ખરો. ઘેર એ પત્ર બતાવવાનો. એ રીતે પોતાનું ચારિત્ર્ય સિદ્ધ થઈ જશે, પોતાનું રક્ષણ થશે, પોતાનો વિશ્વાસ બધાને – અને પોતાને બેસશે. સીધો રસ્તો હતો. ફરજ હતી એમ પળભર લાગ્યું.

પણ એ પત્ર વિશે તો પોતે એક વાર જૂઠું બોલી ચૂકી હતી. પત્ર બહેનપણીનો છે એમ એણે બાને કહી દીધું હતું. એક વાર જૂઠું બોલ્યા પછી સાચું કેમ બોલાય ? બોલે તો હવે એનું કોણ માને ? અને એવા પત્રો સારી છોકરીઓને મળે નહિ એ સાંભળવું પડશે. ના, એ પત્ર ન બતાવાય. મારી ગુપ્ત વાત છે.

પત્ર ન બતાવવાનું બીજું કારણ હતું. લાગણીઓના એ શંભુમેળામાં બીજી એક લાગણી હતી. શરમ ને ગુસ્સો ને ભય સાથે, એના અને પોતાના ભય સાથે હજી એક લાગણી હતી – અને તે એ પત્ર ઘેર નહિ બતાવવાના નિર્ણય માટે ખાસ જવાબદાર હતી. એ લાગણી ગુપ્ત રસ અને પ્રસન્નતાની હતી. શરમ ને ગુસ્સો ને ભય છતાં કંઈક અકથ્ય રીતે, અગમ્ય રીતે, પણ એ પત્ર એને

મળ્યો હતો એ એને ગમ્યું હતું.

✳

હા, ગમ્યું હતું.

પોતે હજી પોતાની આગળ એકરાર કર્યો નહોતો, પણ ગમ્યું હતું. ઊંડે ઊંડે ગમ્યું હતું. ગુપ્ત રીતે ગમ્યું હતું.

અને ગમ્યું હતું કારણ કે એ પત્રમાં પોતાની સ્ત્રી તરીકેની કદર હતી. પોતે એક પુરુષના હૃદયમાં લાગણી જન્માવી શકી એનું એમાં પ્રમાણપત્ર હતું. અને એ એને ગમ્યું હતું. એ દરેક સ્ત્રીને ગમે છે.

બીજી છોકરીઓને એણે અનેક વાર કહેતી સાંભળી હતી કે મને પ્રેમપત્રો મળે છે, કોઈ વાર એવા બતાવેલા પ્રેમપત્રો પણ જોયા હતા, કોઈ વાર ખોટી બડાઈ મારવા એવા પત્રો પોતે જાતે લખીને બતાવનારી છોકરીઓની વાત પણ સાંભળી હતી; અને 'એ ગરીબડીને કોણ પ્રેમપત્ર લખવાનો હતો !' એ ટીકા સાંભળી હતી, પોતે કરી પણ હતી.

પણ હવે પોતાની પાસે એવો એક પત્ર હતો. અસલ પૂરો, સાચો. એ બહેનપણીઓને બતાવે તો એનો ભાવ કેવો વધશે ? અને કોઈને ન બતાવે તોય પોતાના હૃદયને, પોતાના સ્ત્રીના હૃદયને હવે કેટલો સંતોષ રહેશે કે પુરુષોને એ ખરેખર આકર્ષી શકે, તેમનું દિલ જીતી શકે, દૂરથી પણ અને પોતાના રૂપ અને મોહ માત્રથી એમને વશ કરી શકે !

પૈસા કમાવામાં કે પરીક્ષામાં માર્ક્સ લાવવામાં સ્ત્રીને યશ નથી : સ્ત્રીનો યશ પુરુષનો પ્રેમ મેળવવામાં જ છે. અને એમાં એને હમણાં ઓછી મહેનતે અણધારી સફળતા મળી હતી, એટલે એ પત્ર મળ્યો એ એને ગમ્યું હતું.

✳

ગમ્યું હતું એટલું જ નહિ પણ એ પત્રમાં લાગણી જોઈને પોતાના દિલમાં પણ સામી લાગણી થવા માંડી હતી. પોતાના ઉપર એક યુવક પ્રેમ કરે છે એ જાણીને એને માટે પોતાના અંતરમાં સામો પ્રેમ તે અનુભવવા લાગી હતી.

સ્ત્રીહૃદયની શી કરામત છે ! સામસામી લાગણીઓ પણ એમાં સુખેથી એકી સાથે ગોઠવાઈ જાય છે ! એ છોકરાને માટે ગુસ્સો હતો, ભય હતો, શરમ હતી, વેર લેવાનું મન હતું – એની સાથે સાથે હવે એને માટે લાગણી હતી, પ્રેમની શરૂઆત કહી શકાય એવો કોમળ ભાવ હતો. ને બધા ભાવ સાચા.

૬૮ ✩ સમાજમંગલ

ને બધા સાથે.

અને પરિણામે જે પત્ર ઘેર બતાવીને એ છોકરાને ઉઘાડો પાડવાનો પહેલો વિચાર હતો, જે પત્ર ફાડીને ને બાળીને આખા પ્રસંગનો અંત આણવાનો નિર્ણય હતો, જે પત્રથી ગુસ્સો ચડ્યો હતો, જોખમ લાગ્યું હતું – એ પત્રનો હવે શો જવાબ આપવો, શો સારો ને સૌમ્ય ને આકર્ષક જવાબ આપવો એનો વિચાર એ કરવા બેઠી !

✳

હા, જવાબ તો જેવોતેવો ન જોઈએ. ઉતાવળિયો ન જોઈએ. આપણે એવાં ભોળાં નથી કે પહેલા દાવથી ફસાઈએ. ચેતીને ચાલવું સારું. પણ જવાબ આપવાનો ખરો. સામે વિવેક બતાવવો જોઈએ ને ?

જવાબમાં ચોખ્ખી ના તો ન લખાય. ચોખ્ખી ના પાડીએ તો ચોખ્ખી હા પાડી એવો અર્થ થાય અને મામલો વધે, સંયમથી લખવાનું. કુનેહથી લખવાનું. 'તમારી લાગણીની મને કદર છે.' એ લખવાનું. ભાઈ-બહેનના પવિત્ર સંબંધનો ઉલ્લેખ કરવાનો. મને એક ભાઈ મેળવવાના ક્યારના કોડ હતા ! પછી 'હાલ તો આપણા અભ્યાસની જવાબદારી છે એ તમારે સમજવું જોઈએ' એવો નિર્દેશ કરીએ તો સારું લાગશે. પણ મળવામાં તો વાંધો નથી. એક વાર મળી લઈએ. એનું મોં કેવું છે એ જરા જોઈ લઉં. મજા આવશે. ભણવામાં કંટાળો ને કંટાળો હતો એ હવે ઊડી જશે. અને સાથે મર્યાદા તો સાચવવાની. એ મારું કામ. હું કોઈ નાની છોકરી તો નથી ને !

આમ કરતાં કરતાં આખો જવાબ મનમાં ગોઠવાઈ ગયો. શરૂઆત તો એના નામથી જ કરીશ. હા, 'ભાઈ' લગાડીને. સારું લાગશે. અને અંતે મારું પૂરું નામ તો નહિ લખું. પહેલો અક્ષર જ લખીશ, મોટો ને સ્પષ્ટ. સમજશે. અને હું સલામત. બસ. હવે એકાંત મળે અને પત્ર લખીએ એટલી જ વાર.

✳

બહેન !

જરા ઊભાં રહો. મારી સલાહ માનો.

શી સલાહ ?

કે એ પત્રનો જવાબ ન આપો તો સારું.

◆

પ્રેમપત્ર ☆ ૬૯

૧૬. ગુમાવવાનું

"હું ના પાડીશ તો એને ગુમાવી બેસીશ એની બીક હતી."

એ એનો છેલ્લો ખુલાસો હતો.

નીચું જોઈને ને ફિક્કાં પડીને ને હાથ ક્ષોભથી વાળીને એણે એ છેલ્લો ખુલાસો આપ્યો. છેલ્લો બચાવ કર્યો. લાંબી ને કષ્ટદાયી વાતચીત પછી, અસ્વસ્થ મૌનગાળા પછી, શરૂ કરેલાં ને અર્ધેથી અધૂરાં મૂકી દીધેલાં વાક્યો પછી, ખાલી ગયેલા ને જવાબ વિના રહેલા અનેક પ્રશ્નો પછી એ ખુલાસો આવ્યો. વાત નાજુક હતી અને સામે બેઠેલી વ્યક્તિ એક યુવાન સ્ત્રી હતી, એટલે ખૂબ માનથી ને આદરથી ને શબ્દો વીણી વીણીને... અસભ્ય કામ માટે સભ્ય નામ લઈને, પણ વાત ગંભીર પણ હતી એટલે નછૂટકે ને જીભ ના પાડતી હતી તોપણ શ્રમપૂર્વક ચોખ્ખું ને સાફ બોલીને ને આખી વાતનો દોર ધીરે ધીરે કાઢીને... એ કેમ થયું હતું ને એ બે જણમાં દરેકની કેટલી જવાબદારી હતી એ માપવાનો પ્રયત્ન કરીને, ને છેલ્લે ઠપકામાં નહિ પણ નિરાશામાં ને દુઃખમાં જવાબની આશા રાખ્યા વિના ફરી મૌન છવાવા દીધું – ત્યારે એ ધીમો પણ ચોખ્ખો એકરાર મળ્યો, એ અંતિમ ખુલાસો મળ્યો : "હું ના પાડીશ તો હું એને ગુમાવી બેસીશ એની બીક હતી."

અને જાણે દિલની છેલ્લી ને આખરી વાત કરી હોય એવી રીતે તે હવે શાંત રહી.

*

એને એ કામ કરવું નહોતું એ વાત ચોક્કસ. એના સંસ્કારો જુદા હતા,

એના સિદ્ધાંતો સ્પષ્ટ હતા. સંબંધ હતો, પ્રેમ હતો, લગ્ન કરવાની આશા પણ હતી, પણ બધું યોગ્ય રીતે. યોગ્ય સમયે.

એને ખોટી ઉતાવળ નહોતી. ખોટી છૂટ લેવાનો લેશમાત્ર ઇરાદો નહોતો. પરિચયમાં આગળ વધીને, એકબીજાની નજીક આવીને, ઓળખીને, સમજીને એ શુભ દિવસ ને શુભ જીવન માટે તૈયાર થવાનો ને લાયક બનવાનો સંકલ્પ હતો. એટલે એ આનંદમાં હતી, બેફિકરાઈમાં હતી.

જોકે એ યુવાનનું વલણ કંઈક જુદું હતું એ તે પારખી ચૂકી હતી ખરી. પણ એને વિશ્વાસ હતો કે પોતે એને પહોંચી વળશે, સમજાવી શકશે. મારી સંમતિ વિના એ કંઈ કરવાનો નથી, અને હું ક્યાં સંમત થવાની છું ? એની એ ગણતરી હતી. પ્રામાણિક (જોકે બિન-અનુભવી ને અવાસ્તવિક) ગણતરી હતી.

માટે એ યુવાને અમુક સૂચનાઓ કરવા માંડી ત્યારે એણે એ કાને ન ધરી. પ્રથમ જાણે સમજણ પડી ન હોય એવી રીતે વર્તી ને ઢીલ લગાડી. પછી એ યુવાને આગ્રહ કર્યો ને અધીરાઈ બતાવી ત્યારે એણે સામેથી કૃત્રિમ ગુસ્સો કર્યો, નારાજી બતાવી અને આ વર્તનથી એના ઉપર શી છાપ પડી છે એ જોવા તે ઊભી રહી. એ વર્તનથી એને તો ખોટું લાગ્યું હતું એ સ્પષ્ટ હતું. એટલે એને રીઝવવા ને ફરી નજીક લાવવા, ને પેલું તો ન આપું પણ તેના બદલામાં જાણે ધડો કરવા એને વધારે પ્રેમ ને લાગણી બતાવીશ અને બીજી બધી બાબતોમાં એ કહે તે પ્રમાણે કરીશ એવો નિર્ણય એણે કર્યો ને એવું વર્તન પણ કર્યું.

જોખમ વધતું હતું. પણ હજી એને વિશ્વાસ હતો, અથવા વિશ્વાસ નહિ તો કંઈક આશા હતી કે તે પરિસ્થિતિને કાબૂમાં રાખી શકશે. પુરુષનો આવેશ શમાવી ન શકે એ સ્ત્રીનું શીલ કેવું ?

એટલે દરેક બાબતમાં એને સંતોષ આપવા ને લાગણી બતાવવા તે પ્રયત્ન કરવા લાગી. ને એક દિવસ એવો પ્રયત્ન કરતાં તે પ્યારમાં બોલી : "જુઓ છો ને ! હું તમને કેટલું બધું ચાહું છું ! તમારે માટે હું બધું જ કરવા તૈયાર છું." ત્યારે તક જોઈને એ યુવાને મર્મનું મહેણું માર્યું : "હા, મારા માટે બધું કરવા તૈયાર છે – સ્ત્રી પોતાના પ્યારના પુરુષ માટે જે એક જ વાત કરી શકે તે સિવાય." ને તે એ ઘા ઝીલી શકી નહિ. ને એના પાશમાં પડી ગઈ. હા,

પડી જ ગઈ.

✳

એને લાગ્યું હતું કે હું હવે ના પાડું તો એ મને છોડીને ચાલ્યો જશે. અને એ એને હવે છોડી જાય. એ એનાથી સહન થતું નહોતું. એટલે એ શરણે ગઈ. લાચારીમાં ને નબળાઈમાં એના ઉપર ખોટું દબાણ કરવામાં આવ્યું હતું. અયોગ્ય આગ્રહ કરવામાં આવ્યો હતો. ખોટો પ્રયોગ હતો. માનસિક બળાત્કાર હતો.

તોય તે હજી ના પાડી શકત.

અને ના પાડત તો એથી કોઈ ખરાબ પરિણામ ન આવત, ઊલટું સારું આવત, અને એને જે બીક હતી એ પણ સાચી ન પડત.

કદાચ એ યુવાન હજી સાચા દિલનો હતો. જોકે આટલે સુધી આવ્યા પછી અને આટલો અનર્થ કરાવ્યા પછી એ માનવું મુશ્કેલ છે, પણ કદાચ ઊંડે ઊંડે એ હજી સાચો હતો, ને એની જે વૃત્તિ હતી તે એ પોતે રોકવા માગતો હતો; પણ સામેથી (એ યુવતીની પાસેથી) સ્થિરતા ને ચારિત્ર્યને બદલે નબળાઈ ને આનાકાની મળ્યાં એટલે એ દુર્વૃત્તિ વધતી જતી ને એની પાસે ન બોલવાના શબ્દો બોલાવતી, ન કરવાનાં કાર્યો કરાવતી.

એની વાસના હતી (સાચા દિલના યુવાનોમાં પણ ક્યાં વાસના નથી હોતી !) ને કદાચ તે એ કાબૂમાં રાખવા પ્રયત્ન કરતો હતો ને થોડો નિષ્ફળ પણ જતો હતો, ને એમાં એને વધુ સફળ થવા મદદ જોઈતી હતી, અંદરનો અંકુશ પૂરો લાગતો નહોતો ત્યાં બહારનો જોઈતો હતો, પોતાનો સંયમ પણ ઓછો પડતો હતો એટલે પોતાની પ્રેમસાથીનો સંયમ પણ જોઈતો હતો, પાપ કરવા માટે નહિ પણ પાપ ટાળવા માટે એને સહકાર જોઈતો હતો.

ને તે એ જ શોધતો હતો. જો એ યુવાન સાચો હતો તો એની ખરી ઇચ્છા પોતાની વાસનાને વશ થવાની નહોતી, એને દબાવવાની જ હતી, અને એનાથી થતી એ સૂચનાઓ ને માગણીઓ એના સાચા દિલની નહોતી તે એ પોતે જાણતો હતો. માટે જો એ યુવતીએ પહેલેથી જ શાંતિથી પણ દૃઢતાથી, આત્માના નિશ્ચયથી ને ચારિત્ર્યના બળથી એને ચોખ્ખી ના સંભળાવી હોત, આગળ વધવા દીધો ન હોત તો, એ અમંગળ ઘડી સુધી એને આવવા દીધો ન હોત – તો ઊલટો એનો આભાર માનત, એની પાસે રહેત, જિંદગી સુધી

એનો ઋણી બની જાત. જો એ યુવાન હજી સાચો હતો તો એને ખોટું કરતાં રોકવાથી એ ચાલ્યો જવાનો નહોતો.

*

અને જો એ સાચો ન હતો, જો ખરેખર બૂરી દાનતનો હતો, જો વાસનાને રાજીખુશીથી પોષતો હતો. ઉશ્કેરાવતો હતો, જો એને એ યુવતીની સાથે નહિ પણ ફક્ત એના દેહની સાથે જ કામ હતું (હતો), ને એ દેહ જેમ આજે લે તેમ કાલે છોડી દેવાનો હતો – તો એ જેમ વહેલો છૂટે તેમ સારું; જેમ વહેલો એ તેના સાથમાંથી હઠે, તેના જીવનમાંથી જતો રહે, તેના ઇતિહાસમાંથી ભૂંસાઈ જાય તેમ બધાને માટે – ને વિશેષ તો એ બન્નેને માટે – સારું હતું, ના પાડવાથી એ જશે એમાં હવે બીક નહિ, આશા ને છુટકારો હતાં.

ને હજી એક વાત. જો એ સાચા દિલનો નહોતો, ને જાણીજોઈને ખોટો ખેલ ખેલતો હતો ને ખોટો લાભ લેતો હતો, ને પૂરી ફજેતી કરાવ્યા પછી પણ એ ચાલ્યો જવાનો નહોતો, ને વળગી રહેવાનો હતો, ને એવા ભ્રષ્ટ પ્રયોગ કરતો રહેવાનો હતો, ને હજી લગ્નની વાત ને પ્રસ્તાવ કરવાનો હતો – તો તો એ ભારેમાં ભારે આફત થાત ! શું એ દેહના લૂંટારાની સાથે લગ્ન કરાય ? એ શીલના વેપારીની સાથે સંબંધ બંધાય ? એની આગળ એક વાર સ્ત્રીના એવનની સૌથી અગત્યની બાબતમાં નમતું મૂક્યા પછી એની સાથે સ્વમાનપૂર્વક ને શાંતિપૂર્વક જિવાશે ? એક વાર એની આગળ મૂળગત નબળાઈનું પ્રદર્શન કર્યા પછી એની સાથે લગ્નનું નાજુક સમતોલન રખાશે ?

*

આમ દરેક વિકલ્પમાં હા પાડવાથી દુઃખ હતું.

હા પાડવાથી અયોગ્ય માણસ વળગી રહે, નબળો માણસ ઢીલો પડે, ને સાચો માણસ જતો રહે. જ્યારે ના પાડવાથી ખરી કસોટી થાય અને ઝૂલતું ચારિત્ર્ય સ્થિર થાય ને ખોટી દાનત છતી થાય. બંને દૃષ્ટિએ ના પાડવામાં જ સુખ હતું.

'ના'માં ડહાપણ હતું, વિવેક હતો, સલામતી હતી.

"ના પાડું તો એ મને છોડી જશે" એમાં બીક હતી, પ્રેમ નહિ; નબળાઈ હતી, બળ નહીં; લાચારી હતી, સ્વતંત્રતા નહિ.

ને એમાં જોખમ હતું : એને ગુમાવવાનું – અને પોતાને પણ ગુમાવી

બેસવાનું.

✱

એ જ કરુણ વાત હતી.

હકીકતમાં એ યુવતી આવી હતી તે એ જ ફરિયાદ કરવા માટે – કે હા પાડ્યા પછી, એની અઘટિત માગણીને અનિચ્છાએ વશ થયા પછી પણ... એ યુવાન એને છોડીને ચાલ્યો ગયો હતો.

એની વાત ઉપરથી એમ લાગ્યું કે, એ યુવાન ખરેખર સાવ બગડેલો નહોતો; ચંચળ હતો, અવિચારી હતો, કંઈક રોફમાં ને કંઈક કટાક્ષમાં પેલું મહેણું માર્યું હતું, અને સામેથી ઢીલું વલણ મળતાં એણે એ પ્રમાણે કર્યું પણ હતું. પણ એમ કરતાં જ એને પોતાને ખોટું લાગ્યું હતું, શરમ લાગી હતી, અને શરમનો માર્યો એ ચાલ્યો ગયો હતો – ને પાછો આવ્યો નહોતો.

ને તે એ જ ફરિયાદ કરવા આવી હતી, એ દુ:ખ ઠાલવવા આવી હતી.

જેને રાખવા માટે એણે પોતાની સૌથી કીમતી મૂડી વેચી નાખી હતી એ હવે એના જીવનમાંથી ચાલ્યો ગયો હતો.

''ના પાડીશ તો એને ગુમાવી બેસીશ.''

એમ ?

ઊલટું –

હા પાડી એટલે એને ગુમાવી બેઠાં.

અને એની સાથે બીજું ઘણું પણ ગુમાવી બેઠાં, બહેન.

◆

૧૭. મોહિની

એ ખૂબ મૂંઝાતો હતો.

એવો અનુભવ એને તે પહેલાં કદી થયો નહોતો. એટલે એનો શો અર્થ હશે ને શું પરિણામ આવશે એનો વિચાર કરી કરીને એ અડધો થઈ જતો.

એ યુવાન તો સીધો હતો. લગભગ ભોળો કહી શકાય એવો. જોકે સાવ ભોળો તો નહિ. હોશિયાર, હસમુખો, દેખાવડો, સ્વભાવે જરા શરમાળ ખરો, પણ સરળ, વિવેકી, ઉત્સાહી. જીવન તો હજી એણે ઘણું જોયું નહોતું. ઘેર સુખી કુટુંબ, થોડાક મિત્રોની સાથે દોસ્તી, અને હવે કૉલેજમાં કામ સાથે કામ. એનો અભ્યાસ સારો ચાલતો હતો, ને ભવિષ્ય માટે એની આશા પણ સારી હતી.

એના જીવનમાં અત્યાર સુધી કોઈ મોટો પ્રશ્ન આવ્યો નહોતો, એને વિચાર કરવો પડે ને રસ્તો કાઢવો પડે એવો કોઈ પ્રશ્ન આવ્યો નહોતો.

માટે એ નવો અનુભવ આવ્યો ત્યારે એ ગભરાયો. અને જોકે એનો અર્થ તો સ્પષ્ટ હતો, સૌ કોઈ એ તરત જોઈ શકે એવો હતો, ને એનું પરિણામ શું આવશે એ પણ દેખીતું હતું અને બધા બતાવી શકે એમ હતું તોપણ એને માટે એ તબક્કે કશું સ્પષ્ટ નહોતું, અને કોઈને કહી શકાય એમ પણ નહોતું, એટલે એ આખો દિવસ એનો વિચાર કરવા લાગ્યો, અને ખૂબ મૂંઝવણમાં પડ્યો.

✳

યુવતીઓ સાથે એનો વ્યવહાર તો ત્યાં સુધી એક સ્વસ્થ નિખાલસ યુવાનનો હતો. છોકરી એટલે બહેન. સાથે રમાય, ભણાય, વાતો થાય. પોળમાં એમ ચાલતું હતું, સ્કૂલમાં એમ ચાલતું હતું. કૉલેજમાં એ યુવતીઓ કંઈક વધારે

'આગળ પડતી' તો લાગી હતી, પણ એમની સાથે પણ એનો એ સરળ ને નિર્દોષ વ્યવહાર શરૂ થયો હતો.

માટે એને ભૌતિકશાસ્ત્રની પ્રયોગશાળામાં આખું વર્ષ કામ કરવા એનું ટેબલ બતાવ્યું, અને કામ અનુસાર એના નામ પછી એક છોકરીનું નામ આવતું એટલે એને એ જ ટેબલ પર એની બાજુમાં આખું વર્ષ કામ કરવા સ્થાન આપ્યું ત્યારે એને કોઈ ચિંતા ન થઈ. શરૂઆતમાં થોડો ક્ષોભ ખરો, પણ એ તો એના સ્વભાવનો સંકોચ હતો, અને ધીરેથી એ ભુલાવીને થોડી વાતો થઈ. સાથે વાપરવાનાં હતાં એવાં સાધનોની આપલે થઈ. પ્રયોગોમાં એકબીજાને મદદ પણ કરતાં થયાં.

ને એવા પ્રયોગો સાથે કરતાં એક દિવસ એ પેલી છોકરીના હાથમાં પ્રયોગોનું કોઈ સાધન મૂકવા ગયો – ઘણી વાર એમ કરવાનું થતું તેમ. ને એ છોકરીએ હંમેશની જેમ એ વસ્તુ લીધી. જોકે સાવ હંમેશની જેમ તો નહિ : કારણ કે એ લેતાં લેતાં આ વખતે એનો હાથ એ છોકરાના હાથ ઉપર ગયો ને પળભર સ્પર્શ થયો ને ત્યાર પછી જ એ વસ્તુ લઈને એનો હાથ પાછો ગયો.

નવો અનુભવ હતો.

અણધાર્યો હતો.

મુલાયમ હાથનો સ્પર્શ થતાં એ છોકરો ચેતી ગયો. વીજળીનો ચમકારો લાગ્યો. શું કરવું એ એક ક્ષણ માટે સમજાયું નહિ. પછી સ્પર્શ અકસ્માત્ થયો હશે માટે એનો ઉલ્લેખ કરવો અવિવેક ગણાય એમ સમજીને એણે કશું કહ્યું નહિ, અને જાણે સ્પર્શની ખબર પડી ન હોય એ રીતે મન પાછું પોતાના કામમાં લગાડ્યું – કે લગાડવાનો પ્રયત્ન કર્યો. કારણ કે એ ક્ષણિક અનુભવ પછી એ દિવસે ધ્યાન બરાબર પ્રયોગોમાં તો ન રહ્યું.

ને બીજે દિવસે, કે થોડા દિવસ પછી ફરીથી પ્રયોગશાળામાં સાથે કામ કરવાનો પ્રસંગ આવ્યો ત્યારે ફરીથી એ અનુભવ થયો. કોઈ વસ્તુ આપવાની હતી. તે આપવા ગયો. તે સહેલાઈથી બીજે છેડે પકડી શકાય એમ હતું. પણ એનો હાથ તો પોતાના હાથ સુધી આવ્યો. સ્પર્શ કર્યો. પોતાના હાથ ઉપર પળ-બે-પળ એનો હાથ રમ્યો. ને એ વસ્તુ લઈને પાછો ગયો.

હવે એને ખાતરી થઈ કે આ તો અકસ્માત નથી. એણે જાણીજોઈને ને

યોજનાપૂર્વક આ કર્યું છે. માટે એની સામે હવે એણે જોયું. વિસ્મય ને આશ્ચર્ય સાથે એણે એ છોકરીની સામે જોયું. અને એ છોકરીના હોઠ ઉપર તોફાની સ્મિત હતું. પછી કોઈ વાત ન થઈ. ને કોઈ કામ પણ ન થયું. એ છોકરાનું ધ્યાન એ દિવસે પણ ભૌતિકશાસ્ત્રના પ્રયોગોમાં ન રહ્યું.

એ પ્રસંગનો અર્થ શો હશે એનો વિચાર તે હવે કરવા બેઠો.

અર્થ તો ઉઘાડો હતો, ને કોઈને પૂછે તો તરત બતાવી આપે એમ હતું; પણ કોઈને તો કહેવાય નહિ; ઘેર પણ નહિ ને મિત્રોને પણ નહિ. અને પોતાનું મન પણ સાચો અર્થ જોતું હતું. પણ એની નિખાલસતા ને ભોળપણું એને સ્વીકારવા દેતાં નહોતાં.

ને વિચારો ને મંથન ચાલ્યાં.

ને મૂંઝવણ વધી.

✳

ને પ્રસંગો પણ વધ્યા.

એ છોકરીની સાથે એ બાબત વિશે કોઈ વાત થઈ નહોતી, કે ખુલાસો મગાયો કે અપાયો નહોતો, પણ એવા મૂક પ્રસંગો વધ્યા.

એક દિવસ વર્ગમાંથી નીકળતાં એ છોકરીએ એના હાથમાં મીઠાઈ મૂકી. એ પોતાનો હાથ પાછો ખેંચવા ગયો, પણ ખેંચે તે પહેલાં એમાં મીઠાઈ આવી હતી. એણે બરાબર લાગ જોઈને મૂકી હતી. કશું બોલ્યા વગર મૂકી હતી. મીઠાઈ હાથમાં આવી તે આવી; હવે એ ઓછી ફેંકી દેવાય ? અવિવેક ગણાય. એ છોકરી તો ગઈ. પણ મીઠાઈ ખાવી પડી. અને ખાતાં ખાતાં સ્વાદની મીઠાશની સાથે મનમાં વિચારો ને વિચારો ને વિચારો ચાલતા રહ્યા.

ને થોડા દિવસ પછી પોતાનો જન્મદિવસ હતો, ને એ છોકરીને કેવી રીતે ખબર પડી એ સમજાયું નહિ, પણ ખબર તો પડી હતી ને તૈયાર થઈને આવી હતી, ને સામે આવીને ધીરેથી 'હેપ્પી બર્થ ડે' કહ્યું ને લાલ ગુલાબ ધર્યું, ને એ ગુલાબ લેવું પડ્યું ને 'થેંક્યૂ' કહેવાનું પણ ન સૂઝ્યું, ને છોકરી તરત ગઈ, પણ ગુલાબ તો હાથમાં રહ્યું, ને તે એ પકડીને બાઘાની જેમ ઊભો રહ્યો, ને પછી એ કાળજીથી સાચવી રાખ્યું, ને આખો દિવસ એની સુગંધ ને એનો સ્પર્શ એને કંઈક મસ્ત ને કંઈક અસ્વસ્થ બનાવતાં રહ્યાં.

ને દિવાળીની રજાઓ આવી, ને એ ઘેર ગયો, ને ટપાલમાં કેટલાક મિત્રોનાં

દિવાળીકાર્ડ મળ્યાં, ને તેની સાથે બીજું એક કાર્ડ પણ મળ્યું, ને તેના ઉપર મોકલનારનું સરનામું નહોતું ને અંદર સહી પણ નહોતી, ખાલી એક અક્ષર હતો, પણ એ કાર્ડ કોનું હતું એ તરત સમજાયું. પરબીડિયા ઉપર આટલી કાળજીથી ને મરોડથી પોતાનું નામ કોણે લખ્યું હતું એ સ્પષ્ટ જણાયું, અને અંદર એ એકાકી મૂળાક્ષર કોના નામનો સંકેત હતો એની ખાતરી આપોઆપ થઈ. પોતાનું સરનામું એણે કેમ શોધી કાઢ્યું હશે એની ખબર તો ન પડી, પણ એણે એવી દુષ્ટતા કરી હતી : ઘેર વહેમ જાય અને ખબર પડે કે આ કાર્ડ કોણે મોકલ્યું તો પોતે ભારે મુશ્કેલીમાં મુકાય, એવી દુષ્ટતા એણે કરી હતી. માટે એ ગુસ્સે થયો અને એ કાર્ડ ફાડીને ફેંકી દેવાની એને પ્રથમ વૃત્તિ થઈ.

પણ એ કાર્ડ સામાન્ય કાગળનું નહોતું, ચંદનનું હતું. એ થોડું ફાડીને ફેંકી દેવાય ? એટલે સાચવવું પડ્યું. સચવાયું. આખી રજાઓ દરમિયાન એ ચંદનનો ટુકડો, એ સુગંધનો કેફ ને એ એકાકી મૂળાક્ષર એના દિલને સતાવતાં રહ્યાં, રમાડતાં રહ્યાં.

✳

તે હજી વિચાર કરતો હતો કે આનો અર્થ શો, આનું પરિણામ શું ? તે કંઈ મૂર્ખ નહોતો એટલે આનો અર્થ એ છે કે એને મારે માટે પ્રેમ છે, અરે ખોટો મોહ છે એ તેનું મન બરાબર જાણતું હતું. વાતો કરવી નથી એટલે કાર્ડ ને સંકેત મોકલે. પ્રેમ શબ્દ એને મોંએ ન ઉચ્ચારાય એટલે એનું ભાષાંતર મીઠાઈ ને ગુલાબ ને ચંદનની ભાષામાં કરે. સંદેશ તો સ્પષ્ટ છે. અને ભાષા તો સ્ત્રીની છે એમ એ છોકરાનું મન કહેતું હતું, ચોખ્ખું કહેતું હતું.

પરંતુ દિલ પોતાના મનની એ વાત સ્વીકારવા હજી તૈયાર નહોતું. એનું આદર્શલક્ષી ને નિર્મલ દિલ પોકારી ઊઠતું હતું : શું સ્ત્રીઓ એવી હશે ? પ્રેમ ને લગ્ન જેવી પવિત્ર ને નાજુક બાબતમાં કોઈ તૈયારી વિના કે ઓળખાણ વિના કે વડીલોના આશીર્વાદ વિના કે પુરુષના યોગ્ય આમંત્રણ વિના પોતે સામે ચાલીને એવી ખોટી પહેલ કરતી હશે, અવિવેક ને નફટાઈ કરતી હશે ? શું ખરેખર એ લોકો આપણને મોહમાં નાખવાનો ને ફસાવી દેવાનો ધંધો કરતાં હશે ?

એટલે કે હવે કોઈ સ્ત્રીનો વિશ્વાસ ન કરાય, કોઈની વાત ન મનાય,

કોઈ છોકરીની પાસે પણ ન જવાય ? ના, ના એમ ન હોય. સ્ત્રીઓ એવી ન જ હોય. મારી ભૂલ હોવી જોઈએ. કોઈ ગેરસમજ હોવી જોઈએ, આ મારા અનુભવનો અર્થ ચોક્કસ બીજો કોઈ હોવો જોઈએ...

અને એની મૂંઝવણ વધતી ગઈ. હદ ઉપર આવી ગઈ.

✳

સ્ત્રીઓ એવી તો ન હોય. નથી હોતી. કૉલેજની યુવતીઓ પણ એવી નથી હોતી. સ્ત્રીઓ સારી હોય છે, શીલવાન હોય છે. પુરુષ માટે પ્રેરણા ને ચારિત્ર્યબળના સ્રોત હોય છે. સ્ત્રીઓ જ સંસ્કારનાં વાહન ને પવિત્રતાનાં તીર્થ હોય છે. અને એ માટે આખી માનવજાત એમની ઋણી છે.

પરંતુ...

સો સતીઓમાં જો એક વ્યભિચારિણી ઊગે, સો નૈતિક કુમારિકાઓમાં જો એક નિર્લજ્જ મોહિની આવે, સો વિવેકી કૉલેજ-કન્યાઓમાં જો એક અવિચારી પૂતળી ઊઠે – તો આખો સમાજ જોખમમાં મુકાય, ને સ્ત્રીઓ ઉપરનો વિશ્વાસ દુનિયામાં ઓછો થાય, ને આના જેવો એક નિર્દોષ નિખાલસ યુવાન વિનાશની કોરે આવી ઊભો રહે.

✳

મોહિની !

મારા એ દિલના દીકરાથી છેટાં રહેજો !

તમારી એ અઘટિત ચેષ્ટાઓથી જો એના નિર્મલ હૃદયને કલંક લગાડશો, જો એની પવિત્રતા ને નિખાલસતા ધૂળમાં મેળવશો, જો સ્ત્રીહૃદયનાં ખોટાં દર્શન કરાવીને સ્ત્રીમાત્ર ઉપરથી એનો વિશ્વાસ ઉડાડી મૂકશો –

તો તમારું પાપ સાત અવતારમાં પણ નહિ ધોવાય !

◆

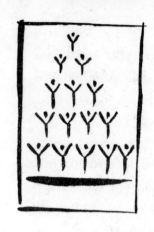

૧૮. એક શરતે

યુરોપના એક શહેરમાં હું ફરતો હતો. ટૅક્સી કરવી હતી એટલે એક બોલાવી. અંદર બેસતાં ધ્યાન ડ્રાઇવર ઉપર ગયું. તે સ્ત્રી હતી. સહેજ નવાઈ લાગી પણ જુદા દેશમાં કદી નવાઈનો ભાવ ન બતાવવો એ ગાંઠ મનમાં હતી એટલે ચૂપચાપ બેસી ગયો. ડ્રાઇવરે કુશળતાથી મોટર ચલાવી ને ભાડું લીધું. મને એક નવો અનુભવ થયો.

પછી વાળ કપાવવા હતા એટલે પુરુષોના વાળ કાપવાના એક સલૂનમાં ગયો. અંદર બેઠા હતા તો પુરુષો, પણ એમના વાળ કાપનાર સ્ત્રીઓ જ હતી. સહેજ રમૂજ પડી. પણ અંદર ગયા પછી ત્યાંથી ભડકવું એ યોગ્ય લાગ્યું નહિ – અને બીજાં સલૂનમાં પણ એ જ સ્થિતિ હશે ને મારા વાળ વધી ગયા હતા ને જેમ તેમ એ કપાવવા હતા એટલે હું પણ અંદર બેઠો. અને સ્ત્રીના હાથે વાળ કપાવવાનો નવો અનુભવ લીધો.

✳

થોડા દિવસ પછી પ્રસંગ લઈને ત્યાંનાં એક બહેનને મેં પ્રશ્ન કર્યો : ''અહીં તમે સ્ત્રીઓ પુરુષોનાં બધાં કામ પણ કરી શકો છો એ બાબતમાં તમારો શો અનુભવ છે, શો અભિપ્રાય છે ?''

એણે તરત કહ્યું : ''અમે બતાવ્યું છે કે પુરુષો કરે છે એ બધું અમે પણ કરી શકીએ છીએ, ને એ રીતે અમારી સમાનતા ને સ્વતંત્રતા સિદ્ધ કરી છે એ વાતનું અમને ગૌરવ ને સંતોષ છે.''

એવું એ બહેન બોલ્યાં, જોરથી બોલ્યાં, પણ જાણે અનેક વખત એમ

બોલ્યાં હોય એવી રીતે બોલ્યાં, જાણે ભાષણ કરતાં હોય એવી રીતે બોલ્યાં.

પછી થોભ્યાં. હું પણ ચૂપ રહ્યો. ને થોડી વાર રહીને એ ફરીથી બોલ્યાં, પણ હવે જુદા અવાજથી, ધીરેથી, અંતર્મુખ બનીને, જાણે પોતાની સાથે જ વાત કરતાં હોય એવી રીતે બોલ્યાં.

કહ્યું : "સાચું કહું, તો મને પોતાને એનો સંતોષ નથી, ગૌરવ નથી. કોણ જાણે કેમ, અમે ઘણું સિદ્ધ કર્યું, ઘણું પ્રાપ્ત કર્યું, પણ સાથે સાથે ઘણું ગુમાવી પણ નાખ્યું એમ મને લાગ્યા કરે છે. ખબર છે ? પુરુષો અમને પહેલાં માન આપતા હતા એટલું અત્યારે નથી આપતા. રસ્તો આપતા નથી, આગળ જવાનું કહેતા નથી, બેઠા હોય તો ઊઠીને અમને બેઠક આપતા નથી. એક શબ્દ પણ કહેતા નથી. એ લોકોનું પણ એમ કહેવું છે કે પહેલાં તો સ્ત્રીઓ મર્યાદામાં રહેતી એટલે એમને વિશેષ માન આપવા પુરુષો બંધાયેલા હતા; પણ હવે તો બરોબરી છે તો બધી જ રીતે બરોબરી થવા દઈએ. કોઈનો કોઈ વિશેષ અધિકાર નથી. કોઈને કોઈ વિશેષ માન નથી. અને મને તો એ બહુ સાલે છે. અમે ઘણું ઘણું મેળવ્યું છે એ વાત સાચી. પણ મને એમ લાગે છે કે એ મેળવતાં મેળવતાં અમે અમારું સ્ત્રીત્વ ખોઈ બેઠાં છીએ. અને એ નુકસાનનો સોદો છે."

એમ એ બહેન બોલ્યાં. પછી એ ફરીથી થોભ્યાં. ને હું ફરીથી ચૂપ રહ્યો. ને વાત પછી બીજે ચીલે ચડી. પણ મને બીજો એક નવો અનુભવ થઈ ચૂક્યો હતો.

*

એ અનુભવનો નિષ્કર્ષ કાઢવા મન પછી બેઠું.

સ્ત્રી નોકરી કરે એ ખોટું નથી. સારું છે. એને નોકરી કરવા દો. પોતાની આવડત સિદ્ધ કરવા દો, પોતાની શક્તિ અજમાવવા દો, પોતાની સ્વતંત્રતા સ્થાપવા દો. જરૂર એમ કરવા દો. ઘરની બહાર આવવા દો, ભણવા દો, ધંધો કરવા દો.

પણ એક શરતે, એક વિનંતીથી, એક પુણ્ય પ્રતિજ્ઞા લેવડાવીને : કે એ પોતાનું સ્ત્રીત્વ ખોઈ ન બેસે. એ સ્ત્રી મટી ન જાય. એ માતાનો આદર્શ મૂર્તિમંત કરતી રહે, એ દુનિયાને હૂંફ ને પ્રેરણા ને શરણ આપતી રહે. જો સ્ત્રી સ્ત્રી મટી જશે તો પુરુષ પણ પુરુષ મટી જશે અને દુનિયા જ દુનિયા મટી જશે.

જડ અમાનુષી વ્યક્તિઓની દુનિયામાં કોણ જીવે ?

એક શરતે ☆ ૮૧

સ્ત્રીને નોકરી કરવા દો જેથી એને ને સમાજને ખાતરી થાય કે તે એ કરી શકે, પોતાના પગ ઉપર ઊભી રહી શકે, જીવનનો સામનો કરી શકે.

પણ સ્ત્રીને નોકરી કરવાંની ફરજ ન પાડો, પોતાની સ્વતંત્રતા ને પોતાની પ્રતિષ્ઠા સિદ્ધ કરી આપવાના બહાને પણ એને એની ફરજ ન પાડો. સ્વતંત્રતા સિદ્ધ કરવા નોકરી કરવાની ફરજ પાડવી એ શું સ્વતંત્રતા કે ગુલામી ?

તે નોકરી કરી શકે એ ઘણું છે. જરૂર પડશે ત્યારે કરશે એ પણ સ્પષ્ટ છે. અને 'જરૂર પડશે' એમાં 'જરૂર' ફક્ત પૈસાની નહિ પણ અનુભવની કે વિકાસની કે સગવડની કે સ્વમાનની પણ હોઈ શકે. નોકરીમાં મહિનાના પગાર સિવાય બીજું ઘણું મળી શકે છે. નોકરી કરવાથી સ્ત્રીને તાલીમ, આત્મવિશ્વાસ, નવરાશનો ઉપયોગ, શિસ્તનું ઘડતર, સમાજનો ખ્યાલ – ઘણું ઘણું મળી શકે. કદાચ જિંદગીમાં ફરી નોકરીનું નામ જ ન લેવાની ઇચ્છા ને ખાતરી મળી શકે. ગમે તેમ હોય. એક કે બીજા સાચા કારણથી નોકરી જરૂરી લાગે. યોગ્ય લાગે, અનુકૂળ લાગે તો એ કરવાની છૂટ હોવી જોઈએ.

પણ નોકરી લેવાનું સાચું કારણ શું છે એ સંપૂર્ણ નિખાલસતાથી તપાસવું જોઈએ.

✳

કૉલેજની એક યુવતીને મેં એક વાર એમ કહેતી સાંભળેલી : ''હું પરણીશ ત્યારે મારા પતિની આગળ જ મારું સ્વતંત્ર વ્યક્તિત્વ સિદ્ધ કરવા હું નોકરી કરીશ.''

ને મને તરત કહેવાનું મન થયું કે, તમારા પતિની આગળ તમારું સ્વતંત્ર વ્યક્તિત્વ સ્થાપવા તમારે નોકરી કરવાની જરૂર પડશે તો તમારે ખરી સ્વતંત્રતા નથી અને ખરું વ્યક્તિત્વ પણ નથી એમ કહેવું પડશે.

સાચું વ્યક્તિત્વ હોય તો પોતાનો પ્રભાવ પાડવા કોઈ કૃત્રિમ સાધન કે કોઈ બહારના ઉપાયની એને જરૂર પડતી નથી. પોતાની મેળે જ એ પોતાનું સ્થાન મેળવે છે ને પ્રેમ ને માન સંપાદન કરે છે. નોકરી કર્યા વગર જો એ પોતાને ઘેર પોતાના પતિની આગળ યોગ્ય સ્થાન પ્રાપ્ત કરી ન શકે તો શંકા રહે છે કે નોકરી કરવાથી તે એ પ્રાપ્ત કરી શકશે કે કેમ; અથવા ચોખ્ખું કહીએ તો દુઃખની આગાહી સાથે ખાતરી થાય છે કે નોકરી કર્યા છતાં તે એ યોગ્ય સ્થાન પ્રાપ્ત કરી શકવાની નથી.

નોકરી કરવામાં કે ન કરવામાં મહત્ત્વ નથી.

પણ નોકરી કરવાનાં કે ન કરવાનાં કારણોમાં ઘણું મહત્ત્વ છે.

જો લાચારીથી સ્ત્રી નોકરી કરી ન શકે તો અનર્થ થયો. પણ જો કેવળ સ્વચ્છંદતાથી તે નોકરી કરે તો એથીયે ભારે અનર્થ થયો. નોકરીમાં જો પલાયનવૃત્તિ હોય, સાચી મુશ્કેલીનો સીધો સામનો કરવાને બદલે છટકી જવાની વૃત્તિ હોય, ઘેર ફાવતું નથી એટલે રોજ આટલા કલાક ઑફિસમાં જઈને રોજનું દુઃખ ભુલાવવાનો ખોટો પ્રયત્ન હોય, આ પતિની સાથે કાયમ માટે રહેવાશે કે કેમ એનો વિશ્વાસ નથી માટે છૂટાં પડીએ તો હું રખડી ન પડું એટલા માટે અત્યારથી નોકરી શરૂ કરું ને ચાલુ રાખું એ ખોટી સલામતીનો આગ્રહ હોય – તો નોકરી અશુભ. પણ જો નોકરીમાં અનુભવ લેવાની ઇચ્છા, આત્મવિશ્વાસ કેળવવાનો નિશ્ચય, શક્તિ અજમાવવાની જિજ્ઞાસા, સેવા કરવાની (સામાજિક કે બૌદ્ધિક, કાર્યમાં કે અભ્યાસમાં કે સંશોધનમાં, પણ પોતે સાચે જ આપી શકે એવી કોઈ યોગ્ય સેવા કરવાની) તમન્ના, અને વખતે ઘેર આર્થિક ભીડમાં મદદરૂપ બનવાની તૈયારી હોય – તો એ નોકરી શુભ.

આમ દ્વાર ખુલ્લાં.

રસ્તો સાફ.

સ્ત્રી બધું કરી શકે. નોકરી પણ કરી શકે. સમાજનો આશીર્વાદ છે. આધુનિક યુગની સિદ્ધિ છે. માનવજાતની પ્રગતિનું ચિહ્ન છે.

✳

પણ મૂળ વાત ઉપર પાછા....

પેલી શરત ને પેલી વિનંતી ને પેલી પ્રતિજ્ઞા.

નોકરી કરતાં કરતાં પણ સ્ત્રી સ્ત્રી રહે.

જેથી પુરુષ પણ પુરુષ રહે.

અને કુટુંબ કુટુંબ રહે.

અને... અને દુનિયા દુનિયા જ રહે.

◆

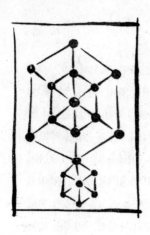

૧૯. મુક્ત વ્યવહાર

સાચે જ એમ લાગે છે ?

શું, સાચે જ એમ લાગે છે કે એ બરાબર છે ને એમાં કશું ખોટું નથી ને બધા એમ કરે તો સૌનું હિત થાય ? કોઈ દલીલ ચલાવવાનો આશય નથી, ને ચર્ચામાં ઊતરવાની ઇચ્છા નથી. ફક્ત મનની વાત જાણવી છે, હૃદયની સાચી સાક્ષી સાંભળવી છે. તમે એ વાત કરી એ સાચી લાગે છે ? એ અભિપ્રાય જણાવ્યો એ ખરેખર વિચારપૂર્વકનો અભિપ્રાય હતો ? જૂનાં બંધનો ખોટાં છે, બધાં તોડવાં જોઈએ, આ બાબતમાં દરેકને ફાવે તેમ કરવાની છૂટ હોવી જોઈએ એમ માનો છો ? એટલે કે ગમે તે તેની પાસે જાય, ગમે તેવું વર્તન કરે, લગ્ન પહેલાં-લગ્ન સિવાય પણ એવું વર્તન કરે તોય કશો વાંધો નથી એમ સાચા દિલથી માનો છો ? મુક્ત જાતીય વ્યવહાર ઇષ્ટ છે એમ ખરેખર માનો છો ?

નવા જમાનામાં ઘણી પ્રગતિ તો થઈ છે. અનેક ક્ષેત્રોમાં થઈ છે. વિજ્ઞાનમાં અને કલામાં, વિચારમાં અને સંશોધનમાં ઘણી પ્રગતિ થઈ છે. માનસશાસ્ત્ર અને સમાજશાસ્ત્ર દ્વારા માણસનું વર્તન કેવી રીતે ઘડાય છે એ વિષે આપણે ઘણું શીખ્યા છીએ; ક્યાં પૂર્વગ્રહ અને ક્યાં સાચો સિદ્ધાંત એનો વિવેક કરવાની દૃષ્ટિ સાંપડી છે. જૂનું એટલે સાચું, હંમેશાં એમ હતું એટલે હંમેશાં એમ રહેવું જોઈએ, બધા એમ કહેતા આવ્યા છે એટલે એમ જ કહેવું જોઈએ – એ દલીલ તૂટી છે. કોઈ પણ વસ્તુ નવેસરથી વિચારવાની વૃત્તિ ને હિંમત મળ્યાં છે. નવી મુક્તિ છે, ખરી સ્વતંત્રતા છે. પરંતુ હવે ઊંધી ચાલ પકડીને જૂનું એટલે ખોટું, પહેલાં એમ હતું એટલે જ અત્યારે એમ ન હોવું જોઈએ, બધા એમ કહે છે

એટલે આપણે ઊલટું જ કહીશું – એ વલણ લઈએ તો અનર્થ થશે. એ મુક્તિ નહિ, ગુલામી જ છે. એ પ્રગતિ નહિ, અંધાધૂંધી છે.

આપણે શીખ્યા છીએ કે માનવીનું જાતીય તંત્ર પણ મંગળ છે ને પવિત્ર છે. એનો હેતુ છે અને એનું ગૌરવ છે અને પહેલાં કરતાં એ આજે વધારે દેખાય છે અને સમજાય છે. જાતીય વ્યવસ્થા એ કુદરતનું દાન છે, એમાં કોઈ સૂગ નથી ને શરમ નથી, લગ્નમાં ખાલી વાસના ને લાચારી નહિ પણ પૂર્ણતા ને પૂરકતા ને ધન્યતા છે એ દૃષ્ટિ છે. અને એ દૃષ્ટિ સાચી છે ને એમાં પ્રગતિ છે. પૂર્વગ્રહો ને બંધનો ને ક્ષોભ ને ગ્રંથિઓ ગયાં એ સારું થયું. પણ એ ગયાં એટલે એમની સાથે બધું ગયું એમ નથી. પૂર્વગ્રહો ગયા પણ સિદ્ધાંતો રહ્યા, બંધનો ગયાં પણ મર્યાદા રહી, ક્ષોભ ગયો પણ વિવેક રહ્યો, ગ્રંથિ ગઈ પણ જવાબદારી રહી : એટલે કે રહેવી જ જોઈએ, ને નહિ તો પ્રગતિની અધોગતિ થાય ને કુદરતી વ્યવસ્થાને બદલે અરાજકતા આવે.

*

કેટલાંક બંધનો હતાં એ ખોટાં હતાં. કબૂલ. અને એ ગયાં. હાશ થઈ. પણ કેટલાંક બંધનો હતાં જે સાચાં હતાં, અને જો એ પણ જશે તો આધાર જશે ને મકાન તૂટી પડશે.

બાંધકામમાં જૂની શૈલી હતી, ને હવે નવી શૈલીઓ આવી. નવાં સાધનો, નવી સામગ્રી, નવી સગવડ. રીત બદલાઈ, ઘાટ બદલાયો, સ્થાન બદલાયું. ક્યાં પોળનો સાંકડો માળો, અને ક્યાં બગીચાની વચ્ચે ઍરકન્ડિશન્ડ બંગલો ! લગભગ બધું જુદું છે. નવી શૈલી છે, નવાં મકાનો છે. હા, નવાં છે. પણ મકાનો જ છે. અને મકાન તે મકાન. ને મકાનમાં છાપરું જોઈએ અને દીવાલો જોઈએ. એ હોય તો જ એ મકાન કહેવાય અને મકાનની ગરજ સારે, નહિ તો એ બીજું કંઈક હશે, પણ મકાન તો નહિ, શૈલી ગમે તેવી ને ઘાટ ગમે તેવો, ને ઈંટો-પથ્થર-ચૂનો-સિમેન્ટ ગમે તેવાં, પણ દીવાલ તે દીવાલ ને છાપરું તે છાપરું. એ જૂનામાં પણ જોઈએ અને નવામાં પણ જોઈએ – કારણ કે તે મકાનમાં જ જોઈએ, ને તે વિના એમાં ન રહેવાય ને ન જિવાય. ટેકો જોઈએ અને રક્ષણ જોઈએ. માથે છાપરું જોઈએ (અથવા ધાબું કે અગાશી કે છત, જે હોય તે, પણ ઉપરથી આચ્છાદાન તો ખરું) અને ચારે બાજુએ (કે પાંચ બાજુએ અથવા સાત બાજુએ – જેટલી હોય તેટલીએ) દીવાલ જોઈએ. એ જ મકાન કહેવાય.

એ જ મકાન કહેવાતું, ને આજે કહેવાય – ને કહેવાશે.

એ જ લગ્ન કહેવાય. શૈલી જુદી અને રીતે જુદી અને બંધનો જુદાં અને સંજોગો જુદા. પણ છાપરું તે છાપરું અને દીવાલ તે દીવાલ. તે જૂનામાં પણ હતાં અને નવામાં પણ છે. તે વિના મકાન ન થાય. તે વિના કુટુંબ ન ચાલે. તે વિના સમાજ ન બંધાય.

સ્ત્રી-પુરુષના સંબંધમાં, જાતીય વ્યવસ્થામાં અનેક વાતો છે જે બદલાઈ શકે અને બદલાતી જાય છે. રિવાજો ને શરતો ને વિગતો ને સ્વીકૃતિઓ. રંગો ને શૈલી ને છાપ ને દેખાવ, પ્રણ પાયો તે પાયો અને મૂળ તે મૂળ. એ નહિ બદલાય. શાશ્વત મૂલ્યો છે. હાર્દનું તત્ત્વ છે.

સમાજનું કેન્દ્ર કુટુંબ. કુટુંબ માટે સ્ત્રી-પુરુષની એકતા જોઈએ. અને એ એકતા માટે વફાદારી, સ્થિરતા, આત્મીયતા જોઈએ. વિશ્વાસ જોઈએ, એકનિષ્ઠા જોઈએ, કાયમી ગાંઠ જોઈએ. બીજાઓ એમ કહે છે એટલા માટે નહિ, ને પહેલાં એમ હતું એટલા માટે નહિ, પણ પાયાની વાત છે ને તે આજે પણ સાચી છે ને લોકો કહે કે ન કહે તોય સાચી છે ને નિત્ય છે એટલા માટે જોઈએ.

*

આ મુક્તિનો જમાનો છે. હોય તો સારું, કારણ કે મુક્તિ એ સૌનું ચરમ લક્ષ્ય છે, સૌ એને માટે તલસાટ રાખીએ છીએ, પ્રયત્ન કરીએ છીએ. માટે આ ભૌતિક જીવનમાં પણ મુક્તિના અણસારા આવે અને કંઈ ને કંઈ બાબતમાં એની ઝાંખી ને એનો અંશ દેખાય ત્યારે આપણું દિલ હરખાય. ફરવાની મુક્તિ ને બોલવાની મુક્તિ ને કામ કરવાની મુક્તિ ને વિચારવાની મુક્તિ ને પરીક્ષામાંથી મુક્તિ ને કરવેરામાંથી મુક્તિ. મુક્તિ શબ્દ જ ગમે છે. અને મુક્તિનો અનુભવ વિશેષ ગમે છે. મુક્ત વ્યવહાર ને મુક્ત વિકાસ, મુક્ત વાત ને મુક્ત વિચાર. એ દિશામાં પ્રગતિ છે. એ દિશામાં સિદ્ધિ છે.

પણ હવે એ 'મુક્તિ'ની પ્રતિષ્ઠા લઈને એના અયોગ્ય પ્રયોગો થાય ને એનો ખોટો લાભ પણ લેવાય. મુક્ત વાચન ને મુક્ત આચરણ ને મુક્ત પ્રેમ – ને મુક્ત જાતીય વ્યવહાર. જાણે 'મુક્ત'નું બિરુદ લગાડવાથી અયોગ્ય વસ્તુ યોગ્ય બની શકત અને અનિષ્ટ ઇષ્ટ બની જાત ! પણ શબ્દોનો ધર્મ હોય છે. કયો શબ્દ ક્યાં શોભે અને કોની જોડે બેસે એનું વ્યાકરણ છે, એનો જ્ઞાતિધર્મ છે. 'મુક્તિ'ની આબરૂ છે. એ કોઈની સાથે જાય તો એનો ગુણ ને એની કક્ષા

ને એની પવિત્રતા એના જેવાં જ જોઈએ. એ એમ હોય તો બંને શબ્દો દીપી ઊઠે, અને એમ ન હોય તો ભ્રષ્ટ પ્રયોગ થાય.

પ્રેમ કરવાની મુક્તિ? હા. પણ પ્રેમ જ. ચાળા નહિ.

સ્ત્રી-પુરુષની મુક્તિ? હા. સ્ત્રી-પુરુષની જ. પશુજાનવરની નહિ.

અને દુઃખની વાત એટલી જ કે જ્યારે મુક્ત પ્રેમ ને મુક્ત વ્યવહારની વાતો થાય ત્યારે બહુધા ખોટા પ્રેમ ને ખોટા વ્યવહારના અર્થમાં થાય. મુક્ત જાતીય વ્યવહાર. હા. પછી મુક્ત ખૂન ને મુક્ત જૂઠ ને મુક્ત લૂંટફાટ ને મુક્ત લાંચરુશવત કેમ નહિ? મુક્ત છે એટલે સારાં હશે ને! પણ ખોટા ચોપડા ઉપર ચાંલ્લો કરવાથી ખોટો હિસાબ સાચો નહિ બને; અને અયોગ્ય વર્તન આગળ 'મુક્ત' વિશેષણ લગાડવાથી દુષ્કૃત્યનું સુકૃત્ય બનતું નથી. ઊલટું, જે સારું કાર્ય હતું એને 'મુક્ત' બનાવવાથી ખરાબ પણ બની શકે છે. આરામ સારો છે. 'મુક્ત આરામ'? ગમે ત્યારે, ગમે તેટલો, ગમે તેવી રીતે આરામ શું સારો છે? આહાર લેવો જરૂરી છે. પણ 'મુક્ત આહાર'? ગમે ત્યારે ને ગમે તેટલું ને ગમે તે રીતે ખાવું એ પણ સારું છે? જાતીય સંબંધ પણ સારો છે ને શુભ છે ને કુદરતમાન્ય છે. પણ 'મુક્ત જાતીય સંબંધ'? ગમે ત્યારે ને ગમે તેની સાથે ને ગમે તે રીતે પણ એ સારો હશે?

મુક્ત જાતીય વ્યવહાર. પછી મુક્ત વાહનવ્યવહાર કેમ નહિ? એટલે કે જાહેર રસ્તા ઉપર ગમે તે બાજુએ જવાની છૂટ – અને ગમે તેની સાથે અથડાઈ જવાની છૂટ. મુક્ત વાહનવ્યવહાર એટલે મુક્ત અકસ્માત. ખરી વાત એ છે કે રસ્તા ઉપર વધારે ઝડપથી જઈ શકવા માટે જ નિયમો જોઈએ ને બંધનો જોઈએ. હા. અને ખરી વાત એ છે કે કુદરતનાં સાચાં સુખ માણવા માટે પણ નિયમો જોઈએ ને સંયમ જોઈએ ને વિવેક જોઈએ. મુક્ત જાતીય વ્યવહાર અને સાચો જાતીય આનંદ પણ નથી. એ દિશાએ તો અકસ્માત જ છે.

✳

નવા યુગમાં નવાં મૂલ્યો આવે. તેને દિલથી વધાવીએ. પણ નવાં મૂલ્યો આવે તે જૂનાંના અનુસંધાનમાં આવે. નવી પ્રગતિ થાય તે અત્યાર સુધીની થયેલી પ્રગતિને આધારે જ થાય. વિકાસ છે, ભંગ નહિ; ઉછેર છે, સ્ફોટ નહિ.

ભણવામાં નવું ગણિત આવે એ જૂનું ગણિત ખોટું હતું એટલા માટે નહિ, પણ એ જૂના ગણિતના આધારે જ આગળ જવાય ને નવું આવે એટલા માટે.

ખંડન નહિ પણ મંડન જ છે. ઝઘડો નહિ પણ સિદ્ધિ છે. ને જીવનમાં નવાં મૂલ્યો આવે એ જૂનાં મૂલ્યોના આધારે આગળ જવાય અને નવાં ને વધારે ઊંડાં ને સૂક્ષ્મ ને સાચાં મૂલ્યો આવે એટલા માટે આવે. વિચ્છેદ નહિ સંધાણ છે. તોડવાનું નહિ, બાંધવાનું છે.

લગ્ન ને દાંપત્ય ને જાતીયતા ને સંયમના ખ્યાલો હતા. એ જોયા, વિચાર્યા, ચકાસ્યા. એમાં ઘણું સારું હતું એ બધું લીધું ને સાચવ્યું. હવે એમાં અભ્યાસ ને અનુભવ ને નવી દૃષ્ટિ ને નવી સમજણ આવ્યાં. એમાં પણ ઘણું સારું છે તે લઈએ, ઘણું યોગ્ય જ છે તે સ્વીકારીએ. નવાં મૂલ્યો જરૂર લઈએ – પણ મૂલ્યો જ છે એની ખાતરી કરીને અને સાચાં મૂલ્યો હશે, તો જે સાચાં જૂનાં મૂલ્યો હતાં એની સાથે સુસંગત હશે, એનું એ ફળસ્વરૂપ હશે, એની પરંપરામાં આવશે.

દિલને પૂછીને કામ કરવાનું છે – પણ સાચા દિલને. સાચે જ એમ લાગે છે ? અંતરમાંથી જે જવાબ મળે એ સાચો રસ્તો બતાવશે.

✦

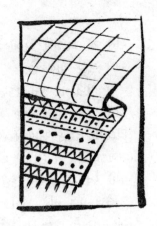

૨૦. સમાજ ક્રૂર છે

સમાજ ક્રૂર છે.

એક વાર એના ગુનેગાર બન્યા કે હંમેશને માટે એના ગુનેગાર રહ્યા. ભૂલ ગમે તેવી નાની, અને પ્રસંગ ગમે તેવો નજીવો પણ સમાજની આગળ વાત આવી એટલે કાયમને માટે સમાજની આગળ વાત રહી. એ ભૂલશે નહિ અને માફ કરશે નહિ. ભગવાન ભૂલનું પ્રાયશ્ચિત્ત સ્વીકારે છે. સમાજ સ્વીકારતો નથી. જેલના અધિકારી સજા પૂરી થાય પછી જવા દે છે. સમાજ જવા દેતો નથી. એક ભૂલથી હંમેશાં બદનામ. એક ગુનાથી હંમેશાં ગુનેગાર.

વિદ્યાર્થીનું એક વર્ષ બગડ્યું. એની ભૂલ હતી. એણે મહેનત નહોતી કરી, તૈયારી નહોતી કરી. પરીક્ષા આવી અને એ જેમ તેમ બેઠો, કંઈક લખ્યું, પણ પરિણામ આવ્યું ત્યારે એનો નંબર નહોતો અને આખું વર્ષ બગડ્યું. એની ભૂલ હતી અને એનું એ પરિણામ હતું. એને દુઃખ થયું, પસ્તાવો થયો. આંખો ઊઘડી અને નિર્ણય પણ થયો. હવે આવું ફરીથી નહિ થાય. જીવનનું ફરી એવું એક કીમતી વર્ષ બગડે એ હવે નહિ પાલવે. અને નિર્ણય સાચો હતો, જાગૃતિ સાચી હતી. પ્રાયશ્ચિત્ત તો પૂરું મળ્યું હતું. એક વર્ષ સુધી એ જ વર્ગમાં બેસવાનું અને એ જ પુસ્તકો વાંચવાનાં અને ફરીથી એ જ પરીક્ષા આપવાની. બધા મિત્રો અને દોસ્તો તો ઉપલા વર્ગમાં ગયા, અને તે એકલો રહ્યો અને નાના વિદ્યાર્થીઓની સાથે બેસવું પડ્યું. અને ઘરનું દુઃખ અને ખર્ચ અને શરમ તો વધારાનાં. પૂરી સજા હતી. અને એણે પૂરી ભોગવી. ફરીથી એ કોર્સનો અભ્યાસ કર્યો અને ફરીથી એ પરીક્ષા આપી. ને હવે સારું પરિણામ આવ્યું, અને સારી

રીતે એ આગળ ભણી રહ્યો છે. જૂનું પ્રકરણ બંધ થયું. હવે નવું ચાલે છે અને સારું ચાલે છે.

પણ ના, જૂનું પ્રકરણ બંધ નથી. બગડેલા વર્ષનું સ્મરણ ગયું નથી. અરે, એની વાતો પણ હજી ગઈ નથી. ગામમાં બધાં લોકો એને નાપાસ થયેલા વિદ્યાર્થી તરીકે ઓળખે છે. એ એનું ઓળખાણ છે, એનું બિરુદ છે. જેનું વર્ષ બગડ્યું હતું તે છોકરો એ આ. એ લક્ષણ છે. એ પ્રમાણપત્ર છે. એનાં બીજાં વર્ષો કેવાં ગયાં એનું કંઈ નહિ, એનું અત્યારનું કામ કેવું સારું ચાલે છે એનો ઉલ્લેખ પણ નહિ. એનું બગડેલું વર્ષ છેલ્લું સુધર્યું હતું, એક ભૂલથી જાગૃતિ આવી અને હાલ તો પહેલાં કરતાં અને બીજા ઘણાખરા વિદ્યાર્થીઓ કરતાં એની પ્રગતિ સારી છે એની કદર નહિ. બગડેલા વર્ષવાળો છોકરો તે આ. બસ, એ ન્યાય છે, એ ચુકાદો છે. એ અભ્યાસ પૂરો કરશે તોય બગડેલા વર્ષવાળો છોકરો રહેશે, અને પીએચ.ડી. થશે તોય બગડેલા વર્ષવાળો છોકરો રહેશે. સો વર્ષ સુધરે અને એક બગડે તોય સમાજની પાસે એ એક બગડેલા વર્ષનું સ્મરણ રહેશે.

*

એક છોકરાને એક વખત સિગારેટ પીતો જોયો એટલે એ સિગારેટ પીએ છે એવો અભિપ્રાય બંધાયો અને એવી જાહેરાત થઈ. પછી એ છોકરો કદી સિગારેટ ન પીવાની ભીષ્મપ્રતિજ્ઞા લે – અને પાળે – તોય લોકોની આગળ એ સિગારેટ પીનારો જ રહેશે. એક વખત એણે પીધી હતી ને ! એક યુવાનને એક વખત એક યુવતીની સાથે એકાંતમાં ફરતો જોયો એટલે એ છોકરીઓની સાથે એકાંતમાં ફરે છે એ ચુકાદો આવ્યો અને સંભળાવ્યો. પછી એ યુવાન જિંદગી સુધી બાળબ્રહ્મચારી રહે તોય એ છોકરીઓની સાથે જાય છે એ છાપ રહેશે. એક માણસને એક વખત ગાળ બોલતો સાંભળ્યો એટલે એ ગાળો બોલે છે એ પૂર્વગ્રહ બંધાયો. પછી એ સુધરે અને ધ્યાન રાખે અને ગાળો બોલવાનું સાવ છોડી દે તોય એ ગાળ બોલનારો છે એ એનું ચિત્ર રહેશે. સમાજ દોષ તરત જુએ છે, પણ દોષનો સુધારો જોતો નથી. ભૂલ જુએ છે, પણ ભૂલનું પ્રાયશ્ચિત્ત જોતો નથી. પાપ જુએ છે, શુદ્ધિ જોતો નથી.

*

સમાજ ક્રૂર છે.

અને એનું કારણ છે. સમાજ ક્રૂર છે કારણ કે એની પાસે બીજું શસ્ત્ર નથી. ન્યાય લાવવા અને સજા કરવા અને નીતિનિયમો રાખવા (અને સાચવવા) સમાજની પાસે (એટલે કે ગામના ને પોળના ને પાડોશના લોકોની પાસે) એ એક જ શસ્ત્ર છે. એની પાસે પોલીસ નથી ને અદાલત નથી ને જેલ નથી. એની પાસે જીભ જ છે. એની પાસે લોકોનું નામ, આબરૂ, પ્રતિષ્ઠા સાચવવાનું કે ધૂળમાં નાખવાનું સાધન છે. અને તે એ વાપરે છે. એની તક જોઈને, એનો લાભ લઈને, એનો અતિરેક કરીને, એનો લહાવો માણીને એ વાપરે છે. લોકો આડે માર્ગે જાય ત્યારે એમના ઉપર દબાણ લાવવા, સજા કરવા – અને વેર લેવા ને દ્વેષ બતાવવા તે એ વાપરે છે. એમાં બહારથી ધર્મ સાચવવાનો ઓપ હોય છે, જ્યારે અંદર ખાલી ઈર્ષ્યા છે અને વૈમનસ્ય છે.

છોકરો છોકરીની સાથે એકાંતમાં ગયો. છોકરીની સાથે એકાંતમાં જાય તો અનીતિ થવાનો સંભવ છે, માટે સમાજની ફરજ છે કે અનર્થ રોકે. એ રોકવા માટે સમાજની પાસે ફક્ત લોકલાજનું સાધન છે. તે એ છોકરા અને છોકરીની આસપાસ એવું વાતાવરણ ઊભું કરશે કે એમને ફરીથી એકાંતમાં સાથે ફરવાનું નામ જ લેવાનું ન સૂઝે. તે એમની બદનામી કરશે, એમની આબરૂ રોળી નાખશે, અને એ ધર્મને નામે કરશે, સદાચારની સેવામાં કરશે. પણ ઊંડેઊંડે, ભાન સાથે કે ભાન વિના એમાં દ્વેષ હશે, અદેખાઈ હશે, બીજાને તોડી પાડવાનો રાક્ષસી આનંદ હશે. બીજાની નિંદા કરી શકાય, અને ધર્મને નામે કરી શકાય એથી સારી સગવડ શી ? નિંદાનો આનંદ અને ધર્મનું પુણ્ય. પડોશીને હલકો પાડવાનો સંતોષ, અને એમાં સદાચારનું રક્ષણ કર્યાનું ગૌરવ. ભારે સગવડ છે. હા. અને ભારે ઢોંગ છે.

સમાજની પાસે એ શસ્ત્ર છે. અને તેથી તે વાપરશે. વાપરતો રહેશે. તે દોષ જલદી જોશે અને જાહેર કરશે – અને દોષનો સુધારો સ્વીકારવાની ના પાડશે. તે એ સુધારો સ્વીકારે તો એનું વર્ચસ ક્યાં જાય, એનું માન ક્યાં રહે ? માટે એની એ રીત રહેશે. એનો એ જુલમ ચાલશે. સમાજ ક્રૂર છે અને ક્રૂર રહેશે.

✳

અને એ ઉપરથી પેલા છોકરાને ને આપણને સૌને એક સલાહ ખરી, કે સમાજનો કોઈ ગુનો કરતાં પહેલાં સમાજનું એ વેર પણ ગણતરીમાં રાખીએ.

"હું એ છોકરીની સાથે જાઉં એમાં સમાજનું શું બગડ્યું ?" એમ એ છોકરો રોષથી કહે છે. હવે સમાજનું શું બગડશે એ સમાજ જાણે, પણ તમારું તો ઘણું બગડશે એ વાત ચોક્કસ, અને એ વાત તમને ગમે કે ન ગમે, યોગ્ય લાગે કે ન લાગે, પણ એ છોકરીની સાથે જવા કે નહિ જવાનો નિર્ણય લેતી વખતે એ વાત તમારે ધ્યાનમાં રાખવી જોઈએ અને એનાં પરિણામ વિચારવાં જોઈએ એ ફરજ ખરી... અને કદાચ એ વિચારથી અને એ ખ્યાલથી તમે ખોટું કરતા અટકી જશો. કદાચ તમે ખરેખર ખોટે માર્ગે હતા અને ભાન વિના પણ એમાં આગળ વધતા હતા – અને સમાજના વિચારે તમને રોક્યા. એટલે ઉપકાર થયો. ને કોઈ વાર સાચો રસ્તો તો દેખાશે, પણ એમાં ચાલવાનું જોર ઓછું થશે અને પગ ઢીલા થશે – અને ત્યારે પણ ફરજના વિચારથી નહિ તો સમાજના અને એના દંડના વિચારથી ફરીથી જોર આવશે અને આગેકૂચ ચાલુ રહેશે. એટલે પાછો ઉપકાર થશે. આટલો લાભ લઈએ. સમાજનો ઇરાદો શો છે એ જવા દઈએ, પણ સમાજના વલણથી ને દબાણથી ને ભયથી આપણને દૃઢતા મળતી હોય તો જરૂર એની સેવા લઈએ. સમાજની એ સંદિગ્ધ પ્રવૃત્તિમાં ધર્મનું રક્ષણ કરવાનો હેતુ હતો... સાચો કે ખોટો, પૂરો કે અધૂરો, પણ એ હેતુ હતો. હવે એ હેતુ પાર પાડવા જો સમાજનો આગ્રહ આપણને જોર આપે તો જરૂર એનો ઉપકાર માનીએ. આપણા જીવનમાં ધર્મનું રક્ષણ કરવા સમાજનો ટેકો લેવો પડે તો જરૂર લઈએ. ચોરી ન કરવા જો પ્રમાણિકતાના સંસ્કારો પૂરતા ન હોય તો જેલનો વિચાર મદદરૂપ બની શકે.

*

સમાજ ક્રૂર છે.

પણ સમાજની સાથે આપણે ક્રૂર ન બનીએ. આપણે ભૂલ માટે દંડ ન કરીએ, અપરાધને લીધે કોઈનું નામ બદનામ ન કરીએ, પતિતનો બહિષ્કાર ન કરીએ, પાપનું પ્રાયશ્ચિત્ત સ્વીકારીએ. ગુનો તે ગુનો અને પાપ તે પાપ. કાર્ય નિંદ્ય અને કામ બૂરું. પરંતુ માણસ તે માણસ, અને એનામાં જેમ ખોટું કરવાની વૃત્તિ હતી તેમ હવે સારું કરવાની પણ શક્તિ છે. એની ભૂલ પછી પણ એને તક આપીએ. પૂરી અને નિખાલસ તક આપીએ. એક ભૂલ પછી જો કાયમ માટે એની આગળ રસ્તો બંધ કરીએ તો એ ખરેખર નિરાશ થશે અને આડે રસ્તે જશે. માટે રસ્તો ખુલ્લો મૂકીએ. મન મોકળું રાખીએ. એ સુધરે અને ખોટાં

કાર્યો છોડે અને સારું વર્તન આદરે તો જરૂર એને કોઈ વહેમ વિના અને કોઈ વસવસા વિના સ્વીકારીએ. ભૂતકાળ તે ભૂતકાળ. ભુલાઈ ગયો અને દટાઈ ગયો. હવે નવી તક અને નવું જીવન. એવું વલણ તે આપણામાં જોશે તો એનો લાભ લેવા એ જરૂર પ્રેરાઈ જશે. એને ક્યાં ગુનામાં હવે રહેવું હતું ! સમાજનો વહેમ એને હવે ત્યાં રાખતો હતો !

માટે ઉદાર બનીએ. અને પેલો બગડેલા વર્ષવાળો વિદ્યાર્થી આ વર્ષે પરીક્ષામાં ફર્સ્ટ ક્લાસ લાવશે ત્યારે એને પૂરા દિલથી, સાચી લાગણીથી, એને પોતાનો જૂનો કડવો અનુભવ ભુલાવી દે એ સહજ ઉમળકાથી અભિનંદન આપીએ.

◆

૨૧. મેં જમાનો જોયો છે

"તું ઊંચો-નીચો ન થા અને મારી વાત માની લે. તારું ડહાપણ જવા દે અને તારાં સ્વપ્ન બંધ કર, તું નાનો છે એટલે આમ બોલે છે, પણ મેં જમાનો જોયો છે, અને એ સ્વપ્નોનું શું થાય અને એ ડહાપણથી શું મળે એ પણ બરાબર જોયું છે. એટલે કહું છું કે આ બધી વાત જવા દે અને બધા કરે તેમ તું કર, અને સમાજ-સુધારણા અને દુનિયાનો ઉદ્ધાર કરવાના તરંગો છોડી દે. જરા ડાહ્યો થઈને શાંત થા. અને નહિ તો પસ્તાઈ જઈશ. વડીલની સલાહ જોઈતી હતી તો એ ચોખ્ખી ને સાફ આપી – તારા ભલાની ખાતર."

એ ઉત્સાહી યુવાને વડીલોની સલાહ માગી હતી. એના દિલમાં ધગશ હતી. કંઈક તમન્ના હતી. અને તેથી એણે કલ્પનાઓ દોડાવી હતી, યોજનાઓ ઘડી હતી, અને બીજા યુવાનોની સાથે ચર્ચા કરી હતી. એને પોતાનો પૂરો વિશ્વાસ નહોતો એટલે જેમની પાસે અનુભવ હતો અને વિવેક હતો એવા વડીલોની પાસે જઈને માર્ગદર્શન અને સલાહ માગ્યાં હતાં. એને પ્રોત્સાહન જોઈતું હતું અને વ્યવહારુ દૃષ્ટિ જોઈતી હતી. એની આશા હતી કે વડીલોની પાસેથી એ મળશે. પણ હકીકતમાં બીજું કંઈક મળ્યું. સાવ ઊંધું. પ્રોત્સાહન નહિ પણ નિરાશા, માર્ગદર્શન નહિ પણ રુકાવટ. છોડી દો, જવા દો, બેસી જાઓ. આ ખાલી સ્વપ્નો છે. વાસ્તવિકતા જુદી છે. મોટા થશો ત્યારે ખબર પડશે. માટે પાછળથી નિરાશ થવાને બદલે અત્યારથી હકીકત જાણો અને વ્યવહારુ બનો. એ સૌના લાભમાં છે અને તેથી એ સલાહ હતી – એ સ્વપ્નોનું ખંડન હતું.

એવા વડીલોની સામે રોષ છે. શું તેઓ યુવાન માણસને ઓળખતા નથી ? એના દિલને શું જોઈએ છે એ જાણતા નથી ? અથવા તો પોતે જીવનમાં નિષ્ફળ થયા છે એટલે હવે બીજાઓને પણ નિષ્ફળ બનાવવા છે ? પોતાનાં સ્વપ્નો ન ફળ્યાં એટલે બીજાઓનાં સ્વપ્નો ચિમળાવવાં છે ? પોતાની આશા ને કલ્પનાઓ ખોટી પડી એટલે હવે બીજાઓની આશા ને કલ્પનાઓ મૂળથી ઉખેડવી છે ? પોતે ન ફાવ્યા તો બીજાને કેમ ફાવવા દે ? પોતે હાર્યા તો બીજાને કેમ જીતવા દે ? ખાલી ઈર્ષ્યા છે અને દ્વેષ છે અને માનવજાત ઉપર વેર છે – અને એ અનુભવના નામે અને માર્ગદર્શનને બહાને અને વડીલને મોંએ ! અવળી સલાહ કહેવાય. ઘાતક સૂચના કહેવાય.

યુવાનને વાસ્તવિકતાનો પૂરો ખ્યાલ નથી એટલે થોડી શિખામણ આપવી પડશે, થોડો વ્યવહારુ ઉપદેશ આપવો પડશે. શૌર્યની સાથે ધીરજ, અને ઉત્સાહની સાથે વિવેક કેવી રીતે આવે એ એને બતાવવું જોઈએ. સ્વપ્નો ચલાવે પણ પગ ધરતી ઉપર રાખે એવી તાલીમ એને આપવી જોઈએ. પણ બંને વાત સાચવીને જ : પગ નીચે અને માથું ઊંચું. મક્કમ પગલાં અને લાંબી નજર. સ્વપ્નો અને વ્યવહાર. ખાલી ધરતી પર પગ રાખવાથી ક્યાંય પણ ન જવાય. પગ તો ચલાંવવા જોઈએ, પણ એ ચલાવવા માટે ક્ષિતિજ પર નજર રાખવી જોઈએ.

*

યુવાન માણસ સ્વપ્નોનો અધિકારી છે. એ સ્વપ્ન ન ચલાવે તો બીજું શું કરે ? અને આજે સ્વપ્ન ન ચલાવે તો કાલે કેમ જીવશે ? આ સ્વપ્નોનો કાળ છે, આ કલ્પનાનું મંગળ મુહૂર્ત છે. અને આજે તે આ કલ્પનાને પાંખો ન આપે તો કાલે એનું જીવન પાંગળું રહેશે. નિશાન ઊંચું હોય તો તીર દૂર જશે, પણ નિશાન જો પગ સામે જ તાક્યું હોય તો તીર અમસ્તું હાથમાંથી નીચે પડી જશે. એ તીર હવામાં ન ઊડે. અને એ યુવાન પણ જીવનમાં નહિ ઊડે.

એ બધાં સ્વપ્ન સાચાં પડવાનાં નથી એ તો આપણે જાણીએ છીએ. એ યુવાન માણસ પણ એ જાણે છે. પણ શું બધાં સ્વપ્ન સાચાં પડવાનાં નથી એટલે બધાં છોડીએ ? બધી કલ્પનાઓ સિદ્ધ થવાની નથી એટલે બધી બંધ કરીએ ? વૃક્ષ તો જાણે છે કે એનાં ફૂલોમાં પેદા થતો પરાગ ઘણોખરો તો

નકામો જવાનો છે, અને એનાં ફળોમાં ઊગતાં બીજ પણ ઘણાંખરાં ફૂટ્યા વગર સુકાઈ જવાનાં છે, તો શું એ ફૂલો ઉત્પન્ન કરવાનું માંડી વાળે છે, ફળ પકવવાનું બંધ રાખે છે ? નહિ. વૃક્ષને શ્રદ્ધા છે કે અબજો રજકણમાંથી એક પરાગરજ ફળશે અને હજારો બીજમાંથી એક બીજ સારી જમીનમાં પડશે અને પાણી આવશે અને ફણગો ફૂટશે અને પોતા જેવું એક નવું વૃક્ષ ધરતી ઉપર ઊભું થશે. એ શ્રદ્ધા છે. એ અનુભવ છે. અને તેથી મોસમે મોસમે વૃક્ષ નવાં નવાં ફૂલ અને ફળ લાવે છે. ઉદારતાથી લાવે છે. કરકસર કર્યા વગર લાવે છે. ફૂલો તો વૃક્ષનાં સ્વપ્નો છે, એ જો બંધ કરે તો પોતાનો વંશ જ બંધ રહેશે.

✳

યુવાનનાં સ્વપ્નોના ઘણા દુશ્મનો છે. દુનિયા સામે થશે અને સમાજ સામે થશે અને વાસ્તવિકતા સામે થશે અને હરીફો સામે થશે. એનાં સ્વપ્નો ખોટાં પાડવા અનેક પરિબળો જોર કરશે. પણ એ સ્વપ્નોના સૌથી પ્રખર દુશ્મન એ યુવાન માણસના વડીલો છે : એમનો કટાક્ષ અને એમની કડવાશ, જીવન માટે એમની નિરાશા અને કાર્યને માટે એમની ઉદાસીનતા. ''તમને હજી વાર છે; મોટા થશો ત્યારે ખબર પડશે... અમે જમાનો જોયો છે; તમે જેમ વહેલા ઊતરી પડો તેમ સારું...'' એ કટાક્ષનાં વચનો ઘાતક છે, અને યુવાન માણસનો ઉત્સાહ તે મારી નાખે છે.

જોકે એ યુવાન માણસનો ઉત્સાહ તો બેસી ગયો નહોતો. એ વડીલોની પાસે ગયો હતો, સલાહ અને માર્ગદર્શનની શોધમાં ગયો હતો, અને એને ફક્ત નિરુત્સાહનો બોધ મળ્યો હતો, તોય એ નિરાશ થયો નહોતો. એ વડીલોને માટે એને માન હતું (એટલા માટે એ એમની પાસે ગયો હતો) પણ પોતાના દિલને માટે પણ એને માન હતું, અને શ્રદ્ધા હતી કે એ નિરાશાજનક સલાહ છતાં પોતાના દિલની વાત સાચી હશે અને ઉત્સાહ સાચો હશે. અને મેં પણ એને એ જ વાત કહી. એનું દિલ સાચું હતું, અને પેલી સલાહ ખોટી હતી. મારી યુવાનીમાં ઘણાં સ્વપ્ન હતાં, એ યુવાનના મનમાં હતાં એથીયે વધારે હતાં, અને એ બધાં સ્વપ્ન સાચાં પડ્યાં છે, અરે, કલ્પના પણ નહોતી એવી રીતે સાચાં પડ્યાં છે. આ ખાલી ઉત્સાહ ચડાવવા અને સારું લગાડવા તો મેં કહ્યું નહિ, પણ કૃતાર્થતાથી સાક્ષી પૂરીને અને યુવાન માણસની આગળ જીવનનો અનુભવ ટાંકીને કહ્યું. જીવનમાં કસોટી થાય છે, દુઃખ પડે છે, નિરાશા મળે છે; પરંતુ

શ્રદ્ધા હશે અને મહેનત હશે (અને સ્વપ્નો હશે) તો આખરે સંતોષ મળે, વિજય મળે, ધાર્યા કરતાં વધારે સફળતા મળે. અને સાચી વાત સાંભળીને એ યુવાન માણસનો ચહેરો ફરીથી પ્રફુલ્લિત થયો.

*

નિંદા કરવી એ પાપ છે. અને જીવનની નિંદા કરવી એ મોટામાં મોટું પાપ છે. કોઈ માણસ વિશે જે સારી વાતો કરી શકાય એ જરૂર કરીએ, અને જો એનું કશું સારું ન હોય તો ચૂપ રહીએ એ ન્યાય છે. તો જીવન માટે પણ એમ જ કરીએ. એના વિશે જે જે કંઈ સારું કહી શકાય (અને મમતાથી વિચાર કરીશું તો આપણા જીવનમાં અને બીજાઓના જીવનમાં પણ એવું ઘણું ઘણું છે) એ બધું ખુશીથી અને આનંદથી અને કૃતજ્ઞતાથી કહીએ. અને લાંબા જીવનમાં જે કાંઈ અપ્રિય પ્રસંગો હતા. કડવા અનુભવ હતા, નિરાશાના ગાળા હતા એ વિવેકથી અને સંયમથી ખ્યાલમાં રાખીએ, પણ જાહેર તો એમ ને એમ ન કરીએ.

જેની તેની આગળ, અને વિશેષ કરીને તો જીવનના યુવાન ઉમેદવારોની આગળ, એ ઊતરતી વાતો ન કરી શકાય. જીવનમાં જોખમ છે અને દુઃખ છે અને કસોટી છે એ જરૂર કહીએ અને સમજાવીએ; પણ સરવાળો તો આનંદનો અને ઉત્સાહનો અને શ્રદ્ધાનો જોઈએ. જે વડીલ યુવાન લોકોની આગળ ફક્ત જીવનનું અપ્રિય પાસું મૂકે છે એમને જીવનની બદનક્ષીના આરોપ સાથે અદાલતમાં રજૂ કરવા જોઈતા હતા, અને એમને શિક્ષા કરવી જોઈતી હતી.

*

"અમે જમાનો જોયો છે."

અમે પણ જોયો છે. જેટલો એ હતાશ વડીલોએ જોયો છે તેટલો જોયો છે, અને હતાશ થયા નથી. અને થવાના પણ નથી. અને પેલા પ્રિય યુવાનોને તો હતાશ થવા દેવાના નથી. લોકો નિંદાની વાત તરત માને, પ્રશંસાની વાત જલદી ન માને એ દુઃખ છે. માટે એ નિરાશાની વાતો સાંભળીને એ યુવાનો પણ નિરાશ થશે એ જોખમ છે. પણ વાતોની સાથે જીવન વિશે (કળિયુગમાંના જીવન વિશે પણ !) સારી અને ઉત્સાહી અને આશાવાદી વાતો સાંભળશે ત્યારે કંઈ નહિ તો બંને પક્ષ જોઈને અનુભવથી અને નિરીક્ષણથી સાચો પક્ષ નક્કી

કરવાનો વિવેક કરશે.

પેલા યુવાનની આગળ છેલ્લે પડકાર મેં એ મૂક્યો : એ વડીલોની વાત હતી. હવે આ બીજી જાતની વાત હતી. એકમાં જીવનનો અવિશ્વાસ. બીજીમાં જીવનની કદર. હવે કોઈ દલીલથી નહિ કે તર્કથી નહિ અથવા ચર્ચાથી નહિ, પણ પોતે જીવનમાં સફળતા લાવીને, દુઃખ છતાં આનંદ મેળવીને, કસોટીમાં સફળતા લાવીને, એ આગળ ઉપર બીજા યુવાનોને કહી શકે કે, "મેં જમાનો જોયો છે... અને સારો છે."

✦

૨૨. દિલનો અજંપો

જમ્યા પછી હું મારા રૂમ પર જતો હતો. બપોરનો તાપ હતો એટલે થોડો આરામ કરવાનો વિચાર હતો. મકાનમાં કંઈક કામ ચાલતું હતું, અને એ કામ કરનારા બે-ત્રણ મજૂરો પણ બપોરના તાપને માન આપીને ટિફિનનું ભોજન કર્યા પછી લાંબા પડ્યા હતા અને આરામ કરતા હતા. એમાંનો એક બરાબર મારા રૂમના બારણાની આગળ લાંબો થઈને સૂતો હતો. એને કોઈ સ્પર્શ કે વિક્ષેપ ન થાય એ કાળજીથી મેં તાળું ખોલ્યું. અને બરાબર સાચવીને, એના ઉપર થઈને હું ધીરેથી અંદર ગયો. પછી અંદરથી બારણું બંધ કર્યું, અને સૂવાનો વિચાર કર્યો.

પણ મનમાં બીજો વિચાર હતો. મનમાં મારા રૂમની બહાર સૂતેલા અને ઊંઘી ગયેલા મજૂરનો વિચાર હતો. બારણું બંધ હતું. પણ એનું ચિત્ર તો મનની આગળ હતું. અને એ ચિત્ર જોઈ જોઈને મનમાં અનેક જાતના વિચારો આવવા લાગ્યા.

*

એક રીતે તો એની અદેખાઈ આવી. એ નિરાંતે ઊંઘતો હતો. નીચે સૂઈને, કંઈ ઓઢ્યા-પાથર્યા વગર, માથાની નીચે હાથ મૂકીને ઊંઘતો હતો. વળી લોકો આવે, જાય, અવાજ થાય, ન થાય – એની પરવા કર્યા વગર તે ઊંઘતો હતો. મને તો પથારી ન હોય અને ઓશીકું (નરમ) ન હોય અને કંઈક ઓઢવાનું ન હોય તો ઊંઘ જ ન આવે. અને બહાર અવાજ થાય તો ઊંઘ ઊડી જાય. એ મજૂરના મનમાં હાલ કોઈ ચિંતા નહોતી એટલે એ નિરાંતે ઊંઘી શકતો.

એની પાસે કોઈ કીમતી વસ્તુ નહોતી કે ચોરની બીક લાગે, કોઈ અગત્યનું કામ કરવાનું નહોતું કે ઉતાવળ ને ચિંતા થાય. સવારે કામ કર્યું હતું અને બપોરે કરશે, અને જેટલું થાય તેટલું થશે, અને આજે ન થાય તે કાલે થશે એટલે ચિંતા નથી, અને નિરાંતે ઊંઘી શકાય. કોઈ ઘેનની ગોળીઓ લેવાની જરૂર નથી. કોઈ ખાસ તૈયારી કરવાની જરૂર નથી. જ્યાં છે ત્યાં સૂઈ જાય અને ઊંઘ આવે. એટલે મારા કરતાં એ વધારે સ્વતંત્ર છે, કારણ કે એને ઓછી વસ્તુઓની જરૂર છે. ઊંઘ તો કુદરતનું વરદાન છે, માટે એના ઉપર કુદરતની વિશેષ કૃપા છે એ ફલિત થયું. એટલે એ રીતે થોડી અદેખાઈ તો આવી. સાદાઈનો આશીર્વાદ હતો. ગરીબાઈની મુક્તિ હતી.

પણ એથી મનને સંતોષ ન થયો, એની સાદાઈ સાચી, અને એની ગરીબાઈ આશીર્વાદરૂપ, પણ એ તો હું સારી સગવડભરી રૂમમાં બેસીને અને સારું ભોજન જમી આવીને કહું છું. એને માટે એ સાદાઈ અને એ ગરીબાઈ તો ફરજિયાત છે, બંધનરૂપ છે. એ એણે પસંદ કર્યાં નથી, સહન કરવાં પડે છે. એનું ટિફિન મેં જોયું છે. એનાથી એક નાના છોકરાને પણ પૂરું ન પડે. અને એ લઈને એને આખો દિવસ મજૂરી કરવી પડે છે. એની પાસે કશું નથી એ એનું સદ્‌ભાગ્ય નથી, લાચારી છે. એ ગરીબ છે, એની પાસે કશું નથી. એ મારા રૂમની બહાર સૂતો છે, અને હું અંદર બેઠો છું. મારી પાસે ઘણું છે, કંઈ નહિ તો જોઈએ એટલું બધું છે. ખુશી જીવન છે, આરામ છે. પછી દિલમાં શાંતિ કેમ રહે ?

*

દિલમાં અજંપો છે. સાદાઈ માટે પહેલેથી જ તો આકર્ષણ છે. સાધના માટે ત્યાગ જોઈએ, આધ્યાત્મિકતા માટે અપરિગ્રહ જોઈએ એ ખબર છે એટલે એ પ્રયત્ન પણ છે. ઓછું લઈને જીવવું, ઓછી જરૂરિયાતો, ઓછો ખર્ચ. પૈસાનો વ્યવહાર નહિ, સંગ્રહ કરવાની વૃત્તિ નહિ. અને તોય અનેક ચીજો વળગી જાય, ટેવો પડી જાય. આ જોઈએ છે, અને તે વિના ન ચાલે. આખરે આપણે કામ કરવાનું છે ને ! આપણે ક્યાં વૈરાગી બાવા છીએ કે એક લંગોટી ને એક દંડ લઈને ફરીએ ! કૉલેજમાં ભણાવવાનું છે એટલે કપડાં જોઈએ અને પુસ્તકો જોઈએ, અને પુસ્તકો રાખવા માટે કબાટ જોઈએ, અને કબાટને માટે રૂમ જોઈએ, અને રૂમમાં થોડી વ્યવસ્થા જોઈએ ને થોડી સગવડ જોઈએ એટલે નાનકડો

સંસાર બંધાય અને પરિગ્રહ જામે. સાદાઈનો આદર્શ છે. થોડોક અમલ છે. ઘણી ખામીઓ છે. માટે દિલને અજંપો રહે છે. સાધનાને પંથે જેમ સામાન ઓછો તેમ જલદી આગળ વધી જવાય એ સિદ્ધાંત છે. એ અનુભવ છે. અને તેથી જીવન બને તેમ સાદું બનાવવા સતત જાગૃતિ છે અને પ્રયત્ન છે. પણ બીજું કારણ પણ છે. આધ્યાત્મિક સાધના અને અંગત પ્રગતિ ઉપરાંત જીવનમાં સાદાઈ અને સરળતા લાવવા માટે બીજું કારણ પણ છે. અને એ પણ તાકીદનું અને અગત્યનું છે. એ કારણ તો મારા રૂમની આગળ સૂતેલો એ અકિંચન મજૂર છે. ગરીબ લોકો છે. દુનિયાની આર્થિક વિષમતા છે.

ધર્મનો સંદેશ દયાનો અને સેવાનો છે, પ્રેમનો અને એકતાનો છે. બધા માણસો ભાઈઓ અને બધા સમાન. બધા એક જ કુળના અને એક જ કુટુંબના. હા. પણ પછી એક મહેલમાં અને એક ઝૂંપડીમાં, એક મિલનો માલિક અને એક મિલનો મજૂર, એક ધરાઈને ખાય અને બીજો ભૂખે મરે. પછી ભાઈઓ કેવા ? અને ધર્મ કેવો ?

બધા એકસરખા હોવા જોઈએ એમ તો નથી. કંઈક ઊંચે, કંઈક નીચે; કંઈક મોટા, કંઈક નાના. બધા અવયવો સરખા હોય તો દેહ નહિ થાય. બધાં પાત્રો સરખાં હોય તો કથાવસ્તુ નહિ જામે, અમુક ભિન્નતા જોઈએ, અમુક ફેર જોઈએ. અને રહેશે. પણ આટલો ફેર તો નહિ. આટલું અંતર તો નહિ. એક પગથી ઉપર સૂઈ જાય અને બીજો પંખાની નીચે સુંવાળી પથારીમાં સૂઈ જાય એમ તો નહિ. એક અભણ રહે અને બીજો પરદેશ અભ્યાસ કરવા જાય એમ પણ નહિ. વિષમતા છે એ મટાડવાની છે. અન્યાય છે એ દૂર કરવાનો છે.

*

મારા વર્ગમાં તો થોડા કરોડપતિઓના દીકરાઓ બેઠા છે. કેટલાક હશે. ગરીબ છોકરાઓ પણ છે, અને પૈસાદારના દીકરાઓ પણ છે. એમને હમણાં જઈને ભણાવવાનું થશે. ફરીથી મારા રૂમની આગળ સૂતેલા એ મજૂરના ઉપર થઈ ને હમણાં એ છોકરાઓને ભણાવવા વર્ગમાં જવાનું થશે. ભણાવવાનું તો ગણિત છે અને ગણિત બધાને માટે સરખું છે. એટલે હું આંખ આડા કાન કરી શકું, અને આગળ કોણ કોણ બેઠા છે એ તરફ ધ્યાન આપ્યા વગર નિર્લેપ ભાવે ગણિતનો પાઠ ચલાવી શકું અને એમાં મેં મારી ફરજ પૂરી કરી એનો સંતોષ લઈ શકું. ગણિતનો વર્ગ છે. વિજ્ઞાનની તટસ્થતા છે. હા. પણ શિક્ષણનું

કામ પણ છે. સંસ્કારોનું કામ છે. એ સંદેશ પણ આપવો જોઈએ. એ જાગૃતિ પણ કરાવવી જોઈએ. એ ભાવના પણ પેટાવવી જોઈએ. ગણિતનાં સમીકરણોમાં એવું ન જુએ તો ગણિતશિક્ષકના જીવનમાં જુએ. પાઠ્યપુસ્તકોમાં ન આવે તો શિક્ષકના વર્તનમાં આવે. સામે એ સુખી કુટુંબના છોકરાઓ બેઠા છે. એમને એ ખ્યાલ પહોંચવો જોઈએ, એ બોધ મળવો જોઈએ કે પોતે સુખી છે તો ભગવાનનો આભાર માને; પણ ઘણા સુખી નથી, સાવ ગરીબ છે, અકિંચન છે, કંગાલ છે એનો ખ્યાલ રાખે. અત્યારથી એમના દિલમાં એ જવાબદારી જાગવી જોઈએ, એ ચિંતા થવી જોઈએ. ગરીબોની સેવા કરવા, મજૂરોની સ્થિતિ સુધારવા, સમાજના અન્યાય મિટાવવા, દુનિયાનું અંતર ઘટાડવા અમારે શું કરવું ? આજથી એ સંસ્કારો પડે તો આગળ ઉપર કંઈક કરશે, પણ આજે જો એ ધનવાનના દીકરાઓ આરામથી જીવે, લહેરથી ફરે, સામાજિક પ્રશ્નો ઉપર ધ્યાન ન આપે, ગરીબોની સામે નજર ન કરે – તો આવતી કાલે તેઓ એમનું શોષણ કરતા રહેશે, અને સમાજનાં અંતરો ઘટવાને બદલે વધી જશે.

એમાં મારી જવાબદારી લાગે. કંઈ નહિ તો મારા જીવનમાં અને વર્તનમાં, સંકેતમાં અને ભાવનામાં તેઓ જો સાદાઈ જુએ, જો એ સ્વેચ્છાથી સ્વીકારેલી ને અપનાવેલી ને વધાવેલી ગરીબાઈ જુએ, જો અપરિગ્રહ અને ત્યાગ જુએ, જો ગરીબોને માટે પ્રેમ અને ચિંતા અને સેવા અને દયાના ભાવ જુએ તો પેલા બીજા પાઠની સાથે આ મહત્ત્વનો પાઠ પણ આવશે, આ સિદ્ધાંત બેસશે, આ સંસ્કાર પડશે, અને એ પ્રેરણાથી એમનું જીવન સુધરશે, અને એમનું જીવન સુધરવાથી આગળ ઉપર સમાજની સ્થિતિ સુધરશે. માટે જ એ અજંપો છે. એ અધીરાઈ છે. પોતાની જાતથી અસંતોષ છે. કંઈક વધારે કરવું જોઈએ જેથી જીવન વધારે સરળ બને, વધારે સાદું બને, અને એ સંદેશ એ વિદ્યાર્થીઓને પહોંચે, એ સમાજને પહોંચે, અને નવી વ્યવસ્થા લાવવા અને સાચી સમાનતા લાવવા બધા એક સાચો ને અસરકારક પ્રયત્ન કરીએ.

એ અજંપો છે, અને એ અજંપો શુભ છે. એ હશે એટલે વધુ કરવા પ્રેરશે, નવું કરવાની ફરજ પાડશે. એ અજંપો છે એ ભગવાનની કૃપા છે, અને એ રહે અને વધે અને કંઈક કરાવે અને ક્યાંક લઈ જાય એ અત્યારથી ભગવાનને દિલથી પ્રાર્થના છે.

અને ભગવાન એ પ્રાર્થના સાંભળશે, સાંભળી રહ્યો છે. એ યાદ દેવરાવવા

અને એ લાગણી સળગાવવા અને એ અજંપો કરાવવા એ એવા પ્રસંગો આપશે, એવાં દશ્યો જોવરાવશે, એવા અનુભવો કરાવશે. હા. આજની જેમ એવા ગરીબ લોકોને, એવા મજૂરોને મોકલશે અને આપણી આગળ રસ્તામાં સુવાડશે.

✳

એ મજૂર હજી ત્યાં સૂતો છે. મારો આરામનો સમય તો પૂરો થયો છે. મને ઊંઘ આવી નથી. એને તો બરાબર આવી છે. હજી ઊંઘે છે. ને મારે તો પેલા છોકરાઓને ભણાવવા જવાનું છે. રૂમનું બારણું ધીરેથી ઉઘાડીશ. ધીરેથી બંધ કરીશ. સંભાળીને એના સૂતેલા શરીર ઉપર થઈને પસાર થઈશ. અને રસ્તામાં ભગવાનને પ્રાર્થના કરતો જઈશ કે પેલો અજંપો મારા દિલમાં જલતો રાખે.

◆

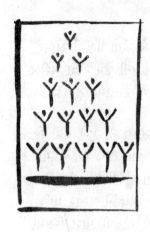

૨૩. સૂર્યાસ્ત

"માણસ એમ તો સારો છે, પણ સ્વભાવ સહેજ વિચિત્ર છે એટલે એની સાથે મજા નહિ આવે." "એ તો પ્રામાણિક જીવ છે, પણ એવી રીતે બોલવાની આદત છે કે લાંબો વખત એની સાથે બેસી ન શકાય." "એ આદર્શ વ્યક્તિ કહેવાય – પણ એનાથી દૂર રહો તો જ ! બાકી તો એની પાસે રહેવું અઘરું બની જાય."

આપણને જેનો પરિચય હોય એના વિષે આપણો અભિપ્રાય પણ હોય, અને અભિપ્રાયની સાથે એવો ન્યાય પણ હોય કે એના ઘડતરમાં કંઈક બાકી છે, અને એનું ઘડતર જો આપણા હાથમાં હોત તો કંઈક વધારે સારો દેખાવ કરી બતાવત એવો ખ્યાલ પણ ખરો. "માણસ સારો પણ..." – અને એ "પણ"માં અભિપ્રાય છે, ફરિયાદ છે, માણસને સુધારવાનો ઢોંગ છે, લોકોનો ન્યાય તોળવાની ચેષ્ટા છે.

"માણસ સારો પણ...", માણસ સારો છે એ પ્રમાણપત્ર હતું, પરંતુ એમાં એ "પણ" આવ્યો એટલે પ્રમાણપત્રનું પુણ્ય ગયું. એટલે કે સારો કહીને ખરાબ બનાવી દીધો, ભલામણ કરીને ફરિયાદ નોંધાવી દીધી.

અને એ માણસનું જે થવાનું હતું તે થશે, પણ દુ:ખની વાત એ જ કે ફરિયાદમાં આપણું પણ કંઈક બગડે છે, આપણને નુકસાન થાય છે. એ માણસ સાથે આપણો જે સંબંધ હતો એમાં ભંગ પડે છે, અને એની પાસેથી આપણને જે કંઈ મળવાનું હતું એ પણ ઓછું થાય છે, કદાચ બંધ પણ થઈ જાય છે.

માણસ જેવો છે તેવો આપણે સ્વીકારીએ તો જ એના સંબંધથી આપણને

લાભ રહે. પણ માણસ જેવો છે તેવો સ્વીકારવાને બદલે જો આપણે મનમાં ને મનમાં એને સુધારવા બેસીએ, એના અવગુણ ગણવા માંડીએ, એણે શું શું કરવું જોઈએ એની યાદી મનોમન બનાવીએ – તો એના સંબંધનો લાભ આપણને નહિ મળે, અને આપણી ફરિયાદનો લાભ તો એને પણ નહિ મળે... !

માણસ સુધરે એ માટે (વાત આપણા હાથમાં હોય તો !) પ્રયત્ન જરૂર કરવો જોઈએ. પરંતુ માણસને સુધારવા માટે પહેલી શરત એને અને એના સ્વભાવને સ્વીકારવાની હોય છે. માણસ સારો હોય તો... પ્રથમ તો એને સારો જ માનવાનો. એમાં કોઈ "પણ" તો હશે, પણ એ પાછળથી આવશે.

✳

એક માનસશાસ્ત્રી એક સુંદર ઉપમા આપે છે. કહે છે કે, સામેનો માણસ તો મારે માટે સૂર્યાસ્ત જેવો છે. સુંદર મનોહર સૂર્યાસ્ત હું માણું છું ત્યારે એ બસ, માણું જ છું. એટલે કે સૂર્યાસ્ત જેવો છે તેવો થવા દઉં છું. રંગો ને વાદળો ને આકાશ ને સૂર્ય. એનો સમય ને એનો વેગ ને એના ફેરફાર ને એની પૂર્ણાહુતિ. બધું થવા દેવાનું. ઉતાવળ વિના, ફરિયાદ વિના, દખલગીરી કર્યા વિના. એવી વૃત્તિ નહિ કે અહીંયાં થોડો વધારે લાલ રંગ ઉમેરું, પેલા વાદળને સહેજ ખસેડી મૂકું; એવો પ્રયત્ન નહિ કે સૂર્યનો વેગ જરા ઓછો કરું, આથમવાનું મુહૂર્ત જરા પાછું ઠેલું. ના. સૂર્યાસ્ત તે સૂર્યાસ્ત. જેવો છે તેવો માણવાનો છે. કુદરતનું સર્જન છે. કલાનો નમૂનો છે. દરેક સૂર્યાસ્ત જુદો, અને દરેક સુંદર. દરેકને સ્વીકારવાનો છે, અપનાવવાનો છે, માણવાનો છે. દરેકની જો ટીકા કરીએ, પૃથક્કરણ કરીએ, "સૂર્યાસ્ત સુંદર છે પણ..." એવા તર્ક ચલાવવા માંડીએ – તો એની મજા મારી જાય. વિશ્લેષણ કરે એ વિવેચક; રસપાન કરે એ કલાકાર.

સૂર્યાસ્તમાં સારું એ છે કે એના ઉપર ને એના વિષે આપણું કશું ચાલતું નથી. આપણે કહીએ તોય એમાં કોઈ પણ ફેર પડવાનો નથી. સમય એ જ હશે ને રંગ એ જ હશે. સૂર્ય ઉપર આપણો કાબૂ નથી. આકાશમાં આપણું શાસન નથી. આપણે ધારીએ ને ફરિયાદ કરીએ ને પ્રયત્ન કરીએ તોય કશો ફેર પડવાનો નથી. ને આપણે એ જાણીએ છીએ માટે ફરિયાદ કરતા નથી અને ડહાપણ કરતા નથી. અને એટલા માટે જ આપણે સૂર્યાસ્તનું સૌન્દર્ય માણી શકીએ છીએ. એ આપણા હાથમાં નથી, માટે એને બદલવા (સુધારવા !) આપણે કોઈ પ્રયત્ન કરતા નથી, અને તેથી આપણે શાંતિથી, નિરાંતે, મનના ને દિલના

પૂરા સમાધાનની સાથે એ સૌન્દર્યનું ગ્રહણ કરી શકીએ છીએ. સૂર્યાસ્ત આપણા હાથમાં નથી એટલે જ સૂર્યાસ્તનું સૌન્દર્ય આપણા જીવનમાં છે.

✴

ને હવે વ્યક્તિ પણ સૂર્યાસ્ત છે. દરેક વ્યક્તિ સૂર્યાસ્ત જેવી છે. કુદરતનું સર્જન, કલાનો નમૂનો. દરેક વ્યક્તિ જુદી અને અલગ અને આગવી. દરેક વિશિષ્ટ અને દરેક સુંદર. અને એકેય આપણા હાથમાં નથી ! દરેકનાં સંગ ને વાદળ ને ગુણ ને લક્ષણ જુદાં છે. દરેકનો વેગ જુદો ને દરેકનું મુહૂર્ત જુદું. દરેકનું વ્યક્તિત્વ પૂરું ને દરેકનું સૌન્દર્ય સાચું. સ્વીકારવાનું છે, માણવાનું છે.

ને એમાં આપણી ભૂલ હવે આવે છે. આપણને લાગે છે કે એ વ્યક્તિ તો સારી છે... પણ વધારે સારી હોત તો સારું થાત. એટલે એને 'સુધારવા' બેસીએ. એટલે કે મનમાં ને મનમાં એની પૂરી ટીકા કરીએ છીએ. એનામાં શી શી ખામીઓ છે એની યાદી બનાવીએ છીએ, અને એનામાં કયા કયા ગુણ આવે તો એ આદર્શ વ્યક્તિ બને એનો અહેવાલ પણ તૈયાર કરી રાખીએ છીએ. વખતે એના વિશે એને કહીએ પણ ખરા અને એ સાંભળે છે. આભાર માને છે (કે ગાળો દે છે), ભૂલી જાય છે, અને હતી તેવી ને તેવી રહે છે. અને આપણામાં એ વસવસો રહે કે માણસ તો સારો પણ એટલું જો કરત તો વધારે સારો થાત. અને ''વધારે સારો થાત'' એમાં ''સારો તો છે'' એ ભાવ ભુલાઈ જાય છે. આપણે એને સુધારવા ગયા એમાં એનું સૌન્દર્ય ચૂકી ગયા. એને આપણા કાબૂમાં લેવા ગયા એમાં એનું વ્યક્તિત્વ ખોઈ બેઠા.

વ્યક્તિઓ આપણા હાથમાં નથી. સૂર્યાસ્ત આપણા હાથમાં નથી. સૂર્યાસ્ત થવા દો. જેવો છે તેવો થવા દો. વ્યક્તિને થવા દો. જેવી છે તેવી થવા દો. ખીલવા દો, જીવવા દો. દરેક વ્યક્તિને માન આપો, દરેકનું સ્વાતંત્ર્ય સાચવો, દરેકની અસ્મિતા સ્વીકારો. એમાં એનો લાભ છે – અને તમારો પોતાનો લાભ છે.

લોકો કહે છે : મારી પત્ની છે (પતિ છે). એ સારી છે (સારો છે.) પણ એ વધારે સારી થાય (સારો થાય) એમ હું ઇચ્છું છું. ને એ માટે પ્રયત્ન કરી રહ્યો છું (કરી રહી છું). અને એને કહી પણ દઉં છું. પણ એ સુધરતી નથી (સુધરતો નથી). એટલે એ દુઃખી થાય છે. અને હું દુઃખી થાઉં છું. અમે બંને સુખી તો છીએ પણ વધારે સુખી થઈ શક્યાં હોત, આદર્શ પતિપત્ની થઈ

શક્યાં હોત એ થતાં નથી. મેં ઘણો પ્રયત્ન કર્યો પણ સફળતા મળી નથી. હવે હું શું કરું?

તમારી પત્ની છે. સારી છે. હજી વધારે સારી થઈ શકે એમ છે. (અને કોણ છે એનાથી સારું ન બની શકે?) પણ સારી તો છે. તો જેવી છે તેવી એને થવા દો, રહેવા દો. કોઈ વસવસો નહિ, કોઈ ફરિયાદ નહિ. તે સારી છે. પવિત્ર છે. તે સૂર્યાસ્ત છે. સૂર્યાસ્ત જેવી સુંદર અને પ્રેરક અને પવિત્ર. એને વંદન કરો. નમસ્કાર કરો. એની પૂજા કરો. એનું ધ્યાન ધરો. એ રીતે એનું પૂરું સૌન્દર્ય ખીલશે. એનું વ્યક્તિત્વ પાંગરશે. અને તમને એનો લાભ મળશે. એનો આનંદ થશે.

"જીવો અને જીવવા દો." એ કોઈ ખાલી સૂત્ર નથી. જીવવા દો, પણ મનથી અને દિલથી જીવવા દો. એટલે કે એ વ્યક્તિ જેવી છે તેવી એને જીવવા દો. મનથી પણ એની સામે ફરિયાદ કર્યા વગર જીવવા દો. કોઈ માણસની સામે હિંસા કરી નહિ એટલે એને જીવવા દીધી એવું નથી. જીવવા દેવું એટલે ફક્ત કાર્યથી નહિ પણ મનથી અને લાગણીથી પણ જીવવા દેવું. એ જ ધર્મ છે. "પણ"નો પ્રયોગ નહિ. માનસિક હિંસા નહિ. "સુધારક"ની આપનિમણૂક નહિ. પણ આદર, માન, સ્વીકાર. દરેક વ્યક્તિ પૂજ્ય છે. તો એની પૂજા કરીએ. દરેક માણસમાં ભગવાન છે. તો એનામાં એનાં દર્શન પામીએ.

✳

સુધારવાનું તો ઘણું છે. દુનિયામાં અને સમાજમાં અને આપણી ઓળખાણની એક એક વ્યક્તિમાં અને આપણામાં જ સુધારવાનું ઘણુંઘણું હોય છે. જરૂર સુધારીશું. સુધારવા માટે મહેનત કરતા રહીશું. પણ સુધારાનો પાયો સ્વીકાર છે. પ્રગતિનો આરંભ સમાધાન છે. માટે સમાધાન કરી લઈએ. ઘરની અને દૂરની એક એક વ્યક્તિ, સગાઓ અને મિત્રો, નોકરો અને અધિકારીઓની સાથે દિલનું સમાધાન કરી લઈએ. દરેકના વ્યક્તિત્વને માન આપીએ. દરેકનું સ્વાતંત્ર્ય સાચવીએ, દરેકનું સૌન્દર્ય માણીએ.

કુદરત રોજ એક એક સૂર્યાસ્ત આપે છે. જીવનમાં રોજ જુદી જુદી વ્યક્તિઓ મળે છે. દરેકનું દાન લઈએ. દરેકનો સંદેશ ઝીલીએ, દરેકનો પ્રેમ વધાવીએ. અને આખું જીવન પ્રેમમય, આનંદમય, સૌન્દર્યમય બની જશે.

◆

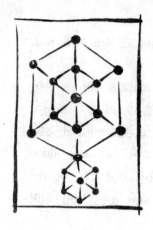

૨૪. મારા હાથ

હું એક કારખાનાની મુલાકાત લઈ રહ્યો હતો. વાતો કરતાં કરતાં ને યંત્રો જોતાં જોતાં એક યુવાન માણસ ઉપર મારી નજર ગઈ. એ નવો આવ્યો હતો અને કામ શીખતો હતો. એક યંત્રની અંદર તે પોતાનો હાથ નાખવા જતો હતો એમાં એને શીખવનાર કારીગરે એને રોક્યો, અને ચેતવણી આપીને કહ્યું : "તમારા હાથ સાચવો. કીમતી છે."

અમે આગળ ચાલ્યા. પણ એ અનુભવી કારીગરની શિખામણ મારા મનને સ્પર્શી ગઈ. હાથ સાચવો : કીમતી છે.

મેં મારા હાથની સામે જોયું. એમ તો ઘણી વાર જોયું હશે. પણ એ ક્ષણે નવા ભાવથી જોયું. હાથ સાચવો, કીમતી છે. એ ખાલી યંત્ર ચલાવી શકે, રોજી કમાઈ શકે એટલા માટે જ કીમતી છે એમ નહિ. મારા હાથ કલમ ચલાવી શકે, લેખો લખી શકે એટલા માટે કીમતી છે એમ પણ નહિ. પણ એ ક્ષણે મને દેખાયું કે મારા હાથ મારા કર્મનાં સાધન છે, મારા વ્યક્તિત્વના સંકેત છે, મારા ભાવોના વાહક છે. મારા હાથથી કામ થાય અને અભિનય થાય અને સ્પર્શ થાય. મારા હાથ દ્વારા હું મારા મનની વાત અને મારા અંતરની લાગણી વ્યક્ત કરી શકું, એટલે એ કીમતી છે, પવિત્ર છે. અને એ પવિત્ર રાખવામાં એમની સાર્થકતા છે.

હાથની પવિત્રતા સાચવવા માટે સ્પર્શની મર્યાદા પાળવાની છે. સ્પર્શમાં વિવશતા છે, વાસના છે, આવેશ છે. સ્પર્શ અભડાવી શકે, હચમચાવી શકે, પતન કરાવી શકે. એટલે એમાં જોખમ છે. સાવચેતી જોઈએ. પણ એ સાવચેતી

લઈને સ્પર્શ દિલાસો પણ આપી શકે, સંદેશ પહોંચાડી શકે, લાગણી બતાવી શકે,

જ્યાં શબ્દો કામ ન લાગે ત્યાં હાથનો મૃદુ સ્પર્શ આશ્વાસન આપી શકે, સમર્થન કરી શકે. ભારે દુઃખમાં હાથનો ટેકો જ બોલી શકે, તીવ્ર આનંદમાં હર્ષનું આલિંગન જ આત્મીયતા દર્શાવી શકે. સ્પર્શની ભાષા છે. હાથના સંકેત છે.

✳

એક વાર એક જૂની વિદ્યાર્થિનીએ પોતાનો અંગત પ્રશ્ન ચર્ચવા મારી પાસેથી સમય માગ્યો હતો. એનો અંગત પ્રશ્ન હું જાણતો હતો, પણ એનો ઉકેલ જાણતો નહોતો. એટલે મનમાં તો શંકા હતી કે મળીને શું કરી શકાશે ?

થોડો ક્ષોભ પણ હતો કે યુવાન સ્ત્રીની સાથે લાંબી નાજુક એકાંત ચર્ચામાં શું થશે ને શું બનશે ? એ રડશે, મૂંઝાશે, મૌનના ગાળા હશે, લાચારીનો અનુભવ હશે. કંઈ અભદ્ર થાય એની બીક તો નહોતી; એ ખૂબ સુશીલ અને કુલવાન સ્ત્રી હતી અને હું એ જાણતો હતો, માટે એવી કોઈ બીક નહોતી. પણ સ્ત્રીની આગળ પુરુષ હોવાનું ભાન હતું એટલે જીવ સહેજ ઊંચો હતો અને પૂરા વિવેક ને સંયમ જાળવવાનું ખાસ ધ્યાન પણ હતું. મળવાની ના તો ન પાડી શકાય. છેલ્લે અમે મળ્યાં.

મેં ધાર્યું હતું એવું બન્યું. એની વાત, એનાં આંસુ, એનું મૌન. મારે કંઈ ખાસ કહેવાનું નહોતું. સહાનુભૂતિના શબ્દો, આશ્વાસનના ઉદ્ગારો. એ રડે ત્યારે એનાં આંસુ કેવાં પડે અને તે એ કેવાં લૂછે એ લાચારભાવે જોઈ રહેવાનું. એ મૌન રહે ત્યારે એની સાથે પગ સામે નજર ઠેરવીને મૌન રહેવાનું.

લાંબી પીડા હતી, પણ એ પરસ્પરની પીડામાં પવિત્રતાનો અનુભવ હતો. મારી બીક હતી એ અકારણ નીવડી. કોઈ ક્ષોભને બદલે શાંતિ હતી, કોઈ વાસનાને બદલે પવિત્રતા હતી. એક સ્ત્રીના નાજુક અંગત પ્રશ્નો સંભાળીને પુરુષના દિલમાં શીતલ સમભાવ આવી શકે એવો પાવનકારી અનુભવ થયો.

છેવટે બધી વાતો કહેવાઈ ગઈ. બધા મૌનના ગાળા વીતી ગયા. કોઈ ઉકેલ તો અપાયો નહોતો, આપી શકાય એમ નહોતું. ખાલી એના દુઃખનો સાક્ષી, એનાં આંસુનું દર્પણ, એની લાચારીનો ભાગીદાર હું બન્યો હતો. એ ઊઠ્યાં. હું પણ ઊઠ્યો. અમે પળભર સામસામાં મૌન સાથે ઊભાં રહ્યાં. મારા હાથ

મારા હાથ ✩ ૧૦૯

નમસ્કારમાં જોડાયા ત્યારે એ સહજ અભિનયથી નમી ગયાં અને આર્યનારી જ કરી શકે એ સરળ છટાથી પગે લાગીને ચરણરજ લીધી. એ ધીરેથી ઊભાં થયાં ત્યારે મારો હાથ જાણે આપોઆપ એના માથા ઉપર મુકાયો. ક્ષણ-બે-ક્ષણ એ સ્થિર રહ્યો. ખેંચાયો. ફરીથી નમસ્કાર થયા ને એ ધીરેથી ફરીને ચાલ્યાં ગયાં.

મને થયું કે એ ટૂંક આશીર્વાદમાં આખી મુલાકાતનો સાર હતો, શબ્દો દ્વારા જે હું કહી શક્યો નહોતો એ તે ક્ષણિક સ્પર્શમાં કહેવાઈ ગયું. સહાનુભૂતિ, હમદર્દી, ટેકો અને ધીરજ અને શાંતિ અને શ્રદ્ધા. આખો સંદેશ હતો, પૂરો બોધ હતો, અને એ પણ તે સમજી શકે એ રીતે અને સ્વીકારી શકે એ રીતે. ઉપદેશ કરવા બેસીએ તો ખોટું લાગે. શિખામણ આપવા માંડીએ તો અન્યાય થાય. અને એમ ને એમ રહેવા દીધું હોત, ખાસ કાંઈ બોલ્યા વગર ને કર્યા વગર એને જવા દીધી હોત તો નિષ્ફળતાનો ભાસ થાત. એક દુઃખી હૃદયને માટે શું આપણે કશું કરી શકતા નથી ? એ વસવસો રહેત, એ રંજ કનડત. પણ એમાં એ ઉકેલ આવ્યો. એ અભિનય, એ સ્પર્શ, એ આશીર્વાદ. એનો ગુણ લાગ્યો. એનો ચમત્કાર અનુભવાયો. એક સરળ, પ્રાચીન આર્યસંસ્કારથી એક મૂંઝવનાર સ્થિતિમાંથી ઉપકારક ઉપાય મળ્યો.

*

એ અનુભવ હજી મનમાં ઘોળાતો હતો. એમાં એ અંગે થોડું મંથન ચાલ્યું. એ ક્ષણિક સ્પર્શમાં ગુણ હતો કારણ કે એ ક્ષણિક જ હતો. એ પ્રસંગે એનો પ્રભાવ લાગ્યો કારણ કે તે પહેલાં એનો પ્રયોગ થયો નહોતો. સ્પર્શનો વ્યવહાર નહોતો એટલે જ અણીને વખતે સ્પર્શનો ચમત્કાર લાગ્યો. સંયમ હતો એટલે બળ હતું. મર્યાદા હતી એટલે અસર પડી.

જો જ્યાં ત્યાં અને જેની તેની સાથે સ્પર્શનો વ્યવહાર થાય તો એનો કોઈ ગુણ જ નહિ રહે. સસ્તો બને. સામાન્ય બને. વખતે ભ્રષ્ટ પણ બને. પરંતુ એનું નિયમન કરીએ તો સાધના ફળે. જે મુનિ મૌન પાળે એના એક જ શબ્દનું પણ વજન પડે. જે હાથ પવિત્ર રહે એનો ક્ષણિક આશીર્વાદ પણ ગુણકારક નીવડે.

*

મારો બીજો એક પ્રસંગ.

મહિનાઓ થયા એક છોકરાની સાથે મારો સંબંધ બગડ્યો હતો. એક દિવસ ધીરજ ખૂટી હતી, હું જરા ગુસ્સામાં બોલ્યો હતો ને એને ખોટું લાગ્યું ને મને પણ ખોટું લાગ્યું એટલે તે દિવસથી બોલવાનું બંધ. ઝઘડો નહિ કે દ્વેષ નહિ, પણ ખાલી સંબંધ બગડ્યો હતો એટલે બોલવાનું મન ન થતું. હૉસ્ટેલના એક જ માળમાં રહેવાનું એટલે દિવસમાં એક-બે વખત સામે મળવાનું ખરું, પણ બીજે નજર કરીને એકબીજાની અવગણના કરીએ ને આગળ ચાલીએ. પ્રસંગ આવશે તો સમાધાન કરીશું એ મોળો ખ્યાલ મનમાં હતો, બાકી તો બધા વિદ્યાર્થીઓની સાથે ક્યાં સારો સંબંધ રાખી શકાય ! ને એ રીતે મહિનાઓ થયા, ને વચ્ચે ફરીથી કોઈ દિવસ વાત ન થઈ.

એવામાં એક દિવસ મારે એની રૂમની આગળ પસાર થવાનું થયું. એ રૂમની બહાર બેઠો હતો ને કંઈ વાંચતો હતો. એનું મોં મારી તરફ હતું, ને એણે મને જોયો એટલે પુસ્તકમાં માથું ઘાલીને વાંચવાનું ચાલુ રાખ્યું. એની બાજુમાંથી જ હું પસાર થતો હતો ત્યારે એકદમ મારા દિલમાં પ્રેમની લાગણી થવાથી મેં એના માથા ઉપર હાથ મૂક્યો. કશું બોલ્યા વગર ને ત્યાં ઊભા રહ્યા વગર પણ પળ-બે-પળમાં મેં એના માથા ઉપર વહાલથી હાથ મૂક્યો, એનું માથું દબાવ્યું, પ્રેમથી હલાવ્યું, પંપાળ્યું, ને આગળ ચાલ્યો. મેં એનો વિચાર કે તૈયારી કર્યાં નહોતાં, પણ એકદમ વૃત્તિ થઈ એટલે હાથ એને માથે મુકાઈ ગયો. દિલને સંતોષ થયો. ને એ છોકરો પણ કશું બોલ્યો નહિ, પુસ્તકમાંથી ઊંચું પણ જોયું નહિ, પણ એના મુખ ઉપર પ્રસન્નતા છે એટલું હું જતાં જતાં જરૂર જોઈ શક્યો.

રાત્રે એ છોકરો મારી રૂમ પર આવ્યો. દિલ ખોલીને વાતો કરી: ઉમળકાથી ને આત્મીયતાથી, મહિનાઓ પહેલાં પણ કરી નહોતી એટલી નિખાલસતાથી. ને અમને બંનેને ખૂબ મઝા આવી. નિકટતા લાગી. તૂટેલો સંબંધ પાછો સંધાઈ ગયો. પહેલાં કરતાં વધારે ગાઢ બન્યો. અને એ શુભ પરિણામ આવ્યું હતું પેલા ક્ષણિક સ્પર્શના પ્રતાપે. માથા ઉપર હાથ મૂક્યો એમાં લાગણી આવી, મન જાગ્યાં, દિલ દિલને મળ્યું. લાંબા રિઝામણા કે ક્ષમાપના કરતાં એ સહેજ અભિનયમાં સમાધાન કરાવવાની વધારે શક્તિ હતી.

*

હા, સ્પર્શમાં એ શક્તિ છે. સ્પર્શ સંદેશવાહક છે, લાગણીવાહક છે. એ

કશું કહ્યા વગર બધું કહી દે છે, એક પણ શબ્દ બોલ્યા વગર પૂરી વાત પહોંચાડી દે છે. ક્ષણિક સ્પર્શમાં પણ ચિરંજીવ અસર છે. સાહજિક સ્પર્શમાં પણ ઊંડી છાપ છે.

છોકરો રસ્તામાં ચાલે છે. પોતાના બાપુની સાથે ચાલે છે. રસ્તામાં લોકોની ગિરદી છે, મોટરોની આવજા છે. છોકરો પોતાનો હાથ ઊંચો કરે છે. તે આપોઆપ પિતાના હાથમાં ગોઠવાઈ જાય છે. નાનો હાથ મોટા હાથમાં આવે. નાજુક. સુંવાળો હાથ મજબૂત ખરબચડા હાથમાં ઝિલાય. ને એ સ્પર્શથી, એ પકડથી છોકરાને વિશ્વાસ લાગે, સલામતી લાગે. આકરી દુનિયાની વચ્ચે, કઠણ જીવનની સામે છોકરાના દિલમાં વિશ્વાસ ને ધૈર્યના સંસ્કારો દૃઢ કરવા પિતાના હાથનો એ સ્પર્શ ઉત્તમ સાધન છે, આવશ્યક અનુભવ છે.

છોકરો રાત્રે સૂઈ ગયો છે. ખાટલા ઉપર લાંબો થયો છે, ને હમણાં આંખો મળી જશે ને દિવસના થાક ને શ્રમ ને ચિંતાઓ ઉપર ઊંઘની વિસ્મૃતિ ફરી વળશે. એમાં બા આવે છે. ક્ષણભર એને નિહાળે છે. નજીક આવે છે. એના કપાળને હાથ અડાડે છે. આશીર્વાદ દે છે. છોકરાને સૂતાં સૂતાં બાના હાથનો સ્પર્શ થાય છે. અને દિલમાં ધન્યતાનો અનુભવ થાય છે. માણસોની કઠોરતા, જીવનની કારમી હરીફાઈની વચ્ચે છોકરાના દિલમાં શાંતિ ને આશાની મૂડી બાંધી આપવા બાના હાથનો એ સ્પર્શ સૌથી અસરકારક ઉપાય છે.

સ્પર્શમાં સમર્થન છે, હૂંફ છે, આત્મીયતા છે. કોઈ પડખે ઊભું છે, કોઈ મને સમજે છે, કોઈને મારી પરવા છે, પ્રેમ છે એની ખાતરી થાય. કોઈની સાથે સાચો સંબંધ છે, ગાઢ ને કાયમનો સંબંધ છે એની શ્રદ્ધા બેસે. અને એ શ્રદ્ધા તો જીવનનો પાયો છે.

યુવાન માણસના ખભા ઉપર હાથ મૂક્યો. શાબાશીમાં ને ખુશાલીમાં હાથ મૂક્યો. શબ્દો દ્વારા તો અભિનંદન આપ્યાં હતાં, બીજા આપતા હતા એ રીતે આપ્યાં હતાં. પણ બોલી બોલીને કેટલું બોલી શકાય ? શબ્દો મોળા પડે, ખોટા પડે. અભિનંદનના શબ્દો અનેક વખત ઉચ્ચારેલા છે, વપરાઈ ચૂકેલા હોય છે. એમાં ભાવ કે જોર હવે રહ્યાં નથી. ખાલી શિષ્ટાચાર છે, ફરજ છે. પરંતુ ખભે હાથ મૂક્યો એમાં ફેર પડ્યો. એમાં દિલનો સંપર્ક થયો. વ્યક્તિગત સંદેશો મળ્યો. સ્પર્શનો ચમકારો થયો. એટલે એ સ્પર્શ દ્વારા લાગણીનો વિનિમય થયો. એના આનંદથી આપણને આનંદ છે, એની સફળતાથી આપણને ગર્વ છે એની ખાતરી

થઈ. એ યુવાન માણસને સાચાં અભિનંદન મળ્યાં. અને સાચાં અભિનંદન આપ્યાનો આપણને સંતોષ થયો.

શોકનો પ્રસંગ હતો. ઘેર આફત આવી હતી. સગાંઓ ને મિત્રો દુઃખ વ્યક્ત કરવા આવતા હતા. આશ્વાસનના બે શબ્દો બોલતા હતા. આપણા પણ બોલાયા. પણ શબ્દો વ્યર્થ ગયા, જૂઠા પડ્યા. એવા દુઃખની સામે શબ્દો કેમ ચાલે ? એટલે હાથ ધીરેથી એની પીઠ ઉપર ગયો. ત્યાં રહ્યો. એમની આંખમાં આંસુ હતાં, ને આપણું પણ રડવાનું મન હતું. પણ હાથ એની પીઠ ઉપર હતો. તે એનું કામ કરી રહ્યો હતો. તે આશ્વાસન આપતો હતો, ટેકો આપતો હતો, એના દુઃખમાં આપણું દુઃખ હતું એની ખાતરી આપતો હતો. સમજ અને સહાનુભૂતિ, ધીરજ અને પ્રેમ, દુઃખમાં ભાગ ને દુઃખી હૃદયની આગળ માન ને આદર – એ ભાવો એ સ્પર્શમાં હતા, અને એ દ્વારા બંનેનાં હૃદયમાં પ્રસરતા હતા.

*

દુઃખમાં કે સુખમાં ભાગ લેવા, દિલાસો આપવા કે ટેકો આપવા, સમાધાન કરવા ને આશીર્વાદ આપવા સ્પર્શમાં ગુણ છે, સામર્થ્ય છે. સ્પર્શમાં એ શક્તિ છે માટે જ જ્યારે-ત્યારે એના પ્રયોગ ન કરાય. ઉગ્ર દવા છે. એ જેને-તેને ન અપાય. પ્રસંગ જોઈને અપાય. પરિસ્થિતિ તપાસીને અપાય.

સ્પર્શમાં આત્મીયતા છે, માટે સામી વ્યક્તિનું દિલ આત્મીયતા માટે તૈયાર ન હોય ત્યારે સ્પર્શનો ઉપયોગ ન કરાય. છોકરો વીફર્યો હશે ત્યારે કોઈ એના માથે હાથ ફેરવવા જશે તો છોકરો ભડકી જશે અને એનો ગુસ્સો હતો એથીય વધારે થશે. લાગણી છેડાઈ હોય ત્યારે સ્પર્શનું સાહસ કરાય તો સૂગ ચડશે અને અંતર હતું એથીય વધારે થશે. વ્યક્તિનું સ્વમાન સાચવીને, એના ઊર્મિતંત્રની અનુકૂળતા જોઈને, સામા પડઘાની તૈયારી પારખીને નજીક અવાય ને હાથ મુકાય ને સ્પર્શ થવા દેવાય. મનોભાવનો વિવેક કર્યા વગર સ્પર્શ થાય તો એનું ઊંધું પરિણામ આવે.

યુવાન માણસને પોતાના વ્યક્તિત્વનું તીવ્ર ભાન છે, ને એનું રક્ષણ કરવા એ અંતર રાખે છે, સાવધાન રહે છે. એની એ મર્યાદાનું જો ઉલ્લંઘન થાય તો એનું સ્વમાન ઘવાય છે અને એના દિલની આસપાસ સંકોચ ને અસહકારની દીવાલ ઊભી થાય છે. સાચે મુહૂર્તે કરેલા આત્મીય સ્પર્શથી યુવાન માણસનાં

વિશ્વાસ ને મિત્રતા મળે છે. અને કમુરતે કરેલા અનધિકાર સ્પર્શથી યુવાન માણસનો રોષ ને અણગમો મળે છે.

ને આગળ જતાં તો વિશેષ કાળજી ને વિવેક રાખવાની આવશ્યકતા છે, કારણ કે, સ્પર્શમાં લોલુપતા પણ આવી શકે, વાસના ને કામુકતા પણ આવી શકે. એટલે એમાં વિશેષ સંયમ જોઈએ, પૂરી મર્યાદા જોઈએ. સ્પર્શને માર્ગે લાલચ આવે, ઉશ્કેરાટ આવે, પતન આવે માટે એની પવિત્રતા ચારિત્ર્યને બળે સાચવવી જોઈએ.

એ પવિત્રતા સ્પર્શની શક્તિનું રહસ્ય છે. એ સંયમ અત્યારે રખાય તો એનું પુણ્ય લાગે, અને આગળ ઉપર એ સ્પર્શ દ્વારા આશીર્વાદ દેવાય, અભિનંદન દેવાય, દિલાસો અપાય. સસ્તા બનેલા સ્પર્શની કોઈ અસર ન થાય. મોંઘા, સંયમી વિવેકયુક્ત રહેલા સ્પર્શનો ચમત્કાર વર્તાય.

*

હાથ પવિત્ર રાખીએ. મેલા થાય, ગંદા થાય, છોલાઈ જાય. અસંખ્ય પ્રસંગો છે. અસંખ્ય જોખમો છે. સંસારની વચ્ચે જીવીને હાથ પવિત્ર રાખવા એ ઝંઝાવાતની વચ્ચે ચાલીને દીવો સળગતો રાખવા જેવું છે. અઘરી સાધના છે. પણ સાધના કરીશું. તપ કરીશું. વરદાન મેળવીશું. જે હાથ આશીર્વાદના વાહન, કર્મના સંકેત, આત્માના દશ્ય અવતાર છે એ પવિત્ર રાખવા પૂરો પ્રયત્ન કરીશું. ને એ રીતે કંઈ નહિ તો કોઈ દિવસ કોઈ દુ:ખી જીવને દિલાસો આપી શકીશું.

✦

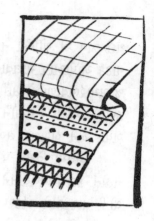

૨૫. છોકરી કેવી હતી ?

એક મિત્રની સાથે હું કોઈ લગ્નમાં ગયો હતો. એ મિત્રને ઘેર હું બેઠો હતો, અને એને એ લગ્નમાં જવાનું હતું. ને મારે પણ જવાનું હતું એટલે સાથે ગયા. એના ઘરમાંથી બીજાં કોઈ જવાનાં નહોતાં, અને હું તો એકલો હતો. એટલે અમે બે ઊપડ્યા. લગ્નસમારંભમાં જઈએ ત્યારે બે જણ સાથે જઈએ જેથી એક જણ બીજાનું અને બીજો પહેલાનું બહાનું કાઢીને લોકોની સલામ-ખબર-અંતર-શિષ્ટાચારની જાળમાંથી બંને વહેલા નીકળી શકીએ એ સ્વાર્થ તો ખરો.

અમે લગ્નસ્થળે પહોંચ્યા ત્યારે વિધિ હજી ચાલતો હતો. સમારંભનો સમય તો થઈ ચૂક્યો હતો. પણ કન્યાએ શણગારમાં મોડું કર્યું હશે અથવા વરે આળસમાં ઢીલ લગાડી હશે અથવા વળી ગોર રંગમાં આવ્યા હશે, પણ અમે પહોંચ્યા ત્યારે સમારંભનો સમય થઈ ચૂક્યો હોવા છતાં વિધિ હજી ચાલતો હતો અને ઠીક ઠીક સમય સુધી ચાલશે એવો અંદાજ હતો.

લોકો આવ્યા હતા તે નિરાંતે બેઠા હતા. કોઈને ઉતાવળ નહોતી. એમાં આઇસક્રીમનો વિધિ પણ ચાલતો હતો એટલે લોકો એમાં રોકાયા હતા અને વર-કન્યા ગાદીએ આવે એની રાહ જોતા હતા. પણ અમે તો ઉતાવળિયા જીવ. અમારે માથે ભારે અગત્યનાં તાકીદનાં કામ હંમેશ હોય છે એવો ઢોંગ પહેલેથી ઊભો કરેલો એટલે લોકો સામેથી આવીને કહે, ''આવો આવો, તમે બહુ બિઝી છો એ જાણીએ છીએ, તમને ન રોકીએ.'' એ રીતે અમારો સમય ઓછો બગડે એમાં તો કંઈ નહિ, પણ અમારું માન વધી જાય અને અમારો પ્રભાવ સિદ્ધ

થઈ જાય એ ચોખ્ખો નફો છે. અને એ હવા તો ઊભી કરી છે એટલે હવે નાટક આપોઆપ ચાલવાનું. સારી સગવડ છે. તો એ વખતે પણ અમને જોઈને જ સમારંભવાળાઓ સામેથી આવ્યા અને તેડી ગયા. મહેમાનોની વચ્ચેથી રસ્તો કાઢીને, બેઠેલી સ્ત્રીઓને ખસેડીને, અમારા બૂટ કઢાવીને અમને આગળ લઈ ગયા. અને બરાબર લગ્નમંડપની અંદર કુંડની બાજુમાં બેસાડી દીધા.

વિધિમાં વિક્ષેપ પડ્યો એનો કોઈને ખાસ વાંધો હોય એમ તો જણાયું નહોતું. કદાચ ભગવાનને વાંધો હોય, પણ એણે પણ કશું જણાવ્યું નહોતું. એટલે થોડી વાર, અમે અંદર બેઠા અને શોભામાં અભિવૃદ્ધિ કરતા રહ્યા.

અમે તો વરપક્ષે આવ્યા હતા એટલે વરની સાથે થોડી વાત કરી. આશીર્વાદ આપ્યા. આભાર સ્વીકાર્યો. પછી કન્યાની સામે જોવાનો પણ વિવેક કર્યો. ઓળખાણ કરાવી. એટલે કે નામની (અને ડિગ્રીની, લાયકાતની) ઓળખાણ કરાવી. મોં તો આભૂષણોની જાળીઓથી એવું ઢંકાયેલું હતું કે કોઈ ખ્યાલ જ ન આવે. કંઈ નહિ. આશીર્વાદ આપવા માટે મોં જોવાની જરૂર નથી. એટલે એ આભૂષણોના મોરચાની પાછળ છુપાયેલા મોંને શ્રદ્ધાથી આશીર્વાદ આપીને અને બધાને નમસ્કાર કરીને હું તો મંડપમાંથી બહાર નીકળવા તૈયાર થયો. પણ મારી સાથે મારો એ મિત્ર આવ્યો હતો. એ એકદમ બહાર ન આવ્યો. એને માટે કંઈક બાકી હોય એવું લાગ્યું, અને કોણે કોને ઈશારો કર્યો, કોણે કોને આજ્ઞા કરી એનો ખ્યાલ મને તો ન આવ્યો, પણ ઈશારો તો થયો અને આજ્ઞા પણ પળાઈ અને અમે મંડપમાંથી બહાર નીકળ્યા તે પહેલાં કન્યાની બાજુમાં બેઠેલી એની માએ કન્યાના મોં આગળનાં આભૂષણોનું અંતરપટ સહેજ ખસેડી દીધું. પળભર એનું મોં દેખાયું. વાદળોની વચ્ચેથી સૂર્યનારાયણે દર્શન દીધાં. કન્યાનું સુંદર, રૂપાળું, ગોળમટોળ મોં જોવા મળ્યું. જોઈને અમે બહુ બિઝી છીએ અને માથે અનેક અગત્યનાં કામો છે એટલે તરત જ વિદાય થયા અને પાછા મિત્રને ઘેર ગયા.

✳

કન્યાનું મોં જોવાનો મિત્રનો આગ્રહ હું તો પૂરો સમજ્યો નહોતો. સહેજ કુતૂહલ તો હોય, પણ આભૂષણ દૂર કરાવીને સીધાં દર્શન કરવાનો આગ્રહ હું બરાબર નહોતો સમજ્યો. એનો મર્મ હું પામ્યો નહોતો. એની જરૂર મને જણાઈ નહોતી. પણ મિત્રને ઘેર પાછા જતાં એનો મર્મ જણાયો અને એની

જરૂર જણાઈ. એ લગ્નસમારંભમાં ગયો હતો એનો હેવાલ પાછા આવતાં ઘેર આપવાનો હતો. અને એ અહેવાલમાં કન્યાના મોંનું મૂલ્યાંકન ન આવે તો અહેવાલ સાવ અધૂરો કહેવાય ને ! એટલે મોં જોયા વગર છૂટકો નહોતો. વિધિની વચ્ચે ધૃષ્ટતા કરીને પણ જોવાની આવશ્યકતા હતી. એ વાત અમે પાછા મિત્રને ઘેર આવ્યા ત્યારે સ્પષ્ટ થઈ. અમે અંદર ગયા એટલે સહજ આવકારની એકબે વાતો થઈ. પછી મિત્રની પત્નીએ ધીરેથી પૂછ્યું, "છોકરી કેવી હતી ?" અને મિત્રે જવાબ આપ્યો, "ઠીક હતી." અને હું પરિસ્થિતિનો મર્મ સમજી ગયો.

છોકરી કેવી હતી ? – લગ્ન વિશે તો એ જ પૂછવાનું. બીજું બધું જાણે ઠીક, પણ છોકરી કેવી ? પહેલું કુતૂહલ એ, અને સ્ત્રીનું તો વિશેષ. એણે જાણવું છે કે પેલી છોકરી કેવી છે. એટલું જ પૂછે છે, એટલું જ માગે છે. છોકરી કેવી ? સ્ત્રી સ્ત્રીનો ન્યાયાધીશ છે. સ્ત્રી સ્ત્રીની હરીફ છે. "છોકરી કેવી ?" અને પ્રશ્નમાં લગભગ પડઘો સંભળાયો : "અને હું કેવી ?" એની પ્રશંસા કરી તો મારી નિંદા કરી એવું લાગે. એની કદર કરી તો મારો અનાદર કર્યો એવું ભાસે. એ ખૂબ સુંદર છે, એટલે કે હું એટલી તો નથી જ ને ! એ સાધારણ છે એટલે કે હજી મારું માન સચવાયું. સ્ત્રી વિશેનો સ્ત્રીનો પ્રશ્ન. સ્ત્રી માટેનો સ્ત્રીનો વહેમ.

પણ પતિ તો ચેતી ગયો હતો. એને અનુભવ હશે, કારણ કે પ્રશ્ન થતાં જ એણે સહજ ભાવે, ઉદાસીનતાથી જવાબ આપ્યો હતો : "છોકરી ઠીક હતી." છોકરી તો ખૂબ દેખાવડી હતી, ધ્યાન ખેંચે એવી હતી, એટલે એવો ઉદાસ જવાબ સાંભળીને મને ફરિયાદ કરવાનું મન થયું. પણ હું પણ સમયસર ચેતી ગયો. પતિ ડાહ્યો હતો. પોતાની પત્નીની આગળ બીજી સ્ત્રીના રૂપની પ્રશંસા ન કરાય એ ગૃહસ્થધર્મનો પહેલો નિયમ એણે બરાબર પાળ્યો હતો. પત્ની પૂછશે એટલે લગ્નમંડપમાં ચાલુ વિધિએ પણ કન્યાનું મોં જોવાનો આગ્રહ રાખ્યો હતો. અને પત્નીએ પૂછ્યું ત્યારે ઘરની શાંતિની ખાતર જૂઠું બોલીને રૂપ સાધારણ છે એમ કહ્યું હતું. પતિપત્નીના સહજ વ્યવહારમાં પણ કેટલી ફિલસૂફી ને કેટલી મુત્સદ્દીગીરી હોય છે એનો થોડો ખ્યાલ આવ્યો.

એક પ્રશ્ન પુછાયો અને એક જવાબ અપાયો. આટલો સંવાદ ચાલ્યો. પછી પ્રશ્નોત્તરી બંધ. કુતૂહલ પૂરું. "છોકરી કેવી હતી ?" "ઠીક હતી." એમ તો પ્રશ્નમાં રૂપ સિવાય બીજા બધા ગુણ પણ આવી જાય. છોકરી કેવી - એટલે રૂપમાં

ને બુદ્ધિમાં ને ભણતરમાં ને સંસ્કારમાં ને જ્ઞાતિમાં ને કુટુંબમાં. વાક્યમાં બધું આવી જાય. પ્રશ્નમાં એ બધા અર્થ બેસે. પણ એક જ અર્થ લેવાનો હતો : રૂપનો. એક જ પ્રયોગ કરવાનો હતો : આભૂષણો ખસેડીને કન્યાનું મોં જોવાનો. બીજો પ્રશ્ન નહિ. બીજી તપાસ નહિ.

✳

અને મારા મિત્ર જેવા બીજા એવા પતિઓ હશે, ને તેઓ પણ લગ્નસમારંભમાં ગયા હશે અને કન્યાનું મોં જોયું હશે અને ઘેર જઈને પત્નીને એની ખબર આપી હશે. રૂપનો અહેવાલ. દેખાવનો ન્યાય. અને બીજાં પતિપત્નીઓ હશે, ને તેઓ સાથે એ લગ્નમાં ગયાં હશે. અને બન્નેએ કન્યાનું મોં જોયું હશે અને એની કદર કરી હશે અને એ ઉપરથી કન્યાની લાયકાત વિશે અભિપ્રાય બાંધ્યો હશે. છોકરી સારી-એટલે રૂપાળી. છોકરી સાધારણ – એટલે રૂપ નથી. એ સમીકરણ. એ ફેંસલો એ ન્યાય.

એટલે કે એ અન્યાય. રૂપ ઉપરથી અભિપ્રાય. દેખાવ ઉપરથી કદર. અને બધાં એવું કરે ને એવું બોલે, અને દરેક છોકરાનાં માબાપ એ જાણે, એટલે દીકરા માટે કન્યા પસંદ કરતી વખતે એમને એ વાતનો વિચાર કરવો પડે છે. લગ્નસમારંભમાં આવીને અને કન્યાનું મોં જોઈને (જરૂર પડે તો એ માટે આભૂષણો ખસેડીને) લોકો એના રૂપ ઉપરથી અભિપ્રાય બાંધવાના છે અને એકબીજાને ખબર આપવાના છે. એનો વિચાર કરવો પડે છે. તેઓ જાણે છે કે રૂપ તો ગૌણ વાત છે, કે એ ક્ષણિક છે અને યૌવનની સાથે જશે, અને એ સુખ આપી શકે એમ નથી અને ઊલટું દુઃખ આપી શકે એમ છે. તેઓ જાણે છે કે ખરું મહત્ત્વ સ્વભાવ અને સંસ્કારો અને વિવેક અને શીલનું હોય છે, અને તેથી પોતાના દીકરાને માટે એવી સુશીલ અને વિવેકી અને સંસ્કારી અને સદ્‍ગુણી કન્યા પસંદ કરવા માગે છે. પણ તેઓ એ પણ જાણે છે કે, લગ્નમંડપે પહેલી જાહેર પરીક્ષા થશે તે રૂપની થશે, કે મિત્રોને ઘેર પહેલો પ્રશ્ન પુછાશે તે રૂપનો પુછાશે અને પહેલો જવાબ અપાશે તે રૂપનો અપાશે. અને એમને સમાજનો ડર છે, લોકોની ચર્ચાનો ડર છે. અને તેથી સાચા ગુણો પણ પડતા મૂકીને રૂપાળી કન્યાને પસંદ કરે છે. જેથી મહેમાનો આવે અને આભૂષણો ખસેડવાનો ઇશારો કરે અને એનું મોં જુએ ત્યારે મોં શોભે એવું

દેખાય અને આબરૂ સચવાય.

✳

"છોકરી કેવી હતી ?"

"ઠીક હતી."

એ ટૂંકા સંવાદમાં પતિ-પત્ની, વર-કન્યા, મા-બાપ, સમાજ અને લગ્નસંસ્થાનો સારો એવો અભ્યાસ હતો.

✦

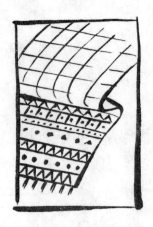

૨૬. આપણા નળનું પાણી

પાણીનો ઝઘડો હતો. ફ્લૅટવાળા મકાનમાં ધાબા ઉપર એક જ ટાંકી હતી. એમાંથી દસ-બાર ઘરોમાં પાણી જતું. ટાંકીમાં પાણી ચડાવવા એક પંપ હતો, અને કાં તો પંપ બગડ્યો હતો, અથવા ટાંકી બગડી હતી, કે પાઇપ બગડી હતી – પરિણામે કેટલાંક ઘરોમાં પાણી આવતું નહોતું, જ્યારે બીજાંઓમાં આવતું હતું. એમાં ઉપરવાળા નીચેવાળાનો દોષ કાઢતા, અને નીચેવાળા ઉપરવાળાઓને ગાળો દેતા. કોઈ કહેતા કે એન્જિનિયરને બોલાવો અને બરાબર તપાસ કરાવરાવો અને નવેસરથી બેસાડો, તો કોઈ કહેતા કે કોઈને બોલાવવાથી કંઈ વળવાનું નથી અને તકલીફ છે તે રહેશે. પછી રોજ ફરિયાદો થાય, વિનંતીઓ થાય, બૂમો પડે અને પાડોશી-પાડોશી વચ્ચેના સંબંધો બગડે.

એક ઘરમાં આની ચર્ચા કરવા સામેના પાડોશીઓ આવ્યા હતા. બધા ગરમ થયા, સામસામા આક્ષેપો કર્યા, ધમકીઓ આપી, છૂટા થયા. એ પાડોશીઓ ગયા ત્યારે ઘરનાં પતિ-પત્ની એકલાં રહ્યાં. અને પત્નીની સામે વિજયના સ્મિત સાથે જોઈને પતિ બોલ્યો : "જવા દો બધાને; આપણા નળમાં પાણી આવે છે ત્યાં સુધી ચિંતા નહિ."

*

એના ઘરમાં પાણી આવતું જ હતું. કોઈ વાંધો આવ્યો નહોતો. પછી ઉપરવાળા કે નીચેવાળાને પાણી ન પહોંચે એથી આપણને શી પંચાત ? એમનો પ્રશ્ન તેઓ જાણે. આપણા નળમાં પાણી તો આવે જ છે. એમના નળમાં ન આવે તો તેઓ જોઈ લે. એમનો પ્રશ્ન છે. એમનો નળ છે.

હા, એમનો નળ છે, પણ પાણી એક જ છે. ટાંકી એક જ છે. પંપ એક જ છે. એટલે કે પ્રશ્ન એક જ છે. બધા પાડોશીઓનો છે. આપણો પ્રશ્ન છે. એકના નળમાં પાણી ન આવે એનું એક કારણ એ હોઈ શકે કે બીજાનો નળ આખો દિવસ ખુલ્લો રહે છે અને ટાંકી એમાં જ ખાલી થાય છે. આટલું જાણવા માટે એન્જિનિયરને બોલાવવાની જરૂર નથી. અને કોઈ ઘરમાં જઈને આપણે કારણ વગર, ગમે ત્યારે અને ગમે ત્યાં નળ ખુલ્લા જોઈએ અને પાણી વહેતું જોઈએ તો અનુમાન કરી શકાય કે હંમેશાં એવું કરશે અને પાણીનો સતત દુર્વ્યય થશે. એ જાણવા માટે પણ એન્જિનિયરની જરૂર નથી.

એકની બેદરકારીથી બીજાને નુકસાન થાય. એકના ઉડાઉપણાથી બીજાને પૂરું ન પડે. પણ કંઈ નહિ, આપણા નળમાં પાણી આવે છે ને ! એટલે ચિંતા નહિ. બીજાઓને બૂમો પાડવા દો. આપણે સલામત.

જોકે સાવ સલામત તો નથી. મકાન નવું નથી અને પાઇપ સારી નથી, એટલે સંભવ છે કે કેટલીક કટાઈ ગઈ અને ફૂટી ગઈ છે અને પાણી ભીંતની અંદર ભરાય છે અને કાટ અને ફૂટ હવે આખા મકાનમાં થશે. હકીકતમાં કેટલીક ભીંતો હવે અંદરથી પલળેલી જણાય છે અને એ ખાલી થોડા પાડોશીઓને માટે નહિ પણ મકાનમાં સૌ રહેનારાઓ માટે ખતરનાક છે. પણ કંઈ નહિ, આપણા નળમાં પાણી આવે છે ને ! પછી શી ચિંતા ! પાણી આવે ત્યાં સુધી ફિકર નહિ. પાણી બંધ થશે ત્યારે ઉપાય કરીશું. હા, ત્યાં સુધી મકાન તૂટી ન પડે તો !

✳

"આપણા નળમાં પાણી આવે ત્યાં સુધી ચિંતા નહિ." એ ખોટું વલણ છે. એમાં સ્વાર્થ છે, બીજાઓના હિતની અવગણના છે, તિરસ્કાર છે, અન્યાય છે. અને એમાં પોતાના જ હિતનું રક્ષણ પણ નથી. પાણી ખૂટે છે. કંઈક ખોટું છે. આજે કોકનો નળ બંધ થયો તો કાલે આપણો થશે. તરત ચેતીને, તપાસ કરીને, કારણ શોધીને, ઉપાય કરીને પતાવી દેવું જોઈએ.

સારું થયું કે બીજાનું પહેલું થયું, એટલે આપણે જોઈ શકીશું. પણ જોવું જ જોઈએ. અને એમાં આપણને લાભ છે. આખા મકાનમાં કોઈના ઘરમાં પાણી ન આવે એ સૌનો પ્રશ્ન છે, અને સૌએ સહકાર કરીને એનો ઉકેલ લાવવો જોઈએ. એક ટાંકી છે અને એક પંપ છે અને એક પાણી છે. એકનો પ્રશ્ન

સૌને સ્પર્શે, એકના હિતમાં સૌનું હિત છે.

પણ પાડોશીઓ એ સમજતા નથી. "આપણા નળમાં પાણી આવે ત્યાં સુધી ચિંતા નહિ." પાડોશનું ઘર બળે એથી મારે શું ? બળવા દો. હા, બળશે. પણ એની ચિનગારીઓ તમારા ઘર ઉપર પડશે. એ પણ સળગી જાય તો ? અને તમારું ઘર ન સળગે તોય એ તમારો પાડોશી છે, તમારો ભાઈ છે. એનું ઘર એ તમારું ઘર અને એનું દુઃખ એ તમારું દુઃખ. અણીને વખતે એને મદદ કરશો તો કંઈ નહિ તો એ સંતોષ રહેશે કે કરવું જોઈતું હતું એ આખરે કર્યું.

પણ આપણી રીત જુદી. આપણા નળમાં પાણી આવે ત્યાં સુધી ચિંતા નહિ. અને આપણા નળમાં પાણી આવતું બંધ થઈ જાય ત્યારે બૂમાબૂમ. બીજા હેરાન થાય એની આપણને પરવા નહિ, પણ આપણે હેરાન થઈએ ત્યારે બધાને હેરાન કરી મૂકીએ. બીજાનું દુઃખ તે આપણું દુઃખ નથી, પણ આપણું દુઃખ સૌનું દુઃખ બનવું જોઈએ. પછી પાડોશમાં ધમાલ થાય, ઘરઘરની વચ્ચે ઝઘડા થાય, અને પાણીનો પ્રશ્ન ન ઉકેલાય.

મકાન એક જ છે, પાડોશ એક જ છે, દુનિયા એક જ છે. એક જ ટાંકીનું પાણી છે. એકને માટે બંધ થાય એમાં સૌને માટે જોખમ છે. તરત એને ઘેર જવું જોઈએ, એને મદદ કરવી જોઈએ, એના નળમાં પાણી ન આવે ત્યાં સુધી જંપવું ન જોઈએ. એનું કામ થાય એટલે આપણું કામ થાય. એનો પ્રશ્ન ઉકેલાય એટલે આપણે ત્યાં એ પ્રશ્ન ન આવે.

*

સમાજના બધા પ્રશ્નોના મૂળમાં સ્વાર્થ છે. માટે સમાજના બધા પ્રશ્નોનો ઉકેલ સહકારમાં છે. દરેક જો પોતપોતાનું જ જુએ અને બીજાઓનું ન જુએ તો કોઈનું ચાલવાનું નહિ. દરેક જો ફક્ત પોતાનો જ નળ જુએ તો પાણી બરાબર આવવાનું નથી. પણ બધા જો બધાનું જુએ અને સાથે મળે અને સહકાર કરે તો પંપ બરાબર ચાલશે અને ટાંકી ભરાશે અને દરેક નળમાં પાણી આવશે.

એ પાડોશીઓ હજી લડે છે. પાણીનો ઝઘડો છે. દુનિયાના ઝઘડા છે. પાણી પૂરતું છે, પણ બરાબર આવતું નથી. અનાજ પૂરતું છે, પણ બધાને પહોંચતું નથી. સમૃદ્ધિ અઢળક છે પણ ઘેર ઘેર વહેંચાતી નથી. ક્યાંક કોઈ ઘરમાં કોઈ કહીને બેઠું છે : "આપણા નળમાં પાણી આવે ત્યાં સુધી ચિંતા નહિ."

✦

૨૭. નહેરુપુલ ઉપર ચાલતાં

[આ લેખ મેં ખૂબ ભાવથી લખ્યો. ઊભરાતા ભાવથી. વચ્ચે વચ્ચે રોકાઈને લખવો પડ્યો. શ્રેષ્ઠતા એ મારા જીવનનો મુદ્રાલેખ છે. મારાં આરંભનાં પુસ્તકોમાંના એકમાં મેં એક પ્રકરણ લખ્યું હતું : "શ્રેષ્ઠતા", અને તે વખતના એસ.એસ.સી.ના ગુજરાતી પાઠ્યપુસ્તક માટેના સંપાદકોએ એ પાઠ પસંદ કર્યો હતો. એમની પસંદગીથી મને ઘણો આનંદ થયો. મને પૂછ્યું હોત તો હું એ જ પાઠ પસંદ કરત. શ્રેષ્ઠતા એ જીવનમાં અને કાર્યમાં મારો આગ્રહ છે, મારો પ્રાણ જ છે. શ્રેષ્ઠતાની ધૂન. ઉત્તમ કાર્યની પૂજા. મારી શક્તિ પ્રમાણે મારાથી બને એવું સારામાં સારું કામ હંમેશાં કરી આપવાની ભીષ્મપ્રતિજ્ઞા. એમાં મારો સિદ્ધાંત છે ને એમાં મારો આનંદ છે. માટે હવે પ્રિય અમદાવાદ શહેરમાં નહેરુપુલના લાંબા સમય સુધી ચાલેલા સમારકામ દરમિયાન એના ઉપર ચાલતાં ચાલતાં મારા ઊર્મિતંત્રની શી દશા થઈ હશે એની કલ્પના વાચકે કરવી રહી.]

અમદાવાદ માટે મને ખૂબ પ્રેમ છે. હું એને મારું ગામ સમજું છું, મારું વતન સમજું છું. એના રસ્તાઓ પર ચાલવું ગમે, એનાં મકાનો ફરી ફરી જોવાં ગમે. કોઈ અમદાવાદ વિશે ખરાબ બોલે તો મને ખોટું લાગે, કટાક્ષમાં કોઈ 'અમદાવાદી ટુચકો' કહે તો હું ન હસું. અમદાવાદ મને મારું જ લાગે છે. એનો સ્પર્શ પ્રિય છે, એના પથ્થરો પણ પૂજ્ય છે.

હું અમદાવાદમાં રહેવા આવ્યો ત્યારે નહેરુપુલ તાજો બંધાયેલો હતો. એ ગામનું નાક હતું અને મને મારું પોતાનું ગૌરવ લાગતું. હું ગર્વ સાથે એના ઉપર ચાલતો, સાઇકલ ચલાવતો, એની ઉપરથી સાબરમતીનાં પાણી જોતો, રેતી જોતો, જૂના-નવા શહેરની વચ્ચે એ વજ્રકાય સેતુ, એ આધુનિક ભગીરથવિદ્યાનો ચમત્કાર અહોભાવ સાથે અને મમતા સાથે નિહાળતો રહેતો. પુરુષાર્થનું સ્મારક

હતું. પ્રગતિનો સાક્ષી હતો.

નહેરુપુલને વીસ વર્ષ પણ પૂરાં થયાં નથી ત્યાં સમાચાર આવ્યા : નહેરુ પુલ ઉપર તિરાડો પડેલી જણાઈ છે, એના બાંધકામમાં રહેલી કેટલીક ખામીઓને કારણે હવે સુધારા કરવા પડશે ને એની યોજના હાથ પર લેવાઈ છે. ફાળ પડી. સાચું હશે ? સાચું હતું. નવી પદ્ધતિ અનુસાર નહેરુપુલમાં તાત્કાલિક સુધારા કરવાનું નક્કી કર્યું હતું. સુધારો થાય એ મને ગમે. પણ સુધારો કરવો પડે એ મને ખટકે. મારો ગર્વ ઊતરી ગયો. મારું સ્વમાન ઘવાયું હતું. અમદાવાદની પ્રગતિની મારી પ્રિય લાડીલી પૂજેલી મૂર્તિ ખંડિત થઈ ગઈ હતી. વીસ વર્ષનું યુવાન સ્થાપત્ય ઘરડું થઈ ગયું હતું.

હજી હું એ માનવા માગતો નહોતો. છેવટે જોવા ગયો. વાત સાચી હતી. પુલ માંદો હતો. એકદમ બંધ તો કર્યો નહોતો, પણ અર્ધો ચાલુ અર્ધો બંધ એવી પરિસ્થિતિ હતી. વચ્ચે પીપોની ચોકીદારી. ડ્રાઇવરોની અધીરાઈ. બધે ચેતવણીઓ. ધીમે હાંકો. વેગ-મર્યાદા છે. સમારકામ ચાલુ છે. વાર લાગશે. વેગ રોકવા માટે અવરોધકો પણ બાંધ્યા છે, એટલે બ્રેક મારી મારીને અને ઊંચાનીચા થઈને જવાય. પછી સમારકામ માટે પાડેલા ઘા. એમાં નગ્ન થયેલા મોભ અને છૂટા કરેલા સળિયા. સમારકામ ચાલુ છે. શસ્ત્રક્રિયા ચાલુ છે. પુલ માંદો છે. હાથ ભાંગ્યો છે. ભાંગેલા હાથને ડૉક્ટરો પ્લાસ્ટરમાં બાંધી રહ્યા છે.

વીસ વર્ષમાં એ રમ્ય વિજ્ઞાનકૃતિની આ કરુણ સ્થિતિ થઈ એનું શું કારણ ? એક જાણકારે મને વિગત સાથે નહેરુપુલની બીમારીનાં પૂરાં શાસ્ત્રીય કારણો સમજાવ્યાં. ખુલાસો મને કબૂલ છે. પણ ટૂંકા સમયમાં ભારે સમારકામ કરવું પડે એમાં કોઈની ભૂલ કે બેદરકારી હશે. સો વર્ષ ટકી શકે એવા પુલ બાંધવા હાલ માણસની પાસે જ્ઞાન અને સાધનો છે. અને વીસ વર્ષ પણ ન ટકે એવા પુલ બાંધવા પણ માણસની પાસે લાચારી છે. ક્યાંક કોઈની બેદરકારી રહે – અને સો વર્ષનું કામ વીસ વર્ષનું બની જાય. અને સુંદર પહોળો રમણીય પુલ ભ્રષ્ટ થઈ જાય.

✳

હું શ્રેષ્ઠતાનો ઉપાસક છું. જ્યાં કોઈ પણ જાતનું કામ, કોઈ પણ જાતની કૃતિ, પછી એ મનની હોય, હાથની હોય, વિચારની હોય, પરસેવાની હોય, બુદ્ધિની હોય કે મહેનતની હોય... પણ સાચી હોય, ધ્યાનથી ચોકસાઈથી

સુરુચિથી કાર્યદક્ષતાથી ભાવથી અને કૌશલ્યથી બનેલી હોય એવી કોઈ પણ કૃતિ જોઉં ત્યારે મારું દિલ હરખાય અને મારું માથું નમી પડે. એ મારો ઇષ્ટદેવ અને એ મારી પ્રેરણામૂર્તિ. હું સાચા કારીગરનો ભક્ત છું : પછી એ કડિયો હોય કે એન્જિનિયર હોય, લેખક હોય કે ભંગી હોય. જે કોઈ માણસ પોતાનું કામ સારી રીતે શીખે, જાણે, કરે; જે ચૂક્યા વગર હંમેશાં પોતાના ધંધાનું કે પેઢીનું કે ઘરનું કે કારખાનાનું કામ ચોકસાઈથી મમતાથી કુશળતાથી ને પ્રમાણિકતાથી કરે એને મારાં વંદન અને એની મારે પૂજા. મારી આગળ એ સાચો સાધક અને એ સાચો સંત. અને ઊલટું, જ્યાં જે કોઈ રીતે કોઈ પ્રસંગે કે કોઈ ઠેકાણે વિલંબ બેદરકારી અણઆવડત તુમારશાહી બેધ્યાનપણું રેઢિયાળપણું જોઉં – ત્યાં મારું મન ઉદાસ થાય અને મારું દિલ રડે. મારે મન એ ખરા ગુનાઓ ને ખરાં પાપ છે.

નહેરુપુલમાં શું થયું એ ખબર નથી. કોઈના ઉપર આરોપ પણ નથી. ફક્ત મારું અંગત દુ:ખ છે, મારા હૃદયનું રુદન છે. જે પુરુષાર્થનું સ્મારક હતું તે નબળાઈનું સ્મારક બન્યું છે. જે પ્રગતિનું પ્રમાણ હતું તે લાચારીનો પુરાવો બન્યો છે. હવે તો સમારકામ પૂરું થશે અને ઘા રુઝાશે અને અવરોધકો જશે અને નવી ફરસબંધી આવશે અને પુલ શોભશે અને ઝડપ સાથે એના ઉપર મોટરો ફરીથી ચાલશે. પણ એના ઇતિહાસમાં આ કારમું પ્રકરણ રહેશે, એના પેટમાં એ શસ્ત્રક્રિયાના સોળ રહેશે. એ કમનસીબ પુલ. એ જખમી કમાન. એ ખરડાયેલ મેઘધનુષ. નહેરુપુલ. અમદાવાદનું ગૌરવ. અમદાવાદનો શોક.

*

પુલ તો ઊભો છે. અને એના ઉપર એક પૂજ્ય નામ છે નહેરુજીનું. ને એ પણ વિશેષ કરુણતા છે. નહેરુ તો વિજ્ઞાનના હિમાયતી હતા, આધુનિકતાના પ્રતિનિધિ હતા. વિકાસ ને પ્રગતિ, ઉદ્યોગ ને સંશોધન માટે એમનો જીવનભરનો આગ્રહ હતો. સિંચાઈ યોજનાઓ, પ્રચંડ બંધો, લોખંડનાં કારખાનાં, વિશાળ ઉદ્યોગો એમનો વારસો હતો. માટે અમદાવાદમાં નવો પુલ બંધાયો, ગાંધીપુલ અને સરદારપુલની વચ્ચે આવેલો પુલ બંધાયો, મજબૂત આધુનિક પહોળો ભવ્ય પુલ બંધાયો ત્યારે જાણે સહજ પ્રક્રિયાથી અને કુદરતી પસંદગીથી એનું નામ નહેરુપુલ પડ્યું. અને ખરેખર નહેરુજીનું નામ ત્યારે એના ઉપર શોભતું.

પણ આજે ? આજે એ પુલ ઉપર સમારકામનાં યંત્રો છે અને ટ્રાફિક

પોલીસનાં પીપ છે. આજે એના ઉપર મોટરો લંગડાતી ચાલે છે, રોકાઈ રોકાઈને ચાલે છે. આજે એ આનંદમેળો નહિ, શોકસભા છે; ગામનું ગૌરવ નહિ, સૌની ચિંતા છે. ને હજી એના ઉપર નહેરુજીનું નામ છે. એ હવે લાજે છે. નહેરુજી કહેતા કે આજની જાહેર બાંધકામની કૃતિઓ આધુનિક ભારતનાં મંદિરો છે. તો આ મંદિરને શું થયું? નહેરુજીના મંદિરને શું થયું? એમના નામના પુલને શું થયું? પ્રાચીન મંદિરો તો સૈકાઓ સુધી રહેતાં. આ આધુનિક મંદિરો વીસ વર્ષ પણ સમારકામ વગર ન ટકી શકે? શું, આ આપણા યુગનું પ્રતીક હશે? આપણી પેઢીનો સંકેત હશે? આપણા છીછરાપણાનું, બેધ્યાનપણાનું, બિનજવાબદારીનું પ્રદર્શન હશે? આપણે ત્યાં સારાં સંગ્રહાલયો, પ્રદર્શન-ઘર, ઐતિહાસિક સ્થાનો, જોવાલાયક સ્થળો છે. એની વચ્ચે હવે આ લજ્જાનું પ્રદર્શન છે. એ પ્રિય લાડીલા શહેરના હૃદયમાં ભોંકાયેલો કાંટો છે.

✳

હજી નહેરુપુલ ઉપર ચાલું છું, સાઇકલ ચલાવું છું. પહોળામાંથી સાંકડા બનેલા એના રસ્તા ઉપર, પીપોથી સાચવીને, ખાડાટેકરાઓથી ઊંચોનીચો થઈને, સમારકામના લાલ વાવટાઓથી ચેતીને ચલાવું છું. પણ હવે હૃદયમાં ગૌરવ નથી, આનંદ નથી, હવે પુલની બાજુમાં એનું નામ ને એની સાલ પોકારતી શિલા તરફ જોતો નથી. હવે ફક્ત બીજે કિનારે બને તેમ જલદી પહોંચવાની ઇચ્છા રહે છે.

✦

૨૮. સામાન્ય આદમી

એણે કોઈ પરાક્રમ કર્યું નથી. હવે કરવાનો પણ નથી. એ જાણે છે કે એનું જીવન સામાન્ય છે. સાવ સામાન્ય છે. ને હવે જીવનનો મોટો ભાગ તો વીતી ચૂક્યો છે. એટલે કોઈ સિદ્ધિઓ હવે આવવાની નથી અને તે પહેલાં કોઈ તો નહોતી. માટે જીવન હતું એવું છેક સુધી રહેશે. સામાન્ય રહેશે. અને તે એ બરાબર જાણે છે ને તોય એને સાચો સંતોષ છે. શાંતિ છે, આનંદ છે.

એની કાંઈ મોટી પ્રતિભા નથી. સાધારણ બુદ્ધિ છે. એ યુવાન હતો ને ભણતો હતો ત્યારે એને કોઈ ઇનામ મળ્યું નહોતું. મહેનત કરીને પાસ થતો એટલું જ. એકાદ વાર નાપાસ પણ થયો ને એકાદ વાર સેકંડ ક્લાસ પણ આવ્યો હતો. સામાન્ય ભણતર. સામાન્ય વિદ્યાર્થી. ને નોકરી પણ એવી જ મળી હતી. તે કંઈ તેજસ્વી નહોતો કે નવો રસ્તો કાઢે. પ્રમાણિક ખરો અને મહેનતુ ખરો એટલે થોડા પ્રયત્નો કરી ને ક્યાંક ગોઠવાયો અને રોજનું કામ રોજ કરતો ને મહિનાને અંતે પગાર લઈ આવતો. એનો સંસાર પણ એવો ચાલ્યો. સામાન્ય ઘર ને સામાન્ય કુટુંબ. થોડા સંબંધો હતા એ સારા હતા. પણ વિશાળ મિત્રમંડળ નહિ ને ઓળખાણ ને લાગવગ પણ નહિ. એના જીવનમાં કોઈ મોટી કસોટીઓ ન આવી ને કોઈ મોટા વિજયો ન આવ્યા. કોઈ મોટા વિચારો ન આવ્યા ને કોઈ મોટી યોજનાઓ ન ઘડાઈ. પોતાના મિત્રોનો એ મિત્ર હતો, પોતાનાં સગાંઓનો સગો હતો. જીવનના સામાન્ય પ્રસંગો ઊજવ્યા. બધાં અનુભવે એ રીતે આનંદ અને શોક અનુભવ્યા.

એના કેટલાક ઓળખીતાઓ જીવનમાં ઊંચે આવ્યા હતા. કેટલાકે નામના

કાઢી હતી, કેટલાકે પૈસો ભેગો કર્યો હતો. કેટલાક જાહેર જીવનમાં આગેવાનો પણ થયા હતા. એણે એવું કર્યું નહોતું. બીજાએ એવું કર્યું હતું એ માટે એને માન હતું, પણ અદેખાઈ નહોતી, બીજાઓને બુદ્ધિ હતી ને તે પ્રમાણે એ લોકોએ કર્યું હતું પણ ખરું, પોતાને ઓછી બુદ્ધિ હતી એટલે ઓછું કર્યું હતું. પણ એનો એને વસવસો નહોતો. મોટો તે મોટો અને નાનો તે નાનો. મોટો મોટું કામ કરે, અને નાનો નાનું કામ કરે એમાં મોટાને અભિમાન નહિ અને નાનાને લઘુતા નહિ; એટલે કે કેટલાકને તો છે. ઘણાને હોય છે. બુદ્ધિવાળાને પોતાની બુદ્ધિનું ગુમાન હોય છે અને ઓછી બુદ્ધિવાળાઓને પોતાની ઓછી બુદ્ધિ માટે ફરિયાદ હોય છે. પણ એ માણસને તો નહોતી. એ પોતાનું જીવન સફળ માનતો. એને પૂરો સંતોષ હતો. ઓછું મળ્યું ને ઓછું કર્યું એ હિસાબ હતો. એટલે હિસાબ બેસતો હતો. કેટલાકને ઘણું મળે અને ઓછું કરે – એમનો હિસાબ નહિ બેસે. અને કેટલાકને ઓછું મળે ને ઓછું કેમ મળ્યું એની ફરિયાદ કરીને કશું કરતા નથી – એમનો હિસાબ પણ નહિ બેસે. પણ જેને ઓછું મળ્યું અને ઓછું કર્યું એનો હિસાબ બેસે અને એનો સંતોષ રહે. અને એ માણસ તો એવો હતો. એની વૃત્તિ સરળ હતી. એનું મન સંતોષી હતું. એની દૃષ્ટિ વાસ્તવિક હતી. અને એ લઈને એ પોતાનું સામાન્ય સાધારણ મામૂલી જીવન કૃતાર્થતા સાથે જોઈ શકતો હતો.

ને એને જોઈને મને એક વાત સમજાઈ. સામાન્ય માણસના જીવનની કિંમત સમજાઈ. દુનિયામાં પરાક્રમી વીરો જોઈએ. પણ દુનિયામાં બધા તો વીરો અને પંડિતો અને નેતાઓ નથી હોતા. હોવા પણ ન જોઈએ. દુનિયામાં સામાન્ય માણસ પણ જોઈએ. ઘણાખરા માણસો સામાન્ય જોઈએ. એ માનવજાતનું પીઠબળ છે, સમાજનો પાયો છે, દેશનો આધાર છે. સામાન્ય માણસ એ સૈન્યમાં સૈનિક છે, રસ્તાનો માણસ છે, મધ્યમ વર્ગ વગર સમાજ ચાલે જ નહિ. માટે સામાન્ય માણસ સારા જોઈએ, સ્વસ્થ જોઈએ, નીરોગી જોઈએ, અને એ માણસ તો એવો જ હતો.

યંત્રમાં સૂક્ષ્મ, કીમતી, નાજુક ભાગો હોય છે, એ જરૂરી છે, અને કાળજીથી મૂકવામાં આવે છે. પણ યંત્રમાં બીજા સામાન્ય સ્થૂળ, જાડા ભાગો પણ હોય છે. તે સહેલાઈથી મુકાય અને જોતજોતામાં બદલાય. તે સરળ છે અને સસ્તા છે. પણ તે વગર યંત્ર ન ચાલે. તે વગર પેલા કીમતી, નાજુક, સૂક્ષ્મ ભાગો

નકામા ને નિષ્ક્રિય રહેશે. સૈનિકો વિના સેનાપતિ કશું ન કરી શકે. મધ્યમવર્ગ વગર સમાજ ન ચાલી શકે. સામાન્ય માણસ વગર દુનિયા ન જીવી શકે. એટલે સાધારણ માણસનું અસાધારણ મહત્ત્વ હોય છે.

કદાચ એ ખ્યાલ એ માણસને હતો. કદાચ એ જાણતો હતો કે પોતાનું સામાન્ય જીવન સમાજ-વૃક્ષના મૂળમાં હતું, દેશ-મંદિરના પાયામાં હતું. કદાચ એને થોડી ઝાંખી હતી કે મારા જેવાઓથી દુનિયા બને છે અને ઇતિહાસ લખાય છે. કદાચ એના મનને નહિ તો એના દિલને એ પ્રકાશની રેખા મળી હતી કે, મારા જેવાઓની પણ કિંમત છે. સંસારમાં સ્થાન છે. ભગવાનની આગળ માન છે. કદાચ એણે વિચાર કર્યો નહોતો. કદાચ એને માટે એ પ્રશ્ન જ નહોતો, પણ સહજ સિદ્ધિ હતી, સ્વાભાવિક વલણ હતું. સરળ ખાતરી હતી. એને ગૌરવ હતું, સ્વમાન હતું, સંતોષ હતો. એ આનંદથી જવાની તૈયારી કરતો હતો. એ જશે ત્યારે એના સમાચાર છાપામાં આવશે નહિ, એની ખબર દેશમાં ફેલાશે નહિ. થોડાક મિત્રો જાણશે ને નાની શોકસભા ભરાશે. સામાન્ય આદમીને સાચો, ઊંડો દિલનો સંતોષ છે. કોઈ ઢોંગ નહિ, કોઈ અતૃપ્તિ નહિ, કોઈ અશાંતિ નહિ. આપણે વિચાર ન કરીએ તો એનું મહત્ત્વ ચૂકી જઈએ. આપણે ધ્યાન ન આપીએ તો એનું જીવન ધ્યાનમાં જ ન આવે પણ એનું જીવન ધ્યાનમાં લાવવા જેવું છે. કદર કરવા જેવું છે. અનુકરણ કરવા જેવું છે. એ સાધારણ માણસના જીવનમાં અસંખ્ય સાધારણ માણસોને બોધ છે, આપણને સૌને અનુરોધ છે કે આપણે પણ સંતોષથી જીવીએ, આનંદથી જીવીએ, કૃતજ્ઞતાથી જીવીએ, અને આપણી ગમે તેટલી સામાન્ય સ્થિતિ પણ સ્વીકારીને અને ઉજાળીને આપણું જીવન (ગમે તેવું, પણ સાચું ને કીમતી ને આપણું જ) સાર્થક બનાવીએ.

◆

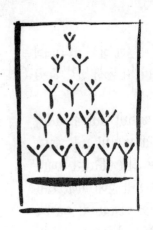

૨૯. કામચોરી

પોતાના કામ વિશે એ વાત કરતો હતો. કહેતો હતો : ''હું ઑફિસે તો રોજ સમયસર પહોંચું છું. એ બાબતમાં હું બહુ ખ્યાલ રાખું છું. અને ઑફિસનો સમય બરાબર પૂરો થાય ત્યાં સુધી બેસું છું. મને કહેવું નહિ પડે. પણ એક વાત ખરી, કે એ આખા સમયમાં હું જે કામ કરું છું એ બે જ કલાકમાં પતાવી શકત.''

એ એક પ્રમાણિક માણસ હતો. થોડાં વર્ષથી એ નોકરીમાં હતો. જિંદગી સુધી એ નોકરીમાં રહેવાની એની તૈયારી હતી. એ ચોકસાઈથી કામ કરતો હતો. નિયમિતતાથી કામ કરતો હતો. ઉપરીઓનો વિશ્વાસ અને સાથીઓનો પ્રેમ એણે સંપાદન કર્યા હતા. એની સામે કોઈની ફરિયાદ ન હતી. પરંતુ પોતે કબૂલ કરતો હતો કે, ઑફિસમાં એ છ કલાક બેઠો એમાં ફક્ત બે કલાક જેટલું કામ કરતો.

એક રીતે તો એની એને રાહત હતી. ઓછું કામ એટલે ચિંતા નહિ. થાક નહિ લાગે ને શ્રમ નહિ પડે. આરામથી કામ કરવાનું. સહેજ માંદા હોઈએ તોય ચાલે, ઑફિસમાં બીજા કોઈના ન આવવાથી કામ વધે તોય ચાલે. ઓછું કામ છે એટલે રાહત છે. એમાં એનો સ્વાર્થ હતો. તેથી એનો સંતોષ પણ હતો.

પણ બીજી રીતે એને અસંતોષ હતો. પૂરી શક્તિ અને ઓછું કામ. છ કલાક બેસવાનું અને ફક્ત બે કલાક જેટલું કામ કરવાનું. નવરાશ, આળસ, કંટાળો. એથી કોઈ આનંદ મળતો હશે ? એટલે બીજા કોઈની નહિ પણ પોતાની

જ ફરિયાદ હતી. ઑફિસમાં કોઈ એની સામે વાંધો ઉઠાવી શકે એમ ન હતો, પણ પોતાનું અંતર જ વાંધો ઉઠાવતું હતું. પૂરો પગાર લઈએ પણ ઓછું કામ કરીએ, આખો સમય બેસીએ પણ અર્ધા જેટલું કામ પણ ન કરીએ – પછી સાચા માણસનું દિલ ફરિયાદ કર્યા વગર કેમ રહે ? છ કલાકમાં બે કલાક એટલે એક માણસનું કામ ત્રણ માણસો કરે એટલે એક પગારને બદલે ત્રણ પગાર પડે. શું એ અનીતિ નથી, અપ્રમાણિકતા નથી, ચોરી નથી ? હા. ચોરી છે. કામચોરી છે.

એ માણસ કહેતો હતો કે વધારે પગાર મળે એ માટે એની સંસ્થામાં કોઈ હિલચાલ થવાની હતી. એ વાતો એ કરતો હતો. ત્યારે એની વાણીમાં અને એના ચહેરામાં ભાવોનો સંઘર્ષ દેખાતો. વધારે પગારની લાલચ તો હતી. કોને ન હોય ? પણ એની શરમ પણ સ્પષ્ટ હતી. પૂરું કામ પણ ન કરીએ એમાં પૂરા પગારનો અધિકાર નથી, પછી વધારે પગારની શી વાત કરીએ ? પૈસા મળે એ ગમે, પણ માન સાથે ન મળે એ ગમતું નથી. અને આમાં માન નથી. દિલ જાણે છે કે આપણે કામ કર્યું નથી, પછી પૈસા લેવાય ? કિંમત ચૂકવ્યા વગર માલ લેવાય ? પરીક્ષા આપ્યા વગર ડિગ્રી લેવાય ? સારા માણસને ચોરીનો માલ નહિ ખપે, અને આ તો ચોરીનો માલ હતો. કામચોરીનો માલ હતો. માટે પગારવધારાની વાત કરતાં એ માણસના ચહેરા ઉપર ગ્લાનિ હતી. પોતાના ઉપર કટાક્ષ હતો. સમાજમાં એનું માન હશે, પણ પોતાની જાતની આગળ નથી. ઑફિસમાં એની પૂરી હાજરી છે, પણ અંતરના ચોપડામાં એના દિવસો ખાલી જ છે. પ્રમાણપત્ર છે, પણ સંતોષ નથી. નોકરીમાં બઢતી છે, પણ જીવનમાં પડતી છે. અને એ વાત એને સાલે છે.

એના મિત્રો એને શાબાશી આપે છે કે, આરામની નોકરી મળી છે તો હવે લહેર કરો ને ? કેટલાકને એવી આરામની નોકરીઓ પણ હશે તેઓ એકબીજાને ટેકો આપે. કેટલાકને શ્રમની નોકરી હશે એ બીજાઓની ઈર્ષ્યા કરે. પણ એમની વાતો સાંભળીને એ માણસના મનનું સમાધાન થતું નથી. આરામની નોકરીવાળા આશ્વાસન આપે છે ત્યારે એ એમની વાત સાંભળે છે પણ માનતો નથી. એમના મનમાં શું છે એ તે જાણે છે. એમને પણ સ્વમાન હશે ને ! કેટલાક તો ઑફિસમાં આરામ કરે છે જેથી પછી ઘેર જઈને બીજી સહાયક નોકરી કરી શકે અને વધુ પૈસા મેળવે. કેટલાક ઊંધી દલીલ લઈને કહે છે

કે ઓછો પગાર મળે છે એટલે ઓછું કામ કરીએ ને ! ને કેટલાક તો સ્વભાવે આળસુ જ છે. એ ઑફિસમાં પણ કામ કરતા નથી અને ઘેર પણ કરતા નથી, કદી કર્યું નથી ને કરવાના પણ નથી. એટલે એમને એ જ નોકરી જોઈએ એટલે એમની પ્રશંસા કરે છે, અને એ માટે પોતાને અને બીજાઓને શાબાશી આપે છે.

બધાનો સ્વાર્થ પણ છે. ઑફિસમાં એક માણસ જો પ્રમાણિકપણે પૂરો સમય પૂરી શક્તિથી પૂરું કામ કરે તો બીજાઓએ પણ કરવું પડશે, ને એને કરવું નથી એટલે કોઈ ન કરે એમાં સૌનો સ્વાર્થ છે.

પણ સ્વાર્થમાં સુખ નથી. ઓછું કામ કરવામાં કોઈ આનંદ નથી. ખરો આનંદ પૂરું કામ કરવામાં છે, પૂરી શક્તિ અજમાવવામાં છે. આમ ને આમ બેસી રહેવાથી શો આનંદ હોય ! એ માણસ હવે એવી નિરાશા બરાબર અનુભવે છે; એની મૂંઝવણ છે, એની અકળામણ છે. એના મનમાં એવા વિચારો છે, અને તેથી એની વાતમાં પણ એ આવે છે. આજે કોઈએ એને પૂછ્યું નહોતું, તપાસ કરી નહોતી. ખાલી સામાન્ય પરિચયની વાત હતી. ને એમાં 'ક્યાં નોકરી કરો છો ? કઈ જાતનું કામ છે ? કેવી મઝા આવે છે ?' એવા સાધારણ પ્રશ્નો પૂછ્યા હતા ત્યારે એના જવાબોની સાથે એની પેલી કબૂલાત આવી. નોકરી તો છે અને કામ પણ છે. પણ સવારથી સાંજ સુધી ઑફિસમાં બેસીને જે કામ થાય એ બે જ કલાકમાં પતાવી શકાય એમ છે. દિલમાં એ વાત છે એટલે બહાર આવી છે. હવે ફક્ત કબૂલાત રૂપે નહિ, ફરિયાદ રૂપે નહિ, પણ નિર્ણય રૂપે એ બહાર આવે, બીજાઓને કહે, બધા એમ જ કરે અને ઑફિસમાં છ કલાકમાં છ કલાકનું કામ થાય તો ઑફિસનું કામ થશે, દેશનું કામ થશે. અને એક સાચા દિલનો માણસ પોતાના દિલને જ ન્યાય આપીને જીવી શકશે.

✦

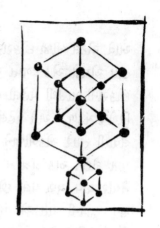

૩૦. હરીફાઈ

જીવનમાં હરીફાઈ ન હોત તો પ્રગતિ ન થાત.

પણ જીવનમાં ફક્ત હરીફાઈ હોત તો જીવન જીવન જ ન રહેત.

અને ચિંતાની વાત તો એ છે કે આધુનિક સમાજમાં હરીફાઈનું તત્ત્વ વધતું જાય છે, બધે ફેલાતું જાય છે. ને એની સાથે જીવનની સંસ્કારિતા ને પવિત્રતા ને પ્રમાણિકતા માટેનું જોખમ પણ વધતું જાય છે.

છોકરો નાનો છે ત્યારથી એ હરીફાઈના આ ખેલમાં આવી જાય. સ્કૂલમાં પરીક્ષા લે, માર્ક આપે, પહેલો-બીજો નંબર આપે. પછી ઘેર પૂછે, ''આ વખતે કેટલામો નંબર આવ્યો ?'' અને એ સીધા પ્રશ્નના જવાબથી સંતોષ ન માનતાં હજી આ પૂછે, ''અને પેલો છોકરો (જેની સાથે હંમેશ એની રસાકસી ચાલે છે, ને જેનું નામ ઘેર બધાં જાણે ને જે આગળ આવે તો ફજેતી, અને પાછળ આવે તો વિજય એમ માને) એ છોકરાનો નંબર કેટલામો આવ્યો છે ?''

ત્યારથી એ ભાન છે. જીવનમાં હરીફાઈ છે. સ્કૂલમાં નંબર છે. અને પહેલો નંબર એક જ હોય છે. અને વર્ગમાં ત્રીસ વિદ્યાર્થીઓ બેઠા છે. બધા મિત્રો, પણ બધા હરીફ. બધા સાથે, પણ બધા સામે. એટલે લડાઈ છે, સ્પર્ધા છે, હરીફાઈ છે. નાનો છોકરો જીવનનો એ પાઠ વહેલો શીખે છે, એ કડવો અનુભવ એને વહેલો થાય છે.

✻

એક સ્કૂલમાં એક છોકરો ભણતો હતો. કુદરતે સારી બુદ્ધિ આપી હતી, અને એ સારી મહેનત પણ કરતો. એટલે હંમેશ પહેલે નંબરે આવતો. હંમેશ

આવે, એટલે બીજા છોકરાઓને ઈર્ષ્યા લાગે. વર્ગમાં બીજા હોશિયાર વિદ્યાર્થીઓ હતા એમણે એક 'ગુપ્ત મંડળ' રચ્યું. એ મંડળનો એક જ હેતુ હતો : પેલા છોકરાની પાસેથી પહેલો નંબર લઈ લેવાનો. નામ પણ એવું પાડ્યું, "...ભાઈ વિરોધ મંડળ." અને પહેલો-બીજો નંબર નક્કી કરવા વર્ગમાં દર મહિને પરીક્ષા લેવાતી ત્યારે એકબીજાને મદદ કરે, સાથે તૈયારી કરે, પરીક્ષા લખતી વખતે પણ કોઈને એક પ્રશ્ન ન આવડે તો બીજા તે એને પહોંચાડે. ગમે તે કરવા તૈયાર થાય. પણ પેલા છોકરાને પહેલો નંબર ન મળે એટલું જ એમને જોઈતું હતું. દુઃખની વાત એ થઈ કે વર્ગ-શિક્ષકને એ વાતની ખબર પડી ત્યારે એ નિંદ્ય પ્રવૃત્તિને રોકવાને બદલે એમણે પેલા ઈર્ષાળુ વિદ્યાર્થીઓને પ્રોત્સાહન આપ્યું અને પહેલો નંબર એ હોશિયાર છોકરાની પાસેથી પડાવી લેવા મદદ કરવાનું પણ વચન આપ્યું. શિક્ષક પણ પોતાનો પવિત્ર ધર્મ ચૂકી શકે અને બાળકના નાજુક હૃદયને કારમો આઘાત પહોંચાડી શકે એવું આ એક કમનસીબ ઉદાહરણ બન્યું. શિક્ષકનો સહકાર મળ્યો એટલે હિંમત કરીને એ 'ગુપ્ત મંડળ'ના વિદ્યાર્થીઓએ પેલા પ્રથમ આવનાર છોકરાને, એને નીચે લાવવાના પોતાના નિર્ણય ને કાવતરાની ખબર આપી, અને એને ધમકી ને ત્રાસ આપવા લાગ્યા. એટલે એ છોકરો એકલો પડ્યો. વર્ગમાં મિત્રો નહિ, શિક્ષકનો આશ્રય પણ નહિ. બધા દુશ્મનો ને બધા હરીફો. રોજ ભય ને કડવાશ ને ચિંતા. એ દુષ્ટ પ્રયોગ એ નાના છોકરા ઉપર ચાલ્યો; સારી સ્કૂલમાં ને શિક્ષકની સંમતિથી ચાલ્યો.

હવે એ છોકરો પહેલે નંબરે આવે કે ન આવે એ મુખ્ય વાત નથી. કારણ કે તે હજી પહેલે નંબરે આવશે તોપણ એના દિલમાં જે ઘા પડ્યો છે, દ્વેષ અને ઈર્ષ્યા ને નિષ્ઠુર હરીફાઈના અનુભવથી જે ઘા પડ્યો છે એ કદી ન રુઝાય. નાની ઉંમરે દુનિયાના સંઘર્ષમાં આવવું પડ્યું. પહેલે પ્રસંગે અદેખાઈના ઝેરનો સ્વાદ થયો.

એ છોકરાએ એક સાચી વાત કરી : હિંમત કરીને ઘેર આખી વાત કરી. એના પિતાએ તપાસ કરી, વાત સાચી નીવડી, અને તરત દીકરાની બીજી સ્કૂલમાં બદલી કરાવી. એટલે પહેલા-બીજા નંબરનો પ્રશ્ન તો મટી ગયો, પણ એ છોકરાને માટે ને આપણને બધાને માટે પણ નિત્ય સંઘર્ષનો પ્રશ્ન તો

મટ્યો નહિ.

✳

હરીફાઈ ન હોય તો કામ ન થાય. એવો માણસનો સ્વભાવ છે. પહેલો નંબર ન હોય તો વિદ્યાર્થી ન વાંચે. પહેલું ઇનામ ન હોય તો ખેલાડી શ્રમ ન ઉઠાવે. અમુક હરીફાઈ અનિવાર્ય છે. ને થોડે અંશે એ સારી પણ છે, પણ થોડે અંશે જ. આળસ ખંખેરવા કે જાગ્રત રહેવા ને જીવનની ગંભીરતા સમજવા પૂરતું જ. પણ આખું જીવન હરીફાઈ ઉપર ચલાવીએ તો અનર્થ થાય.

એ તાલીમ નાનપણથી શરૂ થવી જોઈએ, સ્કૂલથી ને પરીક્ષાથી શરૂ થવી જોઈએ. ને વિશેષ તો ઘેર એ પહેલેથી ચાલવી જોઈએ. પરીક્ષાનું મહત્ત્વ તો છે (અને અનિવાર્યપણું પણ છે.) પહેલા નંબરનું ગૌરવ છે. એ જરૂર સાચવીએ. પણ ઘેર જો ફક્ત પરીક્ષાના ગુણ અને વર્ગના નંબર પણ પૂછે, જો ગમે તે ભોગે આગળનો નંબર સાચવવા છોકરાને બોધ આપે, આગ્રહ કરે, પાનો ચડાવે, જો વાંચવા માટે એ જ કારણ આપે ને એની નજર સામે એ જ ધ્યેય રાખે તો છોકરાના મન ઉપર વિકૃત અસર પડશે. હરીફાઈનું ભૂત એને વળગી પડશે. જિંદગી સુધી એ અનિષ્ટ વૃત્તિથી પીડાતો રહેશે.

શું, એને વાંચવા માટે બીજાં કારણો ન બતાવી શકાય ? બીજી જાતના ઉત્સાહ ન આપી શકાય ? સારી રીતે વાંચવાથી ઘણું મળે : જ્ઞાન, સંસ્કારો, ઘડતર. કામ કરવા માટે તૈયારી, સમાજમાં સ્થાન પ્રાપ્ત કરવાની લાયકાત. વાંચવાના ઘણા લાભ છે. સાચા લાભ છે. પરીક્ષાના ગુણ અને વર્ગનો નંબર ભૂલી જવાય ત્યારે પણ રહે એ સાચા લાભ વાંચવામાં હોય છે એ લાભ છોકરાને સમજાવી શકાય, એની આગળ ઘેર એની વાતો કરી શકાય, પરીક્ષાની વાત આવે ને સ્કૂલનો રિપોર્ટ આવે ને પહેલા-બીજા નંબરની ચર્ચા આવે ત્યારે એની સાથે પણ આ સાચા લાભોની વાત કરી શકાય, અને જો ફરી ફરીને ઘેર એ વાત થાય, જો એ તરફ આગ્રહ રહે, જો મા-બાપનું મૂલ્યાંકન છોકરો જુએ તો એનું મન પણ એ સાચા લાભ તરફ વળશે, હરીફાઈને ઓછું મહત્ત્વ આપશે, મુક્ત દિલે વાંચવાનું કામ આગળ ચલાવી શકશે.

અને વાંચવાની ફરજ પણ છે એટલે વાંચવું જોઈએ. એ વાત પણ છોકરાને ઘેર સમજાવી શકાય. નિષ્કામ કર્મ તો સાધુસંતોની સાધના હશે, પણ એના સરળ સંસ્કાર નાના છોકરાના હૃદયમાં પણ રેડી શકાય. આપણે રમત-ગમતમાં

હરીફાઈ ❖ ૧૩૫

ભાગ લઈએ, ઉત્સાહથી રમીએ. રમવામાં આનંદ છે, સ્ફૂર્તિ છે. કસરત છે, સ્વાસ્થ્ય છે, સમૂહનું ભાન છે, સહકારની તાલીમ છે, એ સાચા લાભ છે. પછી જીતીએ તોય શું અને હારીએ તોય શું ? એ લાભ મળ્યા એમાં જીત છે. એટલે જુસ્સાથી રમ્યા, પણ જીતની ચિંતા ન કરી. કર્મ કર્યું, પણ ફળની કામના ન કરી એ વાત છોકરો પણ સમજી શકે, સ્કૂલનો વિદ્યાર્થી પણ અમલમાં મૂકી શકે. અને રમવાની બાબતમાં કરી શકે તો વાંચવાની બાબતમાં પણ કરી શકે, ભણવાના સાચા લાભ હોય છે; છોકરો એ જાણે છે અને એ એની નજર સામે હંમેશ રાખવા જોઈએ. એ કસરત ને સ્ફૂર્તિ ને એ સ્વાસ્થ્ય ને એ આનંદ જેમ રમવામાં પણ છે તેમ વાંચવામાં પણ છે, કાર્યનું જ મહત્ત્વ છે. રમવાનો જ અર્થ છે. વાંચવાનો જ ધર્મ છે.

*

ફરજ છે એટલે વાંચીએ. પૂરા મન સાથે, દિલ સાથે, ઉત્સાહ સાથે. પછી પરિણામ જે આવે તે ખરું. તૈયારી કાચી હતી એટલે પરિણામ ખરાબ આવ્યું એ ચોખ્ખી ભૂલ છે. પણ તૈયારી પાકી હતી ને તોય પરિણામ જોઈએ તેટલું સારું ન આવ્યું એ સંસારનો અકસ્માત જ છે. એને માટે નાનપણથી જ મન કઠણ કરતાં શીખીએ. ફરજ છે એટલે કામ કરીએ. નિષ્ઠાથી, શ્રદ્ધાથી, આનંદથી એની કદર થાય, એનું પુણ્ય લાગે, એ સંતોષ લઈને જિવાય. નિષ્કામ કર્મનો બદલો મોક્ષ હોય છે. અને એની ભાવનાથી કરેલા કાર્યથી આ લોકમાં પણ શાંતિ, સમાધાન ને સમભાવ હોય છે.

હરીફાઈનું પ્રમાણ આધુનિક જીવનમાં વધતું જાય છે. અભ્યાસમાં ને નોકરીમાં, વેપારમાં ને રાજકારણમાં, વહેલી જગ્યા માટે ને પહેલા ઇનામ માટે. હરીફાઈ બધે છે, અને તેથી આપણા હૃદયમાં પણ ઊંડે ઊતરતી જાય છે.

તો હરીફાઈને દબાવવા માટે, એને અંકુશમાં રાખવા માટે અને એનાં અનિષ્ટ પરિણામ ટાળવા માટે, યુવાન વિદ્યાર્થીઓને વાંચવા માટે સાચી પ્રેરણા અને સાચાં કારણો આપીએ. અને એક વ્યવહારુ સલાહ પણ આપીએ; હરીફને તેઓ મદદ કરે, સદ્‌ભાવ બતાવે, એ સફળ થાય તો દિલથી શાબાશી આપે. હરીફાઈનું જોર ભાંગવા માટે હરીફને મદદ કરવાની વૃત્તિ ઉત્તમ સાધન હોય છે. મિત્રમાં જો હરીફ જોઈએ તો મિત્રતા તૂટી જાય. પણ હરીફમાં જો મિત્ર

જોઈએ તો કટુતા ઓગળી જાય.

✳

જીવનમાં હરીફાઈ છે. અનિવાર્ય છે. એ આપણી પાસે કામ કરાવે છે, એટલો એનો ઉપકાર છે. પણ એનું જોખમ વધારે છે, અને એનાથી બચવા નાનપણથી દિલના શુભ ભાવો કેળવવા જોઈએ. ઉદારતા, સમભાવ, નિષ્કામ કર્મ ને કર્તવ્યનિષ્ઠા.

નિર્દય હરીફાઈની ભીંસમાં યુવાન હૃદયની આશા પિસાવા ન દઈએ.

◆

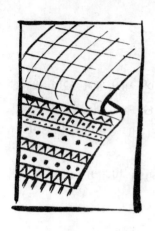

૩૧. કાદવની વચ્ચે

એ છોકરીઓને ત્યાં જોઈને લાગ્યું કે એ લોકો આવ્યાં ન હોત તો સારું થાત. આ તો એમનું સ્થાન નથી. છોકરીઓ અહીં શું કરી શકે ? કામ તો કરશે નહિ અને કરવા દેશે પણ નહિ. આ તો પુરુષનું જ કામ છે, અને જેવા તેવા પુરુષનું પણ નથી. એ છોકરીઓની જગ્યાએ બીજા છોકરાઓ આવી ગયા હોત તો વધારે કામ થાત અને કોઈ અડચણ ન પડત એવું ચોખ્ખું લાગ્યું. પણ એ લોકોનો આગ્રહ હતો. છોકરાઓ જાય તો અમે પણ જઈએ એ આગ્રહ હતો. એ કામ કરી શકે તો શું અમે પણ ન કરીએ ? અને સ્ત્રીઓના સ્વાતંત્ર્ય અને સ્ત્રીઓના અધિકારોના આ જમાનામાં સમાનતાના દાવની સામે ના ન પડાય, એટલે આવવા દેવી પડી ને એ બધી આવી પણ ખરી.

આવીને અને જગ્યા પર જઈને બધાંને તો ધ્રાસકો પડ્યો. કામ કરવા આવ્યાં હતાં. પણ શું કામ કરવું અને ક્યાંથી શરૂ કરવું ? જ્યાં જુઓ ત્યાં કાંપ ને કાદવ. રસ્તાઓ ઉપર તો ઘૂંટણ સુધી. એમાં પણ જવું લગભગ અશક્ય હતું. પછી જઈને કામ કરવાની વાત ક્યાં રહી ! મકાનો તો ઊભાં હતાં. પૂરનો આ વિસ્તારમાં આટલો અનુગ્રહ ખરો. પણ એ મકાનોની અંદર કેમ જવાશે, અને જઈને શું કરી શકાશે એ પ્રશ્ન હતો.

એક તરફ એ દશ્ય તરફ જોયું, અને બીજી તરફ એ છોકરીઓની તરફ જોયું. એમના વેશ તો કામ કરનારના નહોતા. રંગરંગના, જાતજાતના લગભગ કોઈ લગ્નસમારંભમાં જવાનું હોય એવા વેશ હતા. એમ તો કૉલેજમાં આવવાના વેશ હતા, પરંતુ કૉલેજમાં હવે ફૅશન પરેડ ચાલે એ ખ્યાલથી અનેક કૉલેજ-

કન્યાઓ આવે છે (અને કૉલેજ-કુમારો પણ આવે છે) એટલે વેશમાં કલા અને રંગ અને સુરુચિ (અને દુરૂ-રુચિ) આવે. અને કૉલેજમાં સવારે એ વેશ લઈને આવી ત્યારે ખબર પડી કે, પૂરને લીધે અમુક વિસ્તારમાં ભારે નુકસાન થયું છે, શહેરમાં પણ ઘણે ઠેકાણે વાહન-વ્યવહાર ખોરવાઈ ગયો છે, એટલે ઘણા વિદ્યાર્થીઓ કૉલેજમાં આવી શકવાના નથી, માટે જે જે આવી શક્યા એ બધા અધ્યાપકો અને વિદ્યાર્થીઓ એવી જગ્યાએ જઈને કરી શકીએ એટલી લોકોને મદદ કરીએ એ ઘણાનો સંકલ્પ હતો અને બીજાઓનો સહકાર હતો, અને એ સંકલ્પને અમલમાં મૂકવાની તૈયારી પણ હતી. એ છોકરીઓએ એવું જોયું ત્યારે તેઓ પણ ઉત્સાહમાં આવી અને સાથે આવવા લાગી અને એ રીતે બધાં એ સંકટગ્રસ્ત વિસ્તારમાં પહોંચ્યાં અને કાદવની વચ્ચે ઊભાં રહ્યાં. ત્યારે એ વિનાશના દૃશ્યની વચ્ચે એ છોકરીઓ મંગળ મૂર્તિઓની જેમ શોભી રહી.

પણ ખાલી શોભા માટે તેઓ આવી નહોતી. કોઈ વાર યુદ્ધ મોરચે જવાનોને પ્રોત્સાહિત કરવા કોઈ સિનેતારિકા એમની મુલાકાતે જાય અને એક-બે ગીત ગાઈને એમને ખુશ કરે એવો કાર્યક્રમ નહોતો. કામ સાથે કામ હતું. અને ત્યાં પહોંચતાં જ કામ પણ શરૂ થયું.

કોઈએ એ છોકરીઓને કહ્યું કે અમે તો સફાઈ અને રાહતનું કામ કરીશું એટલામાં તમે એક કામચલાઉ કૅન્ટીનમાં જઈને ત્યાં રસોડાનું કામ સંભાળો, પણ રસોડાનું કામ બીજા લોકો સંભાળતા હતા, અને રસોડાનું કામ કરીને આ છોકરીઓ સંતોષ માને એવી તો નહોતી. એટલે એમણે જવાબ આપ્યો કે, તમે જે કામ કરશો તે અમે પણ કરીશું. અને પહેલું કામ તો પાવડા ને તગારાં લઈને એ ઊંડો, ભારે, ચીકણો કાંપ કાઢવાનું હતું. માટે એ છોકરીઓ પણ પાવડા અને તગારાં લઈને કાંપ કાઢવા લાગી.

અરે, શી એ રંગરંગના વેશોની દશા થઈ ! કીચડમાં પગ મૂક્યા. પહેલાં તો ધીરેથી, સાચવીને, છાંટા ન ઊડે એવી કાળજી રાખીને. પણ છાંટા ઊડ્યા અને કાદવ ચોંટ્યો અને જોતજોતામાં શું સ્કર્ટ ને શું બ્લાઉઝ ને શું સાડી, બધાંનો એ જ રંગ થયો. ક્ષોભ હતો તે ગયો. સંકોચ હતો તે છૂટ્યો. અને હવે કાદવ ઊડે તો ઊડે અને કપડાં બગડે તો બગડે એની ચિંતા કર્યા વગર એ છોકરીઓએ કામ ચલાવ્યું.

કામ કરતાં કરતાં મોં ઉપર કાદવ ગયો. એ તરત સહજ વૃત્તિથી એ

હાથથી લૂછવા ગઈ, પણ હાથ પણ પૂરા કાદવવાળા હતા. એ શું લઈને લૂછે ! માટે જેમ તેમ ટૂંકી બાંય લઈને ને એમાં સીધું મોં ઘસીને એ સાફ કરવા પ્રયત્ન કરતી હતી. બીજી છોકરીઓએ એને જોઈ એટલે પાસે આવીને કહ્યું, રહેવા દે, હું એ લૂછી આપું. પણ એના મનમાં તો તોફાન હતું. પોતાના બંને હાથ પણ પૂરા કાદવવાળા હતા. તે એ બે લઈને, એક, એક ગાલની અને બીજો બીજા ગાલની સામે મૂકીને, એ છોકરીનું મોં બંનેની વચ્ચે પકડીને, દબાવીને, હતું એના કરતાં એને વધારે કાદવવાળું બનાવીને કહ્યું, "લે, આ ક્રીમ અને આ પાઉડર છે. એનો લેપ લગાડ એટલે ચામડીનું સૌંદર્ય દીપી ઊઠશે. લેટેસ્ટ ફૅશન છે." બસ. બધી હસી પડી, એ છોકરી પોતે પણ. હવે કશાની પરવા કર્યા વગર પૂરા જોર સાથે બધી કામે લાગી.

કામ તો સરળ નહોતું. કાદવમાંથી રસ્તો કાઢો. કાઢ્યો. ઘર આગળથી કાંપ દૂર કરો. કર્યો. પછી ઘરનું બારણું ખોલો, તાળું તો ખોલ્યું અને જોર કર્યું, પણ બારણું ચોંટેલું હોય એ એમ ન ખૂલે. એમાં છોકરીઓનું ન ચાલ્યું ને છોકરાઓનું ય ન ચાલ્યું. એક પહેલવાન જેવા માણસે આવીને જોરથી ધક્કો માર્યો ત્યારે જ બારણું ખૂલ્યું. પછી ઘર અંદરનું કેવું વિનાશનું દૃશ્ય ! હવે બધે કાદવ ને કાદવ. એક બે ફૂટ સુધી ઘટ્ટ ને સખત ને હઠીલો. જે જે વસ્તુને સ્પર્શે તેને બગાડે. વસ્ત્રો ને પુસ્તકો ને ગોદડાં ને વાસણો. રેડિયો તો માટીનું ઢેફું લાગે. એમાંથી ફરીથી સંગીત આવવાનું નથી. કબાટમાં પણ કીચડનો જમાવ. એ ખોલીએ એટલે સાફ થયેલી ઓરડી પાછી બગડે અને ફરીથી સાફ કરવી પડે. અને એ દુર્ગંધ ! માથું ફાટી જાય એવી દુર્ગંધ. ભરેલું અનાજ સડી જાય ત્યારે ખુલ્લું થતાં એવી દુર્ગંધ મારે કે ગાંડા થઈ જવાય. એ નાકમાં આવે, મોંમાં આવે, મનમાં આવે. લગભગ કાનમાં અને આંખમાં આવે, અને એક વખત અંદર આવી કે કેમે કરીને જતી નથી. બહાર જઈને શુદ્ધ હવાનો શ્વાસ લઈએ તોય હવે એમાં એ દુર્ગંધનો ભાસ આવે. એના સ્પર્શ માત્રથી એ ફરીથી નાકમાં લાગે અને ત્રાસી જવાય. અને ઘરની અંદર તો એ ફક્ત ભંડારમાં ને પીપોમાં નહિ પણ ઓરડીએ ઓરડીએ આખા ઘરમાં ભરાઈ હોય અને દીવાલ પર ચોંટી ગઈ હોય એવું લાગે છે. પાણી જશે અને કાંપ જશે, પણ આ નરકની દુર્ગંધ તો ક્યાંય સુધી રહેશે.

કામ સહેલું નહોતું. સશક્ત માણસ પણ થાકી જાય એવું હતું. અને પ્રિય

પણ નહોતું. મેલા થઈ થઈને મેલું સાફ કરવાનું કામ હતું. ને તોય એ બધી છોકરીઓ એ કામ હોંશે કરતી હતી, અને એ દેખાવની ખાતર કરતી નહોતી, કોઈ બદલાની આશાએ પણ કરતી નહોતી. ખાલી મદદ કરવા માટે કરતી હતી, આફતમાં આવેલા લોકોની સેવા કરવા માટે કરતી હતી.

એ ઘરોમાંથી એક બહેને એ છોકરીઓને પોતાનું ઘર સાફ કરતી જોઈને ગદ્‌ગદ થઈને કહ્યું, ''હું આજે તમને કશું આપી શકું એમ નથી, ચા પણ બનાવી શકું એમ નથી. પણ આ બધું પતી જશે અને ઘર બરાબર થશે અને અમે અહીંયાં રહેવા ફરીથી આવીશું ત્યારે એક દિવસ હું તમને જરૂર મારે ઘેર બોલાવીશ અને તમારા આ ઉપકારની કદર કરીશ. તમે આવશો ને ?''

હા, એમની સેવાની કદર હતી. બીજા લોકો એ સ્થાને આવ્યા હતા તે ખાલી કુતૂહલને માટે આવ્યા હતા. અથવા તો આશ્વાસનના બે શબ્દો કહીને તરત પાછા જવા માટે આવતા હતા. પણ આ છોકરીઓ અને આ છોકરાઓ તો કામ કરવા માટે આવ્યાં હતાં. અને કામ સારી રીતે કરતાં હતાં.

કામ પણ ખાસું થયું. એ વિસ્તારના લોકો એકલા રહીને કે મજૂરોને રોકીને પણ આટલું કામ કરી શક્યા નહોતા. એટલે એ કામ થયું એનો સંતોષ દિલમાં હતો. પણ એથી ય હજી વધારે સંતોષ બીજી વાતનો રહ્યો. એ ઘરોના લોકોને આ ઓચિંતી અને વણમાગી મદદ મળી હતી એથી એમનું દુઃખ ઓછું થયું હતું, માનવતાનાં દર્શન થયાં હતાં, અણીને વખતે મદદે આવી શકે એવા લોકો હજી દુનિયામાં છે એની ખાતરી હતી, અને આ ભાવનાનું ધન તો રસ્તાઓ અને મકાનો સાફ કરી આપવાના દાન કરતાં મોંઘું હતું. એ લોકોની કલ્પના નહોતી કે કૉલેજનાં છોકરાઓ અને છોકરીઓ આવીને કામે લાગશે, મજૂરનું કામ કરશે, ખરે વખતે ખરી મદદ કરીને જશે. એમને જે નુકસાન થયું હતું, જે આઘાત લાગ્યો હતો, જે નિરાશા થઈ હતી એમાં હવે કંઈક આશા આવી, અને જીવન નવેસરથી શરૂ કરવા હિંમત આવી. એવો ભાવ એ લોકોના ચહેરા પર હતો, અને એ જોઈને વધારે સંતોષ થયો.

પણ વિશેષ સંતોષ તો એ છોકરાઓને અને એ છોકરીઓને જોઈને, અને કામ પછી વળતા વખતે એમની વાતો સાંભળીને થયો. ખરો ફાયદો એમને જ થયો હતો, ખરો લાભ એમનો જ હતો. એક રૂડું કામ કર્યું હતું એનો આશીર્વાદ એમને આપોઆપ મળ્યો હતો. એક જાતની ધન્યતા હતી, કૃતાર્થતા હતી, અંતરે

આપેલી શાબાશી હતી. સેવાકાર્યમાં દેવોનું વરદાન છે. સેવા કરનારને પણ લાગે અને સેવા લેનારને પણ લાગે. એ યુવાનોમાં એ વરદાનની પ્રાપ્તિ ચોક્કસ દેખાતી હતી, અને એ દિલનો મોટામાં મોટો સંતોષ હતો.

એ રાત્રે કૉલેજના કેટલાક વિદ્યાર્થીઓ પ્રાર્થનાસભામાં બેઠા હતા. પ્રાર્થનામાં બેઠા બેઠા સહજ ભાવે દિલના વિચારો ભગવાનની આગળ (અને સાથે બેઠેલા અમારા સૌની આગળ) વ્યક્ત કરતા હતા. એમાં એક છોકરો બોલ્યો : "તારો આભાર માનું છું, પ્રભુ, કારણ કે તેં આજે મને પૂરગ્રસ્ત વિસ્તારમાં કામ કરવા મોકલ્યો. એ લોકોની હાલત મેં જોઈ. એમને માટે આખો દિવસ કામ કર્યું. જિંદગીમાં કોઈ દિવસ કર્યું નહોતું એવું કામ કર્યું. અને હવે જિંદગીમાં અનુભવ્યો નહોતો એટલો સંતોષ પણ મારા હૃદયમાં છે. તેં મને આજે આ પ્રેરણા અને આ શક્તિ આપ્યાં એ માટે પૂરા દિલથી તારો આભાર માનું છું, પ્રભુ."

એ છોકરાની સહજ પ્રાર્થના એ લોકો સાંભળે તો તેમને પણ આનંદ થશે ને !

✦

૩૨. આનંદનું ઝરણું

ભગવાને તમને આનંદનો ગુણ આપ્યો છે. એમ તો આપી આપીને બીજું પણ ઘણું આપ્યું છે. રૂપ આપ્યું છે. બુદ્ધિ આપી છે. સારું કુટુંબ આપ્યું છે. સારા સંસ્કારો આપ્યા છે. પરંતુ તમારું વિશેષ લક્ષણ, વિશેષ પાસું, વિશેષ ગુણ તો આનંદનો જ ગુણ છે. કુદરતે છૂટે હાથે તમારા આખા વ્યક્તિત્વમાં આનંદ આનંદ રેડ્યો છે. અને મારે તમને એનું ભાન કરાવવું છે.

તમારો અવાજ, તમારી બોલવાની રીત, તમારા હાવભાવ અને તમારો ચહેરો તો આનંદથી ભરેલાં જ છે. તમે લડો ત્યારે પણ તમારા અવાજમાં કદાચ તમારી ઇચ્છા વિરુદ્ધ પણ આનંદનો રણકો આવે જ છે. ખરી મઝા આવે છે. તમારા શબ્દોમાં ફરિયાદ છે, પણ તમારા અવાજમાં આનંદ છે. જાણે કોઈ વિષાદની પંક્તિઓ ઉલ્લાસના રાગમાં ગાતું હોય તેમ. તમારો રાગ તો આનંદનો જ છે, પછી એમાં ભલે ગમે તેવા શબ્દો આવે. તમે સામાન્ય વાતો કરો છો ત્યારે પણ એમાં આનંદના સૂર આવે. કોઈ મામૂલી બનાવ અથવા તો રોજના સમાચારની વાત કરતી વખતે પણ તમારો કંઠ ખીલે ને તમારું મોં દીપી ઊઠે અને આનંદની વાત કરો છો ત્યારે બસ જાણે આનંદનો અવતાર જ અમારી સામે મૂર્તિમંત ઊભો હોય એવો અનુભવ થાય. ખરેખર તમારા ઉપર અને તમારી સાથે રહેનાર સૌ ઉપર આ કુદરતનું વરદાન છે. વ્યક્તિત્વનો જાદુ છે. આનંદનો સાક્ષાત્કાર છે.

✳

કેટલાક લોકો એવા છે કે જ્યાં જ્યાં આવે ત્યાં પોતાની સાથે વિષાદનું

વાતાવરણ લેતા આવે. એમને જોઈને જ બધા સાવધાન બને, ગંભીર થાય, થીજી જાય. એમની આગળ કોઈને રમૂજ કરવાનું ન સૂઝે, સ્મિત જ કરવાની હિંમત ન થાય. એમનો ચહેરો તો એક ચાલુ શોકસભા હોય છે. ને એમનો અવાજ સતત વિલાપ રાગ જ છે. તે આવે એટલે સૌનો ઉત્સાહ ઊડી જાય. સૌની મઝા મારી જાય. તે સામાન્ય વાતો કરે તોય રુદન લાગે, તે હસે ત્યારે ખરખરો લાગે. ઉદાસીનતાના પ્રતિનિધિઓ છે. શોકના સમાચાર છે. ચોમાસાનાં વાદળ છે.

તમારું તો ઊલટું જ છે. તમે આનંદના રાજદૂત છો. ખુશાલીની કંકોતરી છો. વસંતના સૂરજ છો. તમારું આગમન જ ખુશખબર છે. તમારી હાજરી જ વધામણી છે. થોડા દિવસ પહેલાં અમે કેટલાક મિત્રો એક ઘરમાં હતા ને વાતો તો ચાલતી હતી પણ રંગ જામ્યો નહોતો. કોઈને ખાસ મઝા પણ પડતી નહોતી. એમાં તમારે ઓચિંતું ત્યાં આવવાનું થયું, અને તમારા આવવાથી જ આખું વાતાવરણ પલટાઈ ગયું. બધાં ઉત્સાહમાં આવ્યાં, હસવા લાગ્યાં, ખરો આનંદ અનુભવવા લાગ્યાં. ઘણી વાતો થઈ, જોર જોરથી થઈ, એકબીજાની સામે જોઈને કરી. જ્યાં પહેલાં માંડ કોઈ બોલતું હતું એમાં એકદમ એકીસાથે દસ અવાજો સંભળાયા. બધાંને કંઈક કહેવાનું સૂઝતું, હસવાનું કારણ મળતું અને વચ્ચે તો તમે આનંદ ને તમારું તેજ લોકોનું ધ્યાન તમારા ઉપર હતું એમ પણ નહિ; પણ તમારા ઉલ્લાસથી જાણે આખી હવા ભરાઈ ગઈ અને બધાંને સ્પર્શી ગઈ. તમારા ગયા પછી ફરીથી બોલનારાના અવાજો ઓછા થયા, હસવાનું બંધ થયું, એકબીજાની સામે જોવાનું પણ બંધ થયું. પછી મેં વિચાર કર્યો કે તમારી સાથે ત્યાં એવી કોઈ ખાસ વાત ન હતી. તમે કોઈ રમૂજી વાતો કરી નહોતી, કોઈ હસવાનો ટુચકો કહ્યો નહોતો. સામાન્ય વાતો હતી, રોજના પ્રસંગો હતા. પણ તમારી સ્ફૂર્તિ હતી, તમારું સ્મિત હતું, તમારું વ્યક્તિત્વ હતું. તમે આવો છો ત્યારે સાથે આનંદ લઈને જ આવો છો. અને કદાચ તમને પોતાને એનો ખ્યાલ ન હોય એટલે હું એ તમને કરાવી રહ્યો છું.

*

એક પ્રખ્યાત ગાયક વિશે મેં એક વાત વાંચેલી એ તમને જોઈને યાદ આવે છે. એ શી વાત છે અને શા માટે તમને જોઈને યાદ આવે છે એ તમને કહું. એ ગાયકે ગાવાનું શરૂ કર્યું ત્યારે એક જ્ઞાની સંગીતશાસ્ત્રીએ એમના

વિશે કહ્યું : ''એનો કંઠ સારો છે. એનો અભ્યાસ પણ સારો છે. હવે એના જીવનમાં દુઃખ આવશે ત્યારે એ મહાન બનશે.'' આવડત ને રુચિ ને કલા તો હતાં જ. પણ ઊંડાણ ન હતું. એ લહેરમાં ગહનતા નહોતી, દિલનો રણકો નહોતો. પાછળથી એના જીવનમાં દુઃખના દહાડા આવ્યા, ગાવાનું મન ન થાય એવા પ્રસંગો આવ્યા તોય ઊંડે ઊતરીને મંથન કરીને, અશુભમાંથી શુભ જ કાઢીને એણે ગાવાનું ચાલુ રાખ્યું અને ત્યારે જ એના ગાયનમાં કરુણતા આવી, આર્દ્રતા આવી, શ્રોતાઓના હૃદયને વલોવી નાખે એવું દરદ આવ્યું – ને ત્યારે એ મહાન ગાયક બન્યા. સ્વાભાવિક જ છે. તમારામાં આનંદ છે એટલે આનંદ આપો છો. એ કંઈ મોટી સિદ્ધિ નથી, મોટું પરાક્રમ નથી. અને તેથી એ આનંદ બહુ મોટો પણ નથી. એક સારી લાગણી છે, એક પ્રસન્ન અનુભવ છે; પણ એમાં દિલને સ્પર્શી જાય એવું કંઈ ખાસ નથી. કંઠ સારો છે. એટલે સૂર સારો છે. પણ દિલ હજી એવું તો ઘડાયું નથી કે એ સૂરમાં શક્તિ આવે, મર્મ આવે, જાદુ આવે. તમે જેમ જીવનમાં આગળ વધશો તેમ દિલ ઘડાતું જશે અને દિલ તો દુઃખથી જ ઘડાય. તમારા જીવનમાં દુઃખ આવશે, ચિંતા આવશે, ગાવાનું મન ન થાય એવા દિવસો આવશે, આનંદ કરવાનું ન સૂઝે એવા પ્રસંગો આવશે અને તોય એ દુઃખ અને એ ચિંતાની વચ્ચે તમારું ગીત ચાલુ રહેશે, તમારો આનંદ દીપતો રહેશે ત્યારે ખરેખર એ ઊંડો થશે, દિવ્ય થશે, મર્મસ્પર્શી થશે, ત્યારે તમને અનુભવ થશે, પ્રતીતિ થશે કે તમારો આનંદ કોઈ સહેલો પ્રયોગ નથી; ઉપરછલ્લો, છીછરો, સસ્તો નથી. આત્માની સિદ્ધિ છે. ભારે પુરુષાર્થ છે. કુદરતની આગવી બક્ષિસ છે. તમારી કસોટી થશે ત્યારે તમારા આનંદની મહામૂલી કિંમત સમજાશે.

*

કેટલાક લોકો એમ માનતા હશે કે તમારા જીવનમાં દુઃખ નથી એટલે અમસ્તો જ આનંદ સ્ફુરે છે. હું જાણું છું કે તમારા જીવનમાં દુઃખનો સ્પર્શ આવી ચૂક્યો છે, અને એટલા માટે વધારે વિશ્વાસથી બોલું છું, તમારા આનંદની વધારે કદર પણ કરું છું. એટલા માટે તમારો આનંદ મને વિશેષ સ્પર્શી જાય છે, મારા આનંદમાં હંમેશ ઉમેરો કરે છે. અને લોકો જાણશે કે તમારા દિલમાં દુઃખ છે તોય તમારા વ્યવહારમાં આનંદ છે ત્યારે ખરેખર એનો પ્રભાવ પડશે અને એનો ચમત્કાર દેખાશે. ત્યારે તમારું ગાયન દિવ્ય સંગીત બની જશે.

તમને દુઃખ મળે એ હું ઇચ્છતો જ નથી. પણ મળ્યા વગર રહેવાનું નથી. અને મળશે ત્યારે તમારો આનંદ વિશુદ્ધ બનાવવાનું કાર્ય એ કરી આપશે. તમારો આટલો વિશ્વાસ છે કે દુઃખની વાત કરતાં હું અચકાતો નથી. કોઈ વાર ખાલી તર્ક ચલાવવા ખાતર જ મેં વિચાર કર્યો છે કે જો તમારા જીવનમાં વધારે દુઃખ આવે અને એમાં તમારો આનંદ ડૂબી જાય તો ? પણ તરત મારા હૃદયના ઊંડાણમાંથી ખાતરી ઊઠી છે કે એવું કદી બનવાનું નથી. તમારો આનંદ અખંડ રહેશે. કુદરતનું વરદાન પૂરું ટકશે.

આનંદનો ગુણ. આનંદનું વરદાન. આનંદનો અવતાર. કુદરતનો ઉપકાર. સૃષ્ટિનો દિલાસો. ભગવાનનો અનુગ્રહ. દુનિયા દુઃખનો સાગર છે. તો કુદરતે એની વચ્ચે રાહતના દ્વીપ મૂક્યા. કોઈને શ્રદ્ધા આપી, કોઈને જ્ઞાન આપ્યું, કોઈને વૈરાગ્ય આપ્યો અને કોઈને આનંદ આપ્યો. પછી આપણે સૌ મળીને, વરદાનોની વહેંચણી કરીએ, લહાણી કરીએ, સૌ સૌના ભાગીદાર બનીએ ત્યારે જ સૌનું કલ્યાણ થાય.

*

તમારા આનંદનો ઉપકાર મારા ઉપર છે. એટલે તમારો આભાર માનવો હતો. કુદરતે તમને શી ભેટ આપી છે, શી જવાબદારી સોંપી છે, શું જીવનકાર્ય બતાવ્યું છે એ હવે સમજો. આનંદ ફેલાવવાનું મહાકાર્ય છે. શિક્ષક કરતાં મોટી જવાબદારી છે. ડૉક્ટર, વહેપારી, નેતા કરતાં મોટી જવાબદારી છે. શિક્ષક શિક્ષણ આપે અને નેતા નેતાગીરી કરે, પરંતુ લોકોને વિશેષ જોઈએ તે આનંદ છે. અને એ તમારી પાસે છે.

તમારી પાસેથી જ મેં કેટલીય વખત એ આનંદ પીધો છે. એનો ખ્યાલ તમને આવતાં તમારા ઉપર કોઈ બોજો નાખવા માગતો નથી. ઊલટું તમે કરો તે જ કરીને અને બોલો તેમ બોલીને આટલો આનંદ આપી શકો એ ખ્યાલથી એમ જ બોલવાની અને કરવાની પ્રેરણા તમને મળતી રહેશે એ ઉદ્દેશ છે.

આનંદનું ઝરણું છો. ઝરણું વહેતું રહે, ઊછળતું રહે, ગાતું રહે એ પ્યાસી હૃદયની ઝંખના છે.

◆

૩૩. બીજાઓનો ખ્યાલ

બત્તી કરવાની કોઈ જરૂર નહોતી તોય એણે બત્તી કરી. ઓરડામાં બીજાં પણ સૂતાં હતાં એમને કોઈ બત્તી કરે તો ઊંઘમાં ભંગ પડે એમ હતું. વહેલી સવારનો સમય હતો એટલે આંખમાં ઓચિંતો પ્રકાશ આવે તો જાગી જવાય, નવાઈ લાગે, શું થયું એ પૂછવું પડે, કેટલા વાગ્યા છે એ જોવું પડે, હજી સવારના ચાર વાગ્યા છે અને ઊઠવાને ઠીક સમય છે એ માલૂમ થાય ત્યારે પાસું બદલીને આંખે પ્રકાશ ન આવે એ રીતે માથે બરાબર ઓઢીને સૂવું પડે. રિસાયેલી નિદ્રાદેવીને ફરીથી મનાવવી પડે. અને બત્તી કરવાની તો જરૂર ન જ હતી. એ બારણાની પાસે સૂતો હતો એટલે ઊઠીને સીધા બહાર જઈને નીચે કોઈને ખલેલ પહોંચાડ્યા વગર આખું કામ પતાવી શકત. પણ એણે બત્તી કરી. બધાં જાગ્યાં. સમય પૂછ્યો. પાસું બદલ્યું. પ્રકાશ આંખમાં ન આવે એ રીતે માથે બરાબર ઓઢીને સૂઈ ગયાં. અને એણે તો બધાંને જગાડીને કોઈની પરવા કર્યા વગર બત્તી ચાલુ કરી, બંધ કરવાનું ભૂલી ગયો, નીચે ગયો. પોતાને કામે નીકળ્યો.

*

બૂમો પાડવાની કશી જરૂર નહોતી તોય તે રીતસર બૂમો પાડતો હતો. નાનો ભાઈ તો પાસે જ બેઠો હતો અને બહેરો ન હતો એટલે એ ધીરેથી બોલે તોય છોકરો બરાબર સાંભળી શકે અને સમજી શકે એમ હતું, જ્યારે બૂમો પાડવાથી ઘરનાં બધાંને અને વિશેષ તો એ જ ઓરડામાં પોતપોતાને ખૂણે બેઠેલાં અને પરીક્ષાની તૈયારી કરી રહેલાં ઘરનાં બીજાં છોકરાંઓને ખલેલ

પડે અને કષ્ટ થાય એમ હતું. તોય નાના ભાઈને ભણાવતી વખતે એ બૂમો પાડતો રહેતો અને બધાંને ખલેલ પહોંચાડતો રહેતો.

*

સાઇકલ પોળની વચ્ચે રાખવાની કોઈ જરૂર નહોતી. ઘરમાં ઘણી જગ્યા હતી અને સાઇકલ ચડાવવામાં ઉતારવામાં યુવાન માણસને તો ખાસ તકલીફ પડવાની નહોતી, જ્યારે પોળની વચ્ચે રાખવાથી આવતાંજતાં લોકોને અને ઢોરોને અને બીજા સાઇકલવાળાઓને અગવડ રહેતી અને અનેક વાર તે ખસેડીને જ અને પાછી જગ્યા પર મૂકીને આગળ જવું પડતું. તોય તે સાઇકલ રોજ પોળની વચ્ચે જ રાખતો, અને પોળ સાંકડી હતી એથી વધારે સાંકડી બનાવતો.

કોઈ એને બતાવે કે સાઇકલ વચ્ચે રાખવાથી લોકોને અગવડ પડે છે તો એ ઘરમાં રાખશે એમાં શંકા નથી, પણ એને ખ્યાલ આવતો નથી. એ બીજાઓનો વિચાર કરતો નથી. એનું કેન્દ્ર પોતાનામાં છે, એનું ધ્યાન પોતાના ઉપર છે, બીજાઓનું શું થાય અને શું રહી જાય એ એના ધ્યાનમાં આવતું નથી. પોતે છે. પોતાનું કામ છે. પોતાનું જીવન છે. એમાં એનું વિશ્વ સમાઈ જાય છે. રાત્રે એ નાના ભાઈને બૂમો પાડીને ભણાવે ત્યારે જો કોઈ એનું ધ્યાન દોરે અને બતાવે કે રાત્રે પાસે બેઠેલા છોકરાને સમજાવવા બૂમો પાડવાની કશી જરૂર નથી અને ઊલટું નજીક બેઠેલા સૌને એનો ત્રાસ છે તો એ જરૂર જોશે અને કબૂલ કરશે અને શાંતિથી બોલવાનો પ્રયત્ન કરશે, પણ એ વાત ઉપર એનું ધ્યાન જ જતું નથી. અને કોઈ જો એને કહે કે તમારે વહેલા ઊઠવું હોય તો જરૂર ઊઠો અને બત્તીની જરૂર હોય તો જરૂર બત્તી કરો, પણ બને તેમ જલદી એ બંધ કરો અને અમને ઊંઘવા દો, તો એ સામેથી કહેશે કે બત્તીની જરૂર પણ નથી. હું વહેલો ઊઠીશ ત્યારે સીધો નીચે જઈશ અને કોઈને ખબર પણ નહિ પડે. તે એમ જરૂર કરશે – પણ કોઈ કહે તો. બાકી તો એને એ સૂઝવાનું નથી, દેખાવાનું નથી. એની આસપાસ બીજા લોકો છે અને નાનીમોટી બાબતોમાં પણ એણે એમની સગવડ-અગવડ જોવાની છે એનું એને ભાન રહેતું નથી.

કેટલાક લોકો એવા જ છે. એમને બીજાઓનો ખ્યાલ રહેતો નથી. સારા છે, સારું કામ કરે છે, સારું જીવન જીવે છે. પણ બીજાઓનો ખ્યાલ જ કરતા

નથી. એ કાંઈ અભિમાન નહિ કે રોફ નહિ અથવા તિરસ્કાર નહિ. ખાલી બેધ્યાનપણું છે. દુર્લક્ષ છે. અવગણના છે. બીજાઓના વર્તનથી મને અગવડ થાય એનો પૂરો અનુભવ છે, પણ મારા વર્તનથી બીજાઓને અગવડ પડી શકે એનો ખ્યાલ સરખો નથી. બીજાઓની પરવા નથી, કહો કે મારા મનમાં બીજાઓનું અસ્તિત્વ જ નથી. હું છું, હું ફરું, હું કરું, મન ફાવે ત્યારે બૂમ પાડું, ઇચ્છા થાય ત્યાં માથું મારું. કોઈએ વાંધો ઉઠાવવો નહિ, ફરિયાદ કરવાની નહિ. એટલે કે ફરિયાદ કરવાનો પ્રસંગ જ નથી કારણ કે કોઈને વાંધો પડ્યો નથી કારણ કે કોઈ છે જ નહિ! ઓરડામાં બીજા સૂતેલા છે એ હું ભૂલી ગયો છું. એટલે કે નજરે જોઉં છું પણ એ લોકો ખરેખર લોકો છે અને ઊંઘી રહ્યા છે અને હું બત્તી કરું તો એમની ઊંઘમાં ભંગ પડે એ હું ભૂલી રહ્યો છું. અથવા તો ઊંઘમાં ભંગ પડે તો પડે એથી શું થઈ ગયું એ બેપરવાઈ મારા મનમાં છે. મારી પોતાની ઊંઘ ન બગડે ત્યાં સુધી બીજાઓની ઊંઘનું જે થાય તે થાય. મારા મનમાં મારો જ વિચાર છે. બીજાઓનો વિચાર આવતો નથી. રસ્તામાં, ઘરમાં, દુનિયામાં માણસોને તો જોઉં છું, પણ મારા શું કરવાથી એમને શી અગવડ પડે એનો વિચાર હું કરતો નથી. એ જડતા છે, કઠોરતા છે, ઘરના ને દુનિયાના માણસો પ્રત્યે સંવેદનશીલતાનો અભાવ છે.

નાની વાતો છે – પણ મોટું પરિણામ છે. રોજની વિગતો છે – પણ જિંદગીનો સવાલ છે. લોકોનો ખ્યાલ કરીને જીવવું છે, કે લોકોની ઉપેક્ષા કરીને જીવવું છે ? રાતે બત્તી કરીને, જોરથી બૂમો પાડીને, વચ્ચે સાઇકલ રાખીને જીવવું છે, કે પોતે થોડી અગવડ વેઠીને પણ અંધારામાં ઊઠીને, શાંતિથી બોલીને, રસ્તો ખુલ્લો રાખીને જીવવું છે ? નાની વાતો છે. પણ જો આપણને શાંતિ અને આનંદ અને દિલનો સંતોષ જોઈશે તો બીજાઓનો ખ્યાલ કરીને જીવતાં શીખશું.

✦

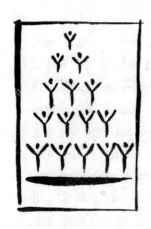

૩૪. એક બાળક

હું ઘેર વહેલો આવ્યો. મારે આજે ઘણું કામ હતું એટલે થયું કે વહેલો આવીને તરત કામે લાગું અને પતાવી દઉં. રાતે ક્યાંક જઈને ભાષણ કરવાનું હતું. ભાષણની તૈયારી કરવા માટે સમય જોઈએ અને શાંતિ જોઈએ, અને ઘેર વહેલો આવીશ તો સમય મળશે અને શાંતિ મળશે એ ગણતરીએ હું વહેલો આવ્યો, આવીને તરત કામ ઉપર બેસવાના નિર્ણય સાથે આવ્યો.

હું આવ્યો ત્યારે ઘરની આગળ રસ્તામાં કોઈ નહોતું. હજી સ્કૂલ-કૉલેજમાંથી કે પેઢી-ઑફિસમાંથી છૂટવાનો સમય થયો નહોતો એટલે રસ્તો નિર્જન હતો. હું સાઇકલ પરથી ઊતર્યો. સાઇકલને તાળું મારવા ગયો. એમાં મારી નજર રસ્તાની બાજુમાં ઊભેલા એ ગાડા ઉપર ગઈ. ગાડું એકલું હતું. કોઈ એ ખેંચીને લાવ્યું હશે અને સરનામાની તપાસ કરવા ઘરમાં ગયું હશે.

ગાડાની અંદર થોડો માલ હતો. અને ગાડાની નીચે બે બાજુએ બાંધેલી ઝોળી લટકતી હતી. આવાં કેટલાંય ગાડાં રસ્તામાં ફરતાં જોયાં હોય, રસ્તાની બાજુમાં ઊભેલાં જોયાં હોય !

પણ હું એ ગાડા તરફ જોતો હતો. એમાંથી એક તીણો ધીમો અવાજ નીકળ્યો. હું પાસે ગયો. અવાજ નીચેથી આવતો હતો. ગાડાની નીચે લટકતી ઝોળી સહેજ હલતી હતી. ને એમાંથી હવે એક નાનકડો હાથ પણ બહાર આવ્યો. હા, ગાડું એકલું નહોતું. એની નીચેની ઝોળીમાં એક નાનું બાળક સૂતું હતું.

હું એકદમ પાસે ગયો. નીચે વળીને અંદર જોયું. અંદર એક બાળક રડતું હતું. એનું ટચૂકડું મોં દયામણું બનીને જીવનની કઠોરતા સામે દાદ માગતું હતું.

એના હાથપગ જોરથી કપડાને ને હવાને અમથા ઘા કરતા હતા. મને જોઈને એ તરત શાંત પડ્યું. મારી તરફ હાથ લાંબા કર્યા. મોટું સોહામણું સ્મિત કર્યું. હું એની સામે જોઈ રહ્યો.

એની મા અંદર કોઈ પૂછપરછ કરવા ગઈ હશે. એ મજૂરણ હશે અને ગાડું લઈને માલ લોકોને ઘેર પહોંચાડવાનું કામ કરતી હશે. એની સાથે આ નાનકડું બાળક હશે. બાળકને છોડીને કામ ઉપર તો જવાય નહિ, અને કામ છોડીને બાળકની સાથે રહેવું પાલવે જ નહિ. માટે કામ ઉપર જાય ત્યારે બાળકને સાથે લઈને જાય. ગાડામાં લઈને જાય. ઉપર માલ અને નીચે બાળક. માના ગાડાની નીચે બાળકનું પારણું.

મા ગાડું ખેંચે એટલે બાળકને હીંચકો નાખે. બાળક ખુશ થાય. એની મા પણ ખુશ થાય. બાળકને સાથે લઈને ફરવાનો આનંદ છે. પણ કામ કરતાં કરતાં બાળકને એકલું મૂકી જવું પડે એ દુઃખ છે.

ને હમણાં બાળક સાવ એકલું હતું. માને મોડું થયું હશે, અંદર જઈને ક્યાંક રોકાઈ ગઈ હશે, અને બાળક અકળાઈ ગયું. ગાડું ચાલુ હોય ત્યારે એ જાણે છે કે મા પાસે છે. એ જ ગાડું ખેંચે છે ને ! ને ગાડું ઊભું હોય ને મા બાજુમાં બેઠી હોય તોય બાળક જાણે કે મા પાસે જ છે. પણ આ તો ગાડું ઊભું રહ્યું, મા ગઈ, સમય ગયો અને પાસે કોઈ જ નથી એટલે બાળકને ખબર પડી અને ધા નાખી. એની એક જ ભાષા તે રુદન. એટલે રુદન દ્વારા એણે માને બોલાવી, મદદ માગી, કટોકટીની જાહેરાત કરી, આખી દુનિયાની સામે ફરિયાદ નોંધાવી કે માણસો આટલા જડ કેમ છે ?

એનું રુદન સાંભળવા નિર્જન રસ્તામાં કોઈ નહોતું. કોણ જાણે કેટલા સમયથી બાળક રડતું હશે ! મા ગઈ ત્યારે એ ઊંઘતું હશે. પછી એ જાગ્યું ત્યારે ગભરાયું. કોઈ હલનચલન નહિ, કોઈ અવાજ નહિ. મા ક્યાં ગઈ ? એ જાણતું હતું કે પોતે રડે ત્યારે મા તરત આવે પણ આજે એ ક્યારનુંય રડતું હતું. અને કોઈ આવ્યું નહોતું.

હા, હું એની પાસે આવ્યો હતો. હવે હું એની બાજુમાં ઊભો હતો અને એ મને જોતું હતું, અને પોતાના નાનકડા હાથ મારી તરફ લંબાવતું હતું. "મારી બા નથી આવતી એટલે મને લો અને એની પાસે લઈ જાઓ." એ ચોક્કસ અરજી એના અભિનયમાં હતી. એને જોઈને મારા દિલમાં ખૂબ વહાલ થયું.

એને હાથમાં લેવાનું, રમાડવાનું, હસાવવાનું મન થયું. ઓચિંતું આ મજાનું બાળક મળ્યું. એની સાથે થોડી ગમ્મત કરી શકું તો કેટલો આનંદ થાય ! એટલે એના હાથ મારી તરફ લંબાતા હતા એમાં મારા હાથ એની તરફ લંબાયા અને એને લેવા ગયા.

પણ ત્યારે મને થોડો સંકોચ પણ થયો. કોઈ આવીને મને જુએ તો ? હમણાં તો રસ્તા પર કોઈ નથી, પણ હું બાળકને મારા હાથમાં લઉં, રમાડું, હસાવું ને હું એને હાથમાં લઈને ઊભો હોઉં ત્યારે કોઈ આવે અને મને જુએ તો કેવું લાગે ? એમ તો નાના બાળકને સરખી રીતે પકડતાં મને આવડતું નથી. એ પડી ન જાય એ બીકે હું એને જોરથી પકડું, એનું કોઈ અંગ મારા કાબૂની બહાર જાય તો તરત એ પકડીને ફરીથી અંદર લાવું, એમાં એનું માથું નીચે જાય ને પગ ઊંચા, તો સમતોલન જાળવવા હું બીજી તરફ મારું આખું શરીર નમાવું. ઠીક કસરત થાય અને બાળક ઠીક અકળાઈ જાય ને નવાઈ પામે કે મારી બા મને આટલી સારી રીતે રાખે છે, પછી આ માણસ આમ કેમ કરે છે ? એ રીતે જો હું હવે આ બાળકને પકડું તો તરત એને ખબર પડશે કે, આનામાં અને મારી બામાં કેટલો ફેર છે, એટલે પાછું રડશે અને એનો પ્રશ્ન હતો તેવો જ રહેશે.

પણ એ બધું હું આ બાળકને કેવી રીતે સમજાવું ? એના હાથ હજી મારી તરફ લંબાયેલા હતા. એની મા હજી જ્યાં હશે ત્યાંથી પાછી આવી ન હતી. રસ્તો હજી નિર્જન હતો. અને એની વચ્ચે ઊભો રહીને ને એ નમણા બાળકની તરફ જોઈને હું હવે લાચારીની એક પ્રબળ લાગણી અનુભવવા લાગ્યો. આ બાળકને માટે હું શું કરી શકું ? એનું મોં જોઈ શકું, એનું રુદન સાંભળી શકું પણ એનું રુદન મટાડવા, એનું જીવન સુધારવા, એને એની માને અને એના જેવા અસંખ્ય ગરીબ લોકોને સુખી બનાવવા હું શું કરી શકું ? અને કંઈ કરી ન શકું તો મારી લાગણી ને મારી દયા ને મારી હમદર્દી શા કામનાં ?

એ મજૂરણને ઘરનું ગુજરાન ચલાવવા આખો દિવસ મજૂરી કરવી પડે છે. જેની પાસે બાળકને મૂકીને આવી શકાય એવું કોઈ ઘરમાં (ઝૂંપડીમાં) નહિ એટલે એને સાથે લઈને આવવું પડે છે. વચ્ચે વચ્ચે એને ગાડાની નીચે એકલું મૂકીને દૂર પણ જવું પડે છે. ગરીબ કુટુંબ છે. અકારી જિંદગી છે. અને એના જેવાં કેટલાં બધાં હશે ! કેટલા ગરીબ લોકો, કેટલાં અસહાય બાળકો, કેટલી

મજૂરણ બનેલી યુવાન માતાઓ ! દુનિયામાં એ પ્રશ્નો છે, એ હું જાણું છું, પણ ભૂલી જાઉં છું. દરેકે પોતાપોતાનું જીવન જીવવાનું છે, પોતપોતાનાં કર્મ ભોગવવાનાં છે એમ કહીને દુનિયાના એ મોટા પ્રશ્ન ભૂલી જાઉં છું. ભૂલી જવામાં પણ સગવડ છે ને !

પણ હવે આ નાનું બાળક સામે હતું. રસ્તામાં બીજું કોઈ નહોતું. હું એકલો એની પાસે ઊભો હતો. એટલે એનો પ્રશ્ન મારી સામે મૂર્તિમાન હતો. અને હું કોઈના ઉપર એની જવાબદારી નાખી શકતો નહોતો. કારણ કે હું એકલો હતો. ને બાળક હવે ફરીથી રડતું હતું.

મારા દિલમાં જે જે ભાવો ઉપરાઉપરી ઉદ્‌ભવતા હતા એમને મેં ઉદ્‌ભવવા દીધા. દયા, વહાલ, મમતા, પ્રેમ અને લાચારી, મૃદુતા અને ગંભીરતા, આશા અને ક્ષોભ. બધા ભાવોનો સ્વીકાર. સમગ્ર પરિસ્થિતિનું ભાન.

એમાં પાસેના એક ઘરનું બારણું ખૂલ્યું. એમાંથી એક સ્ત્રી નીકળી. મજૂરણ લાગતી હતી. એના હાથમાં કોઈ ચિઠ્ઠી હતી. એ સરનામું પૂછવા એ ગઈ હશે. બહાર આવીને એણે તરત ગાડાની સામે જોયું. અવાજ સાંભળ્યો. પાસે આવીને બાળકને તેડી લીધું. બાળકનું રુદન બંધ થયું. હું ધીરેથી ત્યાંથી ખસીને મારા ઘરની અંદર ગયો.

◆

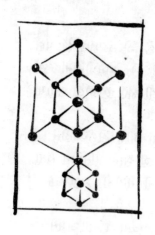

૩૫. વૈષ્ણવ-જન

વૈષ્ણવજનની શોધમાં હું નીકળ્યો. પ્રાર્થનામાં એ ભજન હતું, અને એ ભજનમાં બરાબર ધૂન લાગી હતી. એકએક લક્ષણ સાચું, એકએક પંક્તિ સચોટ. એ ભજન તો અનેક વાર સાંભળેલું અને ગાયેલું, એનું મનન કરેલું, એનો અભ્યાસ કરેલો. પણ જેવી રીતે અનેક વાર જોયેલું ફૂલ એક દિવસ ઓચિંતું ખીલી ઊઠે અને એના ગર્ભમાં રહેલ ગુપ્ત સૌંદર્યનો સ્ફોટ થાય, જેવી રીતે લાંબા સમયથી ઓળખીતી વ્યક્તિ એક દિવસ ઓચિંતી આત્મીય લાગે અને એના દિલમાં રહેલા ભાવ આપણા ભાવ સાથે ભળી જાય, એવી જ રીતે એ દિવસે લાંબા સમયથી પરિચિત ભજન એકદમ ખીલી ઊઠ્યું અને એના શબ્દેશબ્દમાં રહેલાં ભાવ અને સૌંદર્ય અને ભક્તિ અને જ્ઞાનનો આવિર્ભાવ થયો, અને એ જોઈને ને અનુભવીને હૃદય ધન્ય થયું.

એટલે જ હવે પ્રાર્થનામાંથી ઊઠીને એ આદર્શ વૈષ્ણવજનને શોધવો હતો. પ્રાર્થનામાં જેની ઝાંખી થઈ હતી એની સાક્ષાત્ મૂર્તિ દુનિયામાં જોવી હતી, પૂજવી હતી. જેની પ્રેરણાથી જીવન પાવન બને; જેના આશીર્વાદથી ધર્મનો ઉત્સાહ જાગે, જેના દર્શનથી કુળ ઇકોતર તારી શકાય એ પુણ્યાત્માને શરણે જવું હતું, એની ચરણ-રજ લેવી હતી. ભજનમાં વૈષ્ણજનનાં લક્ષણો છે એ હવે કાગળમાં જ નહિ પણ વાસ્તવિકતામાં જોઈએ, ભજનમાં જ નહિ પણ સાચા વૈષ્ણવજનમાં જોઈએ, તો જ એ ભજન સાચું અને આપણે સાચા ઠરીએ. ભજન એ નકશો છે. લક્ષણો આપે છે, ચિત્ર દોરે છે, મૂર્તિ ઊભી કરી આપે છે. હવે એ નકશો લઈને ઊપડવાનું છે. એ ચિત્ર લઈને જેવું એ ચિત્ર છે એ પૂજ્ય વ્યક્તિની

શોધ કરવાની છે. ભજન ખાલી મનન કરવા માટે નહિ, કામ કરવા માટે પણ છે. બેસવા માટે નહિ, ક્રિયાશીલ થવા માટે છે. અને તેથી એ દિવસે વૈષ્ણવજન ભજનની ધૂન લાગી ત્યારે એ સાર્થક કરવા ચેતન વૈષ્ણવજનની શોધમાં હું નીકળ્યો.

શોધમાં નીકળતી વખતે દિલમાં અનેરો ઉત્સાહ હતો. પણ એ ઉત્સાહ ધીરે ધીરે ઓછો થતો ગયો. ઘણી શ્રદ્ધા હતી. પણ એ શ્રદ્ધાની કસોટી થવા માંડી. મનમાં ભજનની પંક્તિઓ ગણગણતી હતી, એકએક લક્ષણ યાદ હતું, અને હવે એ કોનામાં દેખાય એની તપાસ કરવાની હતી. પણ શરૂઆતમાં તો નિરાશા જ મળી. એકમાં એક લક્ષણ મળે, અને બીજામાં બીજું; પણ જેનામાં એક હોય એનામાં બીજું ન મળે, અને ઘણાં હોય તોય કોઈ ખૂટે જ. કોઈ પરદુઃખે ઉપકાર કરે, પણ ઉરે એનું અભિમાન આણે; કોઈ સૌને તો વંદે, પણ પાછળથી એમની નિંદા પણ કરે; કોઈ વાચ તો નિષ્ફળ રાખે, પણ મન કેવું રાખે એનો વિશ્વાસ તો ન રહે; અને કામ ન હોય તો ક્રોધ હોય, અસત્ય નહિ તો માયા હોય, અને લોભ સૌનો હોય અને દઢ વૈરાગ્ય કોઈનો ન હોય ! દરેકમાં કોઈ ને કોઈ લક્ષણ હોય, પણ સોળે લક્ષણો કોઈનામાં નથી. દરેકમાં કોઈ ખામી હોય, કોઈ ઊણપ હોય. મૂર્તિ છે પણ ખંડિત છે. ચિત્ર છે પણ અધૂરું છે એટલે એની પૂજા ન થાય. એનું પુણ્ય ન મળે. એના દર્શનથી કુળ ઇકોતર તારી ન શકાય.

કોઈ સાચો માણસ નથી. કોઈ વૈષ્ણવજન નથી. ભક્તકવિએ ખોટો ભ્રમ ઊભો કર્યો હતો, ખોટી શોધમાં આપણને મોકલ્યા, ખોટી આશા બંધાવી. વૈષ્ણવજનના દર્શનથી પાવન થવાની ઇચ્છા જાગી, પણ વૈષ્ણવજન ક્યાં છે ? એ કોઈ વૈષ્ણવજન નથી, પછી આપણે પણ વૈષ્ણવજન થવાનો સંકલ્પ સેવતા હતા એ સંકલ્પ હવે છોડવો પડશે. કોઈની પૂર્ણ સાધના નથી, કોઈની અખંડ પવિત્રતા નથી. પ્રયત્ન સફળ થવાનો નથી. આદર્શ તો સુંદર છે પણ અશક્ય છે. સિદ્ધિ આકર્ષક છે પણ દૂર રહે છે. કવિતા તે કવિતા રહેશે, અને ઉપદેશ તે ઉપદેશ રહેશે. પણ સિદ્ધિ હાથમાં ન આવે, મુક્તિ પ્રાપ્ત ન થાય, વૈષ્ણવજનનાં દર્શન ન થાય.

✳

વૈષ્ણવજનની શોધમાં નીકળ્યા હતા, પણ શોધનું બીજું એક પરિણામ

આવ્યું હતું, અને એના ઉપર હવે ધીરે ધીરે ધ્યાન ગયું. વૈષ્ણવજનની તપાસ કરતાં કરતાં વૈષ્ણવજનનાં બધાં લક્ષણો કોઈનામાં નથી એમ જણાયું હતું, પણ એવા એકાદ લક્ષણ વિના કોઈ પણ માણસ નથી એ પણ સાથે સાથે જણાયું હતું. બધાં લક્ષણો એક જણમાં નથી, પણ કોઈ ને કોઈ શુભ લક્ષણ વગર એક પણ જણ નથી.

હાથમાં એ યાદી હતી, મનમાં ભજનની પંક્તિઓ હતી, અને એની કસોટીએ કોઈ પણ જણને ચડાવતાં એમાંનું કોઈ ને કોઈ લક્ષણ એને લાગુ પડતું. કોઈ વાર ઘણાંખરાં લક્ષણો, કોઈ વાર એક-બે તો કોઈ વાર એક જ, પણ કોઈ નિંદા ન કરે ને કોઈ લોભ ન કરે, કોઈ સંયમ રાખે ને કોઈ રામનામ બોલે, કોઈ સમદૃષ્ટિ રાખે ને કોઈ ત્યાગ કરે. છૂટાંછવાયાં લક્ષણો છે, પણ સાચાં છે. મોરનો અવાજ કર્કશ હોય એથી એના રંગો ફીકા પડતા નથી. રંગ સાચા છે, પીછાં સુંદર છે, કલા અદ્ભુત છે. કંઠ વિના રંગ મળે અને રંગ વિના મધુર કંઠ પણ મળે. અને કંઠ સાચો અને રંગ સાચો. અને રંગ અને કંઠનો આકાર અને શોભા અને વેગ અને જોર અને નમણી ચાંચ અને ચળકતી આંખો તો દરેકમાં નથી. બધાં લક્ષણો એકીસાથે એક પણ પક્ષીમાં નથી – પણ બધાં પક્ષીઓ સાચાં છે, અને બધાં મળીને આકાશમાંની રંગીલી, સુરીલી, ઊડતી સૃષ્ટિ બનાવે છે.

બધા માણસ સાચા. દરેકમાં કંઈ ને કંઈ સાચું, સુંદર, સારું છે. કંઈ નહિ તો એક પીંછું હશે, એક રંગ હશે, એક સૂર હશે, એક ગુણ હશે, એક સદ્‌વૃત્તિ હશે, એક સુલક્ષણ હશે. એ વિચાર લઈને હું હવે ફરીથી નીકળ્યો, અને વાત સાચી પડી. દરેક માણસમાં કોઈ કિરણ હતું, કોઈ ઝાંખી હતી, કોઈ ચિનગારી હતી. સમાજ જેને બદમાશ કહેતો એનામાં પણ માણસાઈ હતી. પોતાના એકરાર પ્રમાણે પણ જેનું જીવન અનીતિમય હતું એના દિલમાં પણ સચ્ચાઈ હતી; દબાયેલી હતી, પણ સાચી હતી; અધૂરી હતી, પણ શુદ્ધ હતી. અને કેટલાકમાં તો ઘણાં લક્ષણો હતાં, બધાં નહિ તો ઘણાં તો હતાં. અને એ બધાં લક્ષણો ભેગાં કરીને સમગ્ર દર્શન ઊભું થતું જતું. ભજનની એક પછી એક પંક્તિ લઈ લઈને આખું કાવ્ય પૂરું મળતું હતું. આખી મૂર્તિ થઈ. વિરાટ દર્શન થયાં.

વૈષ્ણવજન મળવાની આશા છોડી દીધી હતી. એમાં વૈષ્ણવજન મળ્યો. જ્ઞાન થયું કે કોઈ પૂર્ણ વૈષ્ણવજન નથી. પણ વૈષ્ણવજનના કોઈ ને કોઈ લક્ષણ

વગર કોઈ જણ પણ નથી. એટલે કે વૈષ્ણવજન તો ઘણા છે, બધાં છે. પૂર્ણ રીતે એક પણ નહિ, પણ આંશિક રીતે બધા. અને બધા સાથે મળીને એ પૂર્ણ અખંડ અનંત વૈષ્ણવજનનું પૂરું પ્રતિબિંબ પાડે છે, એની મંગળ પ્રતિમા ઊભી કરે છે. બધા છે. એટલે બધાને માટે આદર અને પ્રેમ અને પૂજ્યભાવ અને આત્મીયતા છે. પણ એક પણ પૂર્ણ નથી. એટલે હજી આગળ જોવાનું છે અને ઉપર જોવાનું છે. અને પૂર્ણ પુરુષોત્તમના સાક્ષાત્કારની હજી પ્રતીક્ષા કરવાની છે. કોઈ વ્યક્તિ પૂર્ણ નથી. એટલે કોઈનો મોહ ન લાગે, અને કોઈ શૂન્ય પણ નથી. એટલે કોઈનો તિરસ્કાર પણ ન થાય. દરેકની મહત્તા છે, અને દરેકની મર્યાદા છે. કોઈ વૈષ્ણવજન નથી. અને બધા વૈષ્ણવજનનાં અંગો, અંશો, કોષો છે.

હવે સમજ પડી. ભક્તકવિ સાચા. એનું કાવ્ય સાર્થક. એનું માર્ગદર્શન અચૂક. એમણે વૈષ્ણવજનને શોધવાનું કહ્યું હતું એ હજારમાં એકને શોધવા માટે નહિ, પણ હજારમાં હજારને જ શોધવા માટે કહ્યું હતું, એટલે કે દરેક માણસમાં પરમ વૈષ્ણવ ગુણ શોધવા માટે કહ્યું હતું. ઓળખાણનો સવાલ હતો, શોધાશોધનો નહિ. દૂર જઈને કોઈ વિરલ વ્યક્તિની ખોજ કરવાની નહોતી; પણ પાસે રહેતી અને રોજ મળતી વ્યક્તિઓને એમના સાચા સ્વરૂપમાં ઓળખવાની હતી. એટલા માટે એ લાંબી યાદી આપી હતી, એ જુદાંજુદાં લક્ષણો આપ્યાં હતાં. કોઈ ને કોઈ લાગે, એક નહિ તો બીજું જરૂર મળે, અને એ પૂરતું છે. એ ઘણું છે.

હવે આશા ફરીથી બંધાઈ. હવે ઉત્સાહ આવ્યો અને વિશ્વાસ બેઠો અને દુનિયા મંગળ લાગી અને માણસો બંધુઓ થયા. હવે બધામાં વૈષ્ણવજનને જોવાની દૃષ્ટિ મળી એટલે બધાને માટે પ્રેમ થયો. અને સંસાર અને સમાજની સાથે સમાધાન થયું.

✦

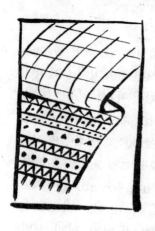

૩૬. બે કપ ચા

[બે કપ : એકમાં દર્શન હતું; બીજામાં સ્મરણ ભરાવા જતું હતું... ને ત્યારે હું જાગ્યો. આ પ્રસંગ અને આ લેખ માટે મારા હૃદયમાં વિશેષ મમતા રહી છે. શું મારે માટે એ અત્યારે સ્મરણ છે કે દર્શન છે ?]

એ ઘરમાં મારો પહેલો દિવસ હતો. સવારે સ્નાન કરીને હું લખવા બેઠો હતો. એમાં મારો યજમાન-મિત્ર ટ્રેમાં બે કપ ચા લઈને રૂમની અંદર આવ્યો. ટ્રે નીચે મૂકીને એ મારી બાજુએ બેઠો. ને ચાનો એક કપ મને આપીને ને બીજો પોતે લઈને ધીરેથી થોડી વાતો પણ કરવા લાગ્યો. ચાનો વિધિ હતો.

સવારના પહોરમાં વાતો થાય તે ધીરેથી થાય. હજી સ્નાનની તાજગી અંગો ઉપર છે. હજી પ્રાર્થનાની શાંતિ મન ઉપર છે, અને શબ્દો જાણે રાતનું મૌન તોડવા માગતા ન હોય એવા સંકોચથી ડોકિયું કરે ! બહાર આવે, ઉચ્ચારાતા જાય, હવામાં ગોઠવાતા જાય. એ રીતે વાતો થવા લાગી અને એ રીતે વાતો કરીને એણે સહજ ભાવે પોતાનો એક અંગત પ્રશ્ન પૂછ્યો એ મને સ્પર્શી ગયો. મારા દિલમાં પણ આત્મીયતા ભાવ જાગ્યો અને એની અંગત વાતો સાથે હું પણ મારી અંગત વાતો કરવા લાગ્યો. અમે બંને ખરા રંગમાં આવી ગયા. ધીરેથી બોલતાં, ચા પીતાં પીતાં એક-બીજાની સામે જોતાં અને વચ્ચે વચ્ચે મૌન રહેતાં, અમે બંનેએ ખરેખર ઊંડો આનંદ માણ્યો. ચાનો વિધિ એ પહેલે દિવસે સાચે જ યાદગાર બન્યો હતો.

બીજે દિવસે પણ સવારે સ્નાન કરીને હું લખવા બેઠો ત્યારે એ ચાના બે કપ લઈને અંદર આવ્યો, ને મને એક આપીને ને પોતે એક લઈને મારી

બાજુએ બેઠો. નજર નીચી રાખીને ને કપ હાથમાં લઈને અમે બે મિત્રો થોડી ક્ષણ સ્થિર રહ્યા. હવામાં તરતો ભાવ મનમાં ઝીલી રહ્યા.

હવામાં તરતો ભાવ અપેક્ષાનો હતો. આખી રૂમ જાણે અપેક્ષાથી, ઇંતેજારીથી, આગાહીથી ભરેલી હતી. ગઈ કાલે આપણે ચા પીતાં પીતાં સુંદર વાતો કરી હતી તો આજે પણ કરીશું. ગઈ કાલે આપણે ઊંડે ઊતર્યા હતા તો આજે વધારે ઊંડે ઊતરીશું. ગઈ કાલે ઓર મઝા પડી હતી તે આજે પણ પડશે. ગઈ કાલનો ચાનો વિધિ યાદગાર બન્યો હતો તો આજનો પણ બનશે. એ અપેક્ષા હવામાં હતી, મારા મનમાં હતી, એના મનમાં હતી, અરે બંનેના શ્વાસે-શ્વાસમાં હતી, વાતાવરણના કણેકણમાં હતી. હમણાં બોલીએ, હમણાં ઊંડે ઊતરીએ, હમણાં દિલને સ્પર્શે એવી વાત કરીએ. તખ્તો તૈયાર છે. પડદો ખૂલે એટલી જ વાર. એ આશા, એ ઝંખના, એ શ્રદ્ધા હતાં. દિલમાં એ અદમ્ય ખાતરી હતી કે હમણાં ધીરે ધીરે વાતો કરવા લાગીશું અને ગઈ કાલ જેવો મંગળ ચમત્કાર થશે.

એ તીવ્ર અપેક્ષા હતી એટલે હું સહજ જાગૃતિથી મનમાં ને મનમાં એવી કોઈ સારી, ગહન, હૃદયસ્પર્શી વાતની શોધ કરવા લાગ્યો. હું શી વાત કરું કે મારું દિલ એમાં હોય અને એને ગમે અને આત્મીયતા સર્જાય અને બંને આનંદના સાગરમાં ડૂબી જઈએ ? મારા જીવનની કઈ અંગત વાત, નાજુક પ્રસંગ, ઉમેદ, અનુભવ કહું જેથી દિલ લાગે અને ઊર્મિનો સેતુ બંધાય ? હાથમાં ચાનો કપ હતો અને મનમાં શોધ ચાલતી હતી. ગઈ કાલે એણે શરૂઆત કરી હતી. આજે મારે કરવી ઘટે. શું કહું ? શું બોલું ?

ને એમાં હું ઓચિંતો ડાહ્યો થયો. જાણે હું એકદમ ભાનમાં આવ્યો હોઉં એમ લાગ્યું. હું સ્મરણમાં ડૂબેલો હતો તે એકદમ દર્શનના પ્રકાશમાં આવી ગયો. મેં નજર નીચી રાખી હતી તે ઊંચી કરી. એની સામે જોયું. એ શાંતિથી ભાવસમાધિથી બેઠો હતો. બોલવાની કોઈ વૃત્તિ એનામાં નહોતી. એની વાત કરવાની ઇચ્છાં નહોતી, વાત સાંભળવાની ઇચ્છા નહોતી એ સ્પષ્ટ હતું. બસ, એ આનંદથી, આત્મસંતોષથી, આત્મીયતાથી બેઠો હતો અને ચા ધીરે ધીરે પીતો હતો. અને એને જોઈને હું જાગ્યો ત્યારે મને પણ એકદમ ભાન થયું કે મારી પણ બોલવાની ઇચ્છા નહોતી. કશું કહેવું નહોતું, બોલવું નહોતું, સાંભળવું નહોતું. ગઈ કાલે વાત થઈ હતી એટલે આજે પણ થવી જોઈએ એ

ખ્યાલથી મન પ્રવૃત્ત થયું હતું અને શોધાશોધ કરવા લાગ્યું હતું. પણ એ ખ્યાલ ખોટો હતો. ગઈ કાલનો પ્રસંગ જુદો અને આજનો જુદો. ગઈ કાલની ચા જુદી અને આજની જુદી. ગઈ કાલે અમે ગમે તેટલું બોલ્યા, પણ આજે બોલવાની વૃત્તિ નથી એ હકીકત છે. આજે મનમાં શાંતિ છે, સ્થિર ભાવ છે, મૌન આત્મીયતા છે. કાલે વાતોથી સંપર્ક થયો, આજે મૌનથી. કાલે વાતચીત હતી, આજે પરસ્પરની હાજરી. કાલનો પ્રસંગ સાચો અને આજનો પણ સાચો. એ ઓળખતાં અને સાચવતાં આવડે તો.

પ્રસંગ સાચવ્યો. અમે બે મિત્રો કશું બોલ્યા વગર બેસી રહ્યા. ચા ધીરે ધીરે પીધી. ચા પી રહ્યા પછી પણ થોડી વાર સાથે નિષ્ક્રિય એકાંતમાં બેઠા. અમારા બંનેના દિલમાં ઊંડી પ્રસન્નતા હતી. નીરવ શાંતિ હતી. રૂમની અંદર બે ચકલીઓ આવી હતી. એનો રમ્ય કિલકિલાટ ચાલતો હતો. મારો મિત્ર ઊઠ્યો. બંને કપ ટ્રેમાં મૂકીને, ટ્રે હાથમાં લઈને એ એક પળ ઊભો રહ્યો. બોલ્યો : "આજે ચકલીઓ તમને સાથ આપશે." અને ધીરેથી ચાલ્યો ગયો. એ દિવસનો ચાનો વિધિ પણ યાદગાર બન્યો.

એ દિવસે હું જીવનનો એક અગત્યનો પાઠ શીખ્યો. દર્શન અને સ્મરણના ખેલ પ્રત્યક્ષ અનુભવથી સમજતો થયો. દરેક દિવસ જુદો. દરેક ચા જુદી. પહેલે દિવસે બોલ્યો એટલે બીજે દિવસે બોલવું જોઈએ એવો આગ્રહ રાખીએ તો બીજા દિવસની મઝા મારી જાય. અથવા તો બીજે દિવસે ચા મૌનમાં પીધી એટલે આ ઘરમાં આ ભાઈની જોડે રોજ સવારે ચા મૌનમાં પીશું એમ માનીએ તો અનર્થ પણ થાય. પણ રોજેરોજ શું થાય, પ્રભાત કેવું ઊગે, મિત્રનો ચહેરો કેવો લાગે, ચાનો સ્વાદ કેવો રહે એ જોતા રહેવાનું. એમાં નવીનતા છે. વિવિધતા છે. એમાં જીવન છે. એમાં દર્શન છે.

ગઈ કાલના દિવસ પ્રમાણે આજનો દિવસ ચાલવો જોઈએ એવી અપેક્ષા બાંધી એટલે આજના દિવસને મારી નાખ્યો. એને બાંધ્યો, પૂર્યો, નિષ્પ્રાણ બનાવ્યો. આમ જ થવાનું હશે ને આમ જ થશે. પછી જોવાનું શું ? જાણવાનું શું ? જીવવાનું શું ? બસ, એ આવશે. કપ આપશે. કપ લેશે. વાત કરશે. વાત સાંભળશે. ઊઠશે. જશે. એ જ ક્રમ. એ જ યંત્ર. એ જ ઘરડ. પછી એના ઘરમાં સાત દિવસ તોય શું અને સત્તર તોય શું ! સરખું ચક્ર છે. જેટલા ફેરા ગણો તેટલા, પણ ફેરા જ છે. જ્યારે આ તો ચક્ર નહિ પણ રસ્તો છે. ચઢાણ છે.

અરે, મુક્ત ઉડ્ડયન છે. આજે આમ અને કાલે આમ. આજે વાતો અને કાલે મૌન અને પરમ દિવસે આવે તે પરમ દિવસે જોઈશું. જે કરીશું તે ત્યારનો પ્રસંગ જોઈને કરીશું. કોઈ પૂર્વગ્રહથી નહિ, કોઈ અપેક્ષાથી નહિ, કોઈ બંધનથી નહિ. મુક્ત અવલોકન, સીધો સંપર્ક, તાજો પ્રતિભાવ. એટલે કોઈ ચિંતા નહિ ને કોઈની આશા સાચી પાડવાની નહિ. ને કોઈ પ્રસંગ સાચવવાનો નહિ. જે આવે તે આવે, અને જે કરીએ તે કરીએ.

એ જીવન કહેવાય. એ સ્ફૂર્તિ કહેવાય. એ જાગૃતિ કહેવાય. એ દર્શન કહેવાય. એ લઈને દરેક દિવસ તાજો બને, દરેક મિત્ર જીવતો બને. એ રીતે જીવનમાં ધન્યતા રહે, ચેતના રહે. એ રીતે જિંદગી પળેપળે જિવાય, ક્ષણે-ક્ષણે અનુભવાય. એ રીતે રોજનો આનંદ મળતો જાય. અને ચકલીઓ આપણને સાથ આપવા આવે.

✦

૩૭. કેટલી સલામતી ?

નોકરી ગઈ.

ખ્યાલ વગર, લગભગ ખબર પડ્યા વગર અને અગાઉથી કોઈ ચિંતા કે બીક લાગ્યા વગર એકદમ એ પ્રસંગ આવ્યો અને એ આફત પડી, ને સાથે કુટુંબ હતું, બાળકો હતાં, પગાર સિવાય કમાઈનું બીજું સાધન નહોતું, અને વર્ષોથી એ ત્યાં કામ કરતો હતો, એટલે ઓચિંતો એ પ્રસંગ આવ્યો ત્યારે ભારે આઘાત લાગ્યો. એને ઓળખતા હતા એમને સૌને દુ:ખ થયું, ચિંતા થઈ. જીવનની વિષમતાનો અપ્રિય ને અકારો અનુભવ થયો.

નોકરી જાય એમાં કંઈક અમંગળ છે, અકુદરતી છે. માણસ પોતાની મેળે નોકરી છોડે, સારી નોકરી લેવા ઊતરતી નોકરી જવા દે, અથવા તો ખાલી નિવૃત્ત થવા કામમાંથી છૂટો થાય એ જુદી વાત છે. પણ એની ઇચ્છા વિરુદ્ધ અને એના નુકસાન સાથે નોકરી જાય, તૂટે અને એને આશરા વિનાનો બનાવી દે એમાં એક જાતની હિંસા છે, ઘોર અનર્થ છે. એ એના દોષથી થયું કે એના દોષ વગર થયું, કોઈની ઈર્ષ્યાથી ને અન્યાયથી થયું અથવા સંસ્થાના નિયમો પ્રમાણે જ થયું. એ અહીં મુખ્ય વાત નથી. પણ ભૂલ સાથે કે ભૂલ વિના એક જૂનો નોકર, એક વફાદાર, એક કાર્યદક્ષ કર્મચારી છૂટો થયો અને આધાર વિના દુનિયાની વચ્ચે ઊભો રહ્યો એનું દુ:ખ અને એની વેદના લાગે.

નોકરી સ્થિર હોવી જોઈએ, ધંધો સલામત હોવો જોઈએ, સ્થિરતા અને સલામતી ન હોય તો મન મૂકીને કામ ન થાય, દિલ લગાડીને સાહસ ન કરાય. માણસની શક્તિ ખીલે એ માટે અનુકૂળ વાતાવરણ જોઈએ, અને એ અનુકૂળ

વાતાવરણ એટલે રક્ષણ, વિશ્વાસ, સહકાર. બીક હોય તો કામ કેવું થાય ? નોકરી ક્યારે છૂટશે એ કહેવાય નહિ, પછી એ નોકરીમાં ઉત્સાહ કેવો લાગે ? કામ તો થશે પણ ફક્ત રોજનું, જરૂરનું, બીકથી થશે, ચિંતાથી થશે; એમાં ભૂલ ન થાય એ મુખ્ય વિચાર હશે, કોઈ વાંધો ઉઠાવી ન શકે એ જોવાની મુખ્ય કાળજી હશે. પણ નવો વિચાર, મૌલિક સાહસ, સ્વતંત્ર પ્રગતિ, સુધારાના પ્રયોગો એની વાત જ ક્યાં રહી ! આજે તો અહીંયાં છીએ, પણ આવતી કાલે કાઢી મૂકશે કે કેમ એનો વિશ્વાસ નથી. પછી યોજના કોણ કરે અને જાતને કોણ ઘસે ? બે દિવસનો નોકર જાળાં નહિ કાઢે; કામચલાઉ અમલદાર ક્રાંતિ નહિ કરે.

માટે સલામતીને પ્રાથમિક જરૂરિયાત ગણીએ છીએ. કસોટી જોઈએ, લાયકાત જોઈએ, મહેનત જોઈએ; પણ એક વાર યોગ્ય માણસ યોગ્ય સ્થાને આવ્યો કે એને ત્યાં રહેવા અને કામ કરવા અને પ્રગતિ કરવા પૂરી તક મળવી જોઈએ. સ્થિર નોકરી જોઈએ. સલામત ધંધો જોઈએ.

✳

અને તોય...

તોય માનવી તે માનવી, અને માનવીના બંધારણમાં આળસનું તત્ત્વ છે, અને સલામતી મળે તો માણસ આળસુ બને, અને પૂરી સલામતી મળે ત્યારે એ પૂરો આળસુ બને એ હકીકત પણ ખરી. માણસનો સ્વભાવ છે : કરવું પડશે ત્યારે કરશે, છૂટકો ન હોય ત્યારે બતાવશે; પણ જરૂર ન હોય ત્યાં ઢીલો પડશે, અને કરે તોય શું અને ન કરે તોય શું એવી પરિસ્થિતિ હોય તો ઘણું કરીને એ કરશે નહિ.

સ્થિરતા એટલે જડતા. સલામતી એટલે ઉદાસીનતા. જ્યાં સુધી ઉમેદવારી હોય, તૈયારી હોય, હરીફાઈ હોય, ત્યાં સુધી પૂરો પ્રયત્ન અને પૂરી મહેનત. પરંતુ ''એક વાર યોગ્ય માણસ યોગ્ય સ્થાને આવ્યો'' કે એ સ્થાન ઉપરથી ખસવાનો ભય ન હોય તો એ આસન જમાવે ને ખરેખર ''સ્થિર'' થાય અને કશું નહિ કરે. ખરી પ્રગતિ હરીફાઈમાં છે અને કસોટીમાં છે અને લડાઈમાં છે. સ્થિરતામાં ને સલામતીમાં ને નિષ્ક્રિયતામાં નથી.

વિદ્યાર્થીને કહો કે એ વાંચે કે ન વાંચે તોય સરખું પરિણામ આવવાનું છે. તો શું, એ વાંચશે ખરો ? તો હવે શિક્ષકને કહો કે એ બરાબર ભણાવે

કે ન ભણાવે તોય એની નોકરી સલામત છે અને સરખો પગાર મળવાનો છે. તો શું, એ બરાબર ભણાવશે ખરો ? પરીક્ષાની બીક ન હોય તો વિદ્યાર્થી પૂરી મહેનત તો ન કરે; અને રુખસદની બીક ન હોય તો શિક્ષક પણ પૂરો પુરુષાર્થ નહિ કરે. પરીક્ષા ન હોય તો શું સ્કૂલ-કૉલેજ ચાલે ? વિદ્યાર્થીઓનું ધ્યાન કેમ રહે, શિક્ષકનું માન કેમ રહે, વાંચવાની ફરજ કેમ પડાય, કામગીરીનું ધોરણ કેમ મપાય ? પણ એ પરીક્ષા ફક્ત ભણનારાઓની ન હોય, એમને ભણાવનારાઓની પણ જોઈશે. હા, ઉંમર વધારે અને જીવનની પ્રૌઢતા વધારે, પણ માનવસ્વભાવ સરખો અને આળસનો ભાર સરખો (ને કદાચ જેમ ઉંમર વધારે તેમ આળસ પણ વધારે) માટે સૌની જાગૃતિ રહે એ માટે સૌની પરીક્ષા જોઈએ, સતત હરીફાઈ જોઈએ, કંઈક અસ્થિરતા જોઈએ.

ભગવાને કોઈને કહ્યું નથી કે, તારો મોક્ષ આ ભવે નક્કી છે. અને કહે તો સંભવ છે કે મોક્ષ નક્કી જાણવાથી બેદરકારી આવશે. ઢીલાશ આવશે. આળસ ચડશે. અને મોક્ષ પાછો ઠેલાઈ જશે. એટલા માટે એની ખબર અપાતી નથી ને એની ખાતરી મળતી નથી, માટે સાચો સાધક અને નમ્ર ભક્ત સાધના કરતો રહેશે, ભક્તિ કરતો રહેશે, પાછા પડ્યા વગર અને ઢીલું મૂક્યા વગર ઠેઠ સુધી પૂરા દિલ સાથે પ્રયત્ન ને પુરુષાર્થ કરતો રહેશે. એ યુક્તિ છે. અને એ યુક્તિમાં જ મુક્તિ છે.

જીવન એટલે જોખમ. સંપૂર્ણ સલામતી તો કબરમાં જ હોય, પણ જ્યાં સુધી જીવન ચાલે ત્યાં સુધી ભય ને શંકા ને અનિશ્ચિતતા. બધા સલામત ત્યાં બધા જડ. બધા કસોટીમાં ત્યાં બધા જાગ્રત. પણ જો નિમણૂક આખરી હોય, સંસ્થાના એવા નિયમો હોય ને સમાજનું એવું દબાણ હોય ને મંડળનું એવું વર્ચસ્વ હોય કે એક વખત આવ્યા તે આવ્યા અને કાયદામાં જોગવાઈ હોવા છતાં વ્યવહારમાં કોઈને કાઢી ન શકાય, તો પૂરો આરામ ને પૂરી સગવડ. ઉંમર વધશે તેમ પગાર વધશે; મોટા થઈશું તેમ એક હોદ્દા ઉપરથી બીજામાં જઈશું, પણ કામમાં સુધારા તો નહિ થાય. સંસ્થામાં પ્રગતિ ન થાય. જડ ચક્ર, કાળનો ક્રમ, ઉંમરનું સામ્રાજ્ય. વૃદ્ધ તે ઉપર, અને યુવાન તે નીચે. લાયકાત જોવાની નહિ, વર્ષો ગણવાનાં છે. એ વધારે સહેલી ગણતરી છે ને ! અને એમાં કોઈ પક્ષપાત નહિ, કોઈ ઘાલમેલ નહિ, કોઈ ગફલત નહિ. સીધી ગણતરી. આટલી ઉંમર એટલે આવો હોદ્દો. બધાને ન્યાય. બધાને સંતોષ.

રાજાનો દીકરો રાજા થાય એ સિદ્ધાંત સામે આપણી ફરિયાદ હતી. એટલે રાજાઓને કાઢ્યા. શું ખાલી એ રાજાનો દીકરો છે એટલે રાજા થાય ? એની બુદ્ધિ કેટલી, એની આવડત કેટલી, એની શક્તિ કેટલી, એની દયા કેટલી એ જાણ્યા વગર (અથવા તો જાણ્યા છતાં !) એને ગાદીએ બેસાડાય ! રાજાનો દીકરો મૂર્ખ નીવડે તોય રાજા ? રાજાનો દીકરો દુષ્ટ નીવડે તોય રાજા ! વંશનો જુલમ હતો, પરંપરાની બેડી હતી. પણ આ તો જુદો જુલમ છે. ઉંમરનો જુલમ છે. સિનિયૉરિટીનું ભૂત છે. જૂનો તે મોટો. વૃદ્ધ તે ઉપરી. આમાં પણ બુદ્ધિ ને લાયકાત ને શક્તિ ને સિદ્ધિ વિષે પૂછવાનું નહિ. રાજાનો દીકરો તે રાજા. ઢોલ વાગે ને ઘોષણા થાય ને અભિષેક થાય ને સૌ વંદન કરે, નિમણૂક થાય, બઢતી મળે, ઉપર ચડે, સૌ જોતા રહે. ઉંમરમાં મોટો તે આગળ. વર્ષોને તાલે વધવાનું. વયના પ્રતાપે ચડવાનું, એ જ સલામતી પણ ખરી. એક રાજા પછી બીજો રાજા એ જ નિયમ, એ જ તંત્ર, એ જ ન્યાય, એ જ જડતા. નક્કી છે. કોઈ ચિંતા નહિ. ગાદી ખાલી રહેશે નહિ. રાજાને દીકરો થયો. પાટવીકુમાર છે એટલે પ્રજાને સંતોષ છે. અમાત્યને નિરાંત છે. રાજા જશે ત્યારે વારસ આવશે. હા, અને એક ઉપરી જશે ત્યારે બીજો આવશે. રાહ જોઈને બેઠો છે. ક્રમમાં તે એના પછી આવે છે. એને "સિનિયર મોસ્ટ" કહે છે. એટલે કે પાટવીકુમાર છે. અને એના પછી ઊભો છે. આખી યાદી છે. રાજાને તો અનેક દીકરાઓ હોય, જેથી વાંધો ન આવે. જનતાને આનંદ છે. સમાજને નિરાંત છે. સંસ્થાઓ ચાલશે, જગ્યાઓ પુરાશે, ગાદી ખાલી નહિ રહે. સલામતી છે. સ્થિરતા છે.

ખરી સલામતી જુદી હોય છે. ઉંમરની નહિ, વંશની નહિ, વારસાની નહિ, કાયદાની નહિ. ખરી સલામતી વ્યક્તિની – લાયકાતની શક્તિ છે. તૈયારી છે. શ્રદ્ધા છે. એ જ માણસ સલામત અને એનું કાર્ય સ્થિર. કાબેલ કામદાર હશે તો એનો ખપ પડશે. સફળ વ્યવસ્થાપક હશે તો એની જગ્યા રહેશે. આદર્શ શિક્ષક હશે તો એનું માન રહેશે. અન્યાય અને ઈર્ષ્યા સામે રક્ષણ જોઈએ. પણ આળસને પ્રોત્સાહન આપે, અયોગ્ય માણસને અભયદાન આપે, એક વાર ઘૂસ્યા પછી કાયમ માટે નોકરીમાં રહેવાની ખાતરી મળે એ સલામતી નહિ જોઈએ ને એ સ્થિરતા નહિ શોભે.

આમ વિરોધાભાસ છે. સ્થિરતા ન હોય તો કામ ન થાય. પણ સ્થિરતા હોય, વધારે પડતી સ્થિરતા હોય, તો કામ એથીય ઓછું થાય. માણસની શક્તિ

ખીલે એ માટે અમુક સલામતી જોઈએ. પણ પૂરી સલામતી હોય તો શક્તિ પાછી રૂંધાય. મધ્યમ માર્ગ જોઈએ. સાહસ અને વિવેક, જોખમ અને રક્ષણ, હરીફાઈ અને ન્યાય. મધ્યમ માર્ગમાં અકસ્માતો થાય જ. બારણું ખુલ્લું રહેશે. માટે કોઈ વાર યોગ્ય માણસની નોકરી પણ જશે અને એ અફસોસ છે. પણ એ ન થાય એ માટે જો બારણું સાવ બંધ રાખીએ તો અયોગ્ય માણસની નોકરી કાયમી રહેશે. અને એ વધારે મોટો અફસોસ છે (લોકો એ માટે હડતાળ પાડતા ન હોય તોપણ.)

જીવનના જોખમ સાથે જીવનની લાયકાત સિદ્ધ કરતા રહીએ.

◆

૩૮. વાત છુપાવ્યાનો રંજ

કોઈનાથી હું કોઈ વાત છુપાવું ત્યારે મનમાં રંજ રહી જાય. ગમે તે કારણ હોય, ગમે તે સંયોગો હોય તોય મારા મનની પૂરી વાત ન કરું તો મને ખોટું લાગે, અસંતોષ રહે, ગુનો કર્યાનો ભાવ થાય. અને આજે તો એવું જ થયું છે. વાતો તો ઠીક થઈ અને મુલાકાત સારી ગઈ. પણ છૂટા પડતી વખતે મનમાં કેટલીક વાતો હતી તે હોઠ સુધી આવી ગઈ – અને પાછી ગઈ. એણે પૂછ્યું : ''ખોટું તો નથી લાગ્યું ને ?'' ને મેં તરત જવાબ આપ્યો : ''ના, ના, જરાયે નહિ. એમાં શું ખોટું લાગે ? ઊલટું, સારું લાગ્યું અને આનંદ થયો. બસ, તમે જે બધું કહ્યું એ સારું કર્યું.''

પણ હકીકતમાં મને ખોટું લાગ્યું જ હતું. લાગવું જોઈતું હતું કે ન લાગવું જોઈતું હતું એ જુદી વાત છે, પણ હકીકતમાં લાગ્યું જ હતું. એની સાથે વાતો કરતાં કરતાં અને એના આક્રમક પ્રશ્નો સાંભળતાં સાંભળતાં મને વચ્ચે વચ્ચે અધીરાઈ થઈ હતી, ગુસ્સો ચડ્યો હતો, રીતસર ખોટું લાગ્યું હતું. માંડ માંડ હું શાંત મોં રાખી શક્યો હતો અને ગુસ્સો દબાવી શક્યો હતો. એના પ્રશ્નો મને ઉદ્ધત લાગ્યા હતા. એના વર્તનમાં અવિવેક ભાસ્યો હતો, અને અવિવેક મને બહુ ખૂંચે છે. એ સાચા હતા કે ખોટા એનો સવાલ જ નથી, અને હું એનો ન્યાયાધીશ પણ નથી, પણ હકીકત એટલી જ હતી કે એના પ્રશ્નોથી મને ખોટું લાગ્યું હતું. અને મેં એ લાગણી છુપાવી હતી એટલું જ નહિ પણ મને સારું લાગ્યું છે એમ પણ કહ્યું, અને એથી મારું અંતર અત્યારે બળે છે.

મારા મનમાં એ ભાઈ સાથેનો છેલ્લો સંવાદ ફરીથી ચાલે છે ત્યારે એ

કલ્પનાથી બદલીને આવો કંઈક ચાલે છે. "તમે પૂછો છો તો સીધા નિખાલસ ભાવે કહું છું : હા, મને ખોટું લાગ્યું છે. તમારી સાથે હમણાં વાત કરતાં કરતાં મારી લાગણી અધીરાઈની હતી અને ગુસ્સાની હતી. હું તમને કોઈ દોષ દેતો નથી. તમને પ્રશ્નો પૂછવાનો અધિકાર છે. અને મારી જાતને પણ દોષ દેતો નથી. લાગણી થાય તે થાય. એ ઓછી મારા હાથની વાત છે ? પણ એ લાગણી થઈ તે હવે હું તમારી આગળ સ્વીકારું છું. મારું દિલ સાફ કરું છું. તમારાથી કંઈ છુપાવવા માગતો નથી. ને એ રીતે આપણો સંબંધ સારો રહી શકે."

હા, હું એ રીતે બોલું તો સંબંધ સારો રહે. ચોખવટ થાય. સંતોષ થાય. સંપર્ક ચાલુ રહે. પણ હું એ રીતે બોલ્યો નહિ. હું ઊંધું કરીને બેઠો હતો. મનમાં હતું કંઈક અને જીભ ઉપર આવ્યું કંઈક. પછી એ ભાઈ તો મૂંઝાયા. એને ખ્યાલ તો આવ્યો હતો કે મને ખોટું લાગ્યું હતું. મારા શબ્દો જુદા હતા, પણ મારું મોં, મારી નજર, મારો અવાજ, મારો શ્વાસ જ કહી દેતાં હતાં કે મને ખોટું લાગ્યું હતું. ને પછી મેં ઊલટું કહ્યું : ના, ના, જરાયે ખોટું લાગ્યું નથી. તો હવે એ શું માને ? મારી વાત માને કે મારું વર્તન માને ? મારા શબ્દો માને કે મારી આંખો માને ? એને બે પરસ્પર વિરોધી સંદેશા મળી ગયા છે. એક : મને ખોટું લાગ્યું છે. બીજો : જરાયે ખોટું લાગ્યું નથી. હું પ્રામાણિક છું માટે સાચું બોલ્યો હોઈશ અને ખરેખર ખોટું લાગ્યું ન હોય એમ કદાચ એ માનવા તૈયાર થાય. પણ હકીકત જુદી હતી અને એનો ભાસ એને હતો એટલે એ પૂરા મૂંઝાયા. જો મેં ખોટું લાગ્યાનો એકરાર કર્યો હોત તો અમારો સંબંધ આગળ ચાલી શકત. ખુલાસો થાત, સ્પષ્ટીકરણ થાત, મારી લાગણીની સામે એ પોતાની લાગણી વ્યક્ત કરી શકત, શા માટે ખોટું લાગ્યું એની ચર્ચા થાત અને એનું સમાધાન થાત. એટલે કે આગળ જવા માટે રસ્તો ખુલ્લો રહેત અને સંબંધ વધી શકત. પણ હવે રસ્તો બંધ છે. ખોટું લાગ્યું એની ચર્ચા થઈ ન શકે કારણ કે એનો એકરાર થયો નથી, અને ખોટું તો લાગ્યું જ છે માટે એનો ઉકેલ લાવ્યા વગર સંબંધ આગળ વધી ન શકે. રસ્તો બંધ છે. બારણું વાસેલું છે.

શા માટે હું સાચું બોલ્યો નહિ ? એક તો મને બીક હતી કે જો સાચું કહીશ તો એને ખોટું લાગશે અને સંબંધ બગડશે. પણ હવે બગડી ગયો ને ! સંબંધ બગાડવા માટે ઉત્તમ રીત મનની વાત છુપાવવાની છે. સૂક્ષ્મ દીવાલ ઊભી થાય. અંતર વધે. રસ્તો બંધ થાય મને ભાન રહે કે મેં વાત છુપાવી

ને એ ગુનો મને ખૂંચે અને સ્વસ્થતાથી વાત કરવા ન દે. ને એને પણ વહેમ છે કે મેં વાત છુપાવી એટલે વિશ્વાસથી પણ વાત ન કરી શકે. ખોટું લાગે એનો વાંધો નથી. પણ ખોટું લાગવાની બીકથી વાત છુપાવીએ એમાં વાંધો ખરો. મેં મારા મનની વાત છુપાવી હતી એનું બીજું ને મુખ્ય કારણ હતું. મારે કબૂલ કરવું નહોતું કે મને ખોટું લાગ્યું હતું. એની વાતો ને એના પ્રશ્નો સાંભળતાં મને અધીરાઈ ને ગુસ્સો થયાં હતાં. પણ હું એ કેવી રીતે કબૂલ કરું ? મારું અભિમાન આડે આવે. અધીરાઈ અને ગુસ્સો ખરાબ ગણાય. મારામાં નહિ શોભે, પછી હું બીજાની આગળ કેમ કબૂલ કરી શકું કે એ મારામાં છે ? મને ખોટું લાગવું જોઈતું નહોતું, પ્રૌઢ, સ્થિર, આધ્યાત્મિક માણસને ખોટું નહિ લાગે, માટે એનો એકરાર કરતાં મને શરમ લાગે. "ના ના જરાયે ખોટું લાગ્યું નથી. ઊલટું સારું લાગ્યું, આનંદ થયો !" હા, એવા મોટા સંત થઈને બેઠા છીએ કે લોકો ખોટું લાગે એવું બોલે તોય આપણને તો આનંદ જ થાય. વાહ વાહ ! મોટી સિદ્ધિ થઈ. લોકો આપણને ઉશ્કેરે તોય નહિ ઉશ્કેરાઈએ, ખોટું લગાડે તોય ખોટું ન લાગે, સ્થિતપ્રજ્ઞ છીએ ને ! એવા તરંગો આપણને નહિ સ્પર્શે. લોકો ગમે તેવું બોલે, ગમે તેવા પ્રશ્નો પૂછે, ગમે તેવો અવિવેક બતાવે તોય આપણે સ્થિર અને તટસ્થ અને અલિપ્ત એવો દેખાવ જોઈએ. માટે ગુસ્સો થાય તોય ન બતાવીએ. ખોટું લાગે તોય ન કહીએ. આપણાં મોં બંધ, ને આપણી આબરૂ સલામત.

આબરૂની વાત ખબર નથી પણ મનની શાંતિ અને સંતોષ તો સલામત ન રહ્યાં. વાત છુપાવી હતી એટલી મનમાં શાંતિ ન રહી. મનનો આગ્રહ છે કે જીવન પારદર્શક હોય, જેવો છું તેવો દેખાઉં. કોઈ પડદો નહિ, કોઈ મહોરું નહિ. અને મનનો વિશ્વાસ છે કે એમ કરવાથી સાચી શાંતિ મળે અને સાચી આબરૂ સચવાય. હા, બધું કહેવાનું હોય એમાં સારું પણ આવે અને ખરાબ પણ આવે. પણ ખરાબ કહેવામાં આખરે નિખાલસતા છે એટલે ખરાબ જ ન લાગે. એ ખરો ઉપાય અને ખરું પ્રાયશ્ચિત્ત છે. મનના વિચારો અને દિલની લાગણીઓ બધાને બતાવી શકાય એવાં પવિત્ર જોઈએ, અને એવાં પવિત્ર ન હોય તો પસ્તાવાના એકરારની સાથે બતાવવાથી દિલ સાફ થાય. બીજાના વર્તનથી ખોટું લાગવું ન જોઈએ એ આદર્શ રીત, પરંતુ જો ખોટું લાગ્યું તો એ સરળતાથી સ્વીકારવું એ બીજો વિકલ્પ. ગુસ્સો થયો ન હોત તો ઉત્તમ,

પરંતુ ગુસ્સો થયો જ હતો તો પાછળથી એનો એકરાર કરવાથી શાંતિ મળે અને ફરીથી ગુસ્સો ન થાય એ માટે પ્રેરણા મળે.

એ વાત સાચી કે બધી વાત બધાને ન કહેવાય. એનો વિવેક પણ થાય અને મર્યાદા પણ હોય. એ જરૂર સાચવીએ. વાત જણાવવાથી ખોટો અર્થ થવાનો હોય, ગેરસમજ ઘટવાને બદલે વધવાની હોય, ગુસ્સો ફરીથી જ થવાનો હોય તો વાત ન જણાવીએ. પણ આપણને સંકોચ તો નથી. બીજાઓના સંયોગો અનુકૂળ નથી એટલે આપણે બોલતા નથી. બાકી બોલવાની આપણી તૈયારી છે જ. મનને હવે સ્પષ્ટ જણાવી દીધું કે એ ગમે તેવા વિચારો સંઘરે, પણ સાથે સાથે એવો ખ્યાલ રાખે કે એ વિચારો બહાર જણાવવાના છે. આટલી જ શરત છે. સામા માણસ વિશે ગમે તે અભિપ્રાય બાંધે, કોઈ અણઘડ પ્રશ્ન પૂછે તો ગમે તેટલો ગુસ્સો અનુભવે, પણ સાથે સાથે એ ખાતરી રાખે કે એ ગુસ્સો ને એ અભિપ્રાય પછી એ જ માણસને જણાવવાના છીએ, જણાવવાની તૈયારી રાખવાના છીએ. એ શરતે એ અભિપ્રાય બાંધે અને ગુસ્સો રાખે – હવે રાખવો હોય તો ફરીથી એ ભાઈ મળે ત્યારે મારે મનમાં એના વિશે છુપાવેલી કોઈ વાત હોવી ન જોઈએ. એ ચોખવટ જોઈએ. એ નિખાલસતા જોઈએ. એ પારદર્શકતા જોઈએ. ફરીથી એ ભાઈ આવશે ત્યારે એ બરાબર જાણશે કે મને એના વર્તનથી કેવું લાગ્યું હતું. સારું તો સારું અને ખોટું તો ખોટું. એ મારી આખી વાત જાણશે, મારી ઉદારતા ને મારી નબળાઈ પણ જાણશે, મારી કદર ને મારો ગુસ્સો પણ જાણશે, અને મારી વાત બરાબર જાણશે એટલે સાચો સંપર્ક થશે, સાચી સમજૂતી થશે, સારો સંબંધ રહેશે.

મનમાં હવે કોઈનાથી કોઈ વાત છુપાવ્યાનો રંજ તો નહિ જ જોઈએ.

✦

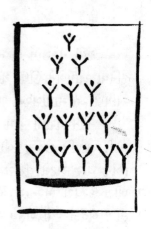

૩૯. કોને નુકસાન થાય ?

'ચોરી થઈ તો કોને નુકસાન ગયું ?' દુનિયા કહેશે : 'જેના પૈસા ચોરાયા તેને.' ડાહ્યા માણસો કહેશે, 'જેણે પૈસા ચોર્યા તેને.' હાથમાં ભલેને મફતના પૈસા આવ્યા, પણ હૃદયનાથ વિદાય થયો તો સરવાળે નફો કે નુકસાન ?

કવિ નાનાલાલની વાત છે. એમને પૈસાની ભીડ તો રહેતી, ને એ જાણીને એમનો એક મિત્ર એક દિવસ એમને સમજાવવા લાગ્યો : 'તમે આ કાગળિયા ઉપર હું કહું તેમ સહી કરો, એટલે તમને બસો રૂપિયા વધારે મળશે. ક્યાંથી આવશે એ તમારે પૂછવાનું નહિ. કોઈને ખબર પડશે નહિ ને કોઈને નુકસાન પણ જશે નહિ. સરકારના ચોપડામાં તો લાખોનો હિસાબ છે. એમાં એવી મામૂલી રકમથી ક્યાં ફેર પડવાનો છે !'

નાનાલાલ વિચારમાં પડ્યા અને શાંતિથી પૂછવા લાગ્યા : 'હું આમાં સહી કરું એટલે મને વધારાના બસો રૂપિયા મળે એમ કે ?'

'હા.'

'અને કોઈને ખબર નહિ પડે ?'

'ના, બિલકુલ નહિ.'

'અને સરકારને નુકસાન ન થાય ?'

'ન જ થાય.'

ત્યારે જાણે પોતાની સાથે વાત કરી રહ્યા હોય એમ નાનાલાલ ધીરેથી બોલ્યા : 'સરકારને નુકસાન ન થાય, પણ નાનાલાલને કેટલું બધું નુકસાન થાય ?' અને હાથ જોડીને તેઓ ચાલ્યા ગયા.

જ્યાં નુકસાન છે ત્યાં ફાયદો અને જ્યાં ફાયદો છે ત્યાં નુકસાન જોવા દુનિયા આપણને ઊંધાં ચશ્માં પહેરાવે છે. પણ કંઈ નહિ તો નિત્ય અનુભવથી આપણે આ માયાસુરની સૃષ્ટિમાં ક્યાં ભેજ ને ક્યાં હવા એ શીખી લેવું જોઈએ.

નીતિ-વિરોધી કામ કરવાથી હૃદયની શાંતિનો નાશ થાય છે એ સૌથી મોટી આપત્તિ છે. જૂઠાબોલો ચિંતા કરે છે કે મારું જૂઠાણું પકડાય તો ? ચોર (અને ચોર એટલે લૂંટારો કે કાળા બજારવાળો કે લાંચ અને ચોરી લેનારો કે ખોટા કરવેરા ભરનારો) ભય રાખે છે કે બેવફાદાર મારી યુક્તિ ઉઘાડી પડે તો ? બેવફા સ્ત્રી સતત શંકા સેવે છે કે મારા પતિને વહેમ જાય તો ? અને એ સતત ચિંતામાં એક ક્ષણની કૃત્રિમ મઝા તો ઓગળી જાય છે. પછી નુકસાન કોનું ?

એમ પણ ન માનીએ કે ફક્ત પોલીસ પકડે કે વાત છતી થાય કે ફજેતી થાય એની બીક અધર્મ આચરનારના માનસને અસ્વસ્થ બનાવે છે. એને ઊંડે ઊંડે એવું ભાન પણ છે કે સમાજની નજરે મારો ગુનો ભલે ચડ્યો ન હોય, પણ બીજા કોઈની નજરે તો અચૂક ચડ્યો છે. તેની આગળ હું ગુનેગાર ઠરી ચૂક્યો છું. એની શરમ અને એ તરફથી મળનાર સજાની બીક પોલીસના ડર કરતાં મનને વધુ સતાવે છે. પરીક્ષામાં આબાદ રીતે ચોરી કરનાર વિદ્યાર્થી પછી પોતાની મેળે વાત જણાવી માફી ને શિક્ષા માગે એવા પ્રસંગો બન્યા છે. કોઈને વહેમ સરખો ગયા સિવાય ચોરેલી રકમ લાંબી મુદત પછી ચોરીના એકરાર સાથે પાછી મોકલી આપ્યાના કિસ્સાઓ નોંધાય છે. અને વર્ષો પહેલાં થયેલી છૂપી ભૂલની જાહેરાત કરીને એ માટે માફી માગનારા લેખો પણ લખાયા છે. એવા એક લેખને અંતે સ્વર્ગસ્થ પિતાની સેવામાં ઊણપ રહેવા દેવા બદલ પસ્તાવો વ્યક્ત કર્યા બાદ લેખક ઉમેરે છે : "આ વાતને કેટલાંયે વર્ષો થયાં હશે, પણ મારા દિલથી એ ભૂંસાઈ ગઈ નથી. કોની પાસે માફી માગવી એ સમજાતું ન હોવાથી આજે તે અહીં જાહેર કરું છું. એ આશયથી કે મારા અંતરને કંઈ શાંતિ વળે.'

હૃદયની શાંતિ માટે ગમે તે પાર્થિવ ફાયદો મેળવવો એ ખોટનો વેપાર કરવા જેવું છે. નુકસાનનો સોદો કરનાર વેપારીની વાણિયાઈ લાજે. દિલનું દેવાળું કાઢીને ઇંદ્રિયોનું ક્ષણિક સુખ પસંદ કરનાર આદમી પાગલખાનામાં શોભે.

બેવકૂફ, એ ગમખ્વારીને
શું તું ઇન્તેઝાર કહે છે?
મોતી દઈને લેવી મટોડી,
તેને તું વેપાર કહે છે?

— કરસનદાસ માણેક

દિલમાંથી શાંતિ ગઈ, સ્વમાન ગયું, વિવેક ગયો એટલે દેહ ઉપર એની અસર થયા વિના રહેશે નહિ. મનનો વિકાર રોગ નોતરશે, સમતોલનનો અભાવ ત્રિદોષ લાવશે, ષડ્‌રિપુનું આક્રમણ શરીરનો નાશ કરશે. અનીતિનાં ફળ અને પાપનું નગ્ન સ્વરૂપ જોવું હોય તો જેલમાં, ઇસ્પિતાલોમાં ને રણમેદાનમાં એ જોવા મળશે.

અનીતિનો વ્યવહાર નુકસાનનો જ વેપાર છે. ક્ષણિક સંતોષ અને કાયમી પસ્તાવો, ઇંદ્રિયોનું સુખ અને હૃદયનું દુઃખ, બહારનું સ્મિત અને અંતરનું રુદન. આટલો હિસાબ કેમ ગણતાં ન આવડે? એ માટે ડિગ્રીની જરૂર નથી, ફક્ત અનુભવ હોય એ પૂરતું છે, કાગળ-પેનની જરૂર નથી, આંખો હોય એ બસ છે.

જીવનમાં સૌથી કીમતી મૂડી હૃદયની શાંતિ છે. એ જાય એ મોટામાં મોટું નુકસાન. અને અનીતિ કરવાથી હૃદયની શાંતિ જાય છે. એવું નુકસાન હાથે કરીને નહિ વહોરીએ.

◆

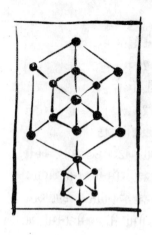

૪૦. સુંદર પત્રને સુંદર ન કહેવાય

"તમારો પત્ર બહુ સુંદર હતો..." એમ મેં મિત્રના પત્રના જવાબમાં શરૂઆતમાં લખ્યું. એનો પત્ર ખરેખર સુંદર હતો, એનું આખું દિલ એમાં હતું. મારા માટેની એની લાગણી અક્ષરે અક્ષરે નીતરતી, અને એની સાથે સાથે એની રમૂજ, વિનોદ, કલા, આનંદ જ ભળ્યાં હતાં એટલે પત્ર ખરેખર સુંદર હતો. અને એ વાંચતાં મને અત્યંત પ્રસન્નતાનો ભાવ થયો હતો, એટલે એની કદર રૂપે હું એનો જવાબ લખવા બેઠો ત્યારે સૌથી પ્રથમ એના પત્રનો ઉલ્લેખ કરીને એ બહુ સુંદર હતો એ પ્રમાણપત્ર મેં લખી આપ્યું.

પ્રમાણપત્ર સાચું હતું. એનો પત્ર ખરેખર સુંદર હતો. તોય એ વાક્ય લખ્યા પછી હું જરા ચેતી ગયો, થોભી ગયો અને વિચાર કરવા લાગ્યો. પત્ર સુંદર હતો એ વાત સાચી, પણ એ ફેંસલો હું મારા જવાબના પહેલા જ વાક્યથી સંભળાવું તો એના બીજા પત્રો અને તેના મારા જવાબોની સાથે એની સરખામણી આપોઆપ થાય, અને "આ પત્ર તો સુંદર છે, પણ તમારા પહેલાંના પત્રો આટલા સુંદર ન હતા" એવો અર્થ ઘડાય. "તમારો આ પત્ર સુંદર છે" એવું આજે લખ્યું એટલે "તમારા બીજા બધા પત્રો સુંદર ન હતા." એ પણ એની સાથે લખ્યા વગર જણાવ્યું. એકની પ્રશંસામાં ઘણાંની નિંદા આવે. એક પ્રમાણપત્ર સાથે અસંખ્ય ફરિયાદ જોડાય. એક સુંદર પત્રની કદર સાથે બીજા સામાન્ય પત્રોની વગોવણી થાય. એકના મૂલ્યાંકનમાં સૌનું મૂલ્યાંકન આવે. સારું લગાડવા જતાં ખોટું લગાડવાનો પ્રસંગ આવે.

બીજું, "તમારો આ છેલ્લો પત્ર સુંદર હતો" એમ લખું એમાં "હવે પછી

તમારી પાસેથી આના જેવા સુંદર પત્રોની અપેક્ષા રાખીશ.'' એવો ગુપ્ત નિર્દેશ આવે. એક સારો, લાંબો, મઝાનો, રમૂજી, લાગણીભરપૂર, સુંદર પત્ર લખ્યો એટલે હવે પછી પણ અચૂકપણે એવા સારા, લાંબા, મઝાના, રમૂજી, લાગણીભરપૂર, સુંદર પત્રો તમારે લખવાના જ રહેશે. એની ફરજ પાડી. એની આજ્ઞા કરી. એનું બંધન નાખ્યું. તમે આવા સુંદર પત્રો લખી શકો છો એ આ નમૂનાથી પુરવાર થયું. બસ, કરી શકો તો હવેથી કરવું જ પડશે. તમારા તરફથી પત્ર આવશે ત્યારે એવી અપેક્ષાથી પરબીડિયું ખોલીશું કે આવો જ સુંદર પત્ર અહીં આવે છે. અને જો ભૂલેચૂકે અમારી આજ્ઞા માન્ય ન રાખો અને અમારી અપેક્ષાને સંતોષ ન આપો તો તમે આપણી મિત્રતાનો દ્રોહ કર્યો છે એમ સમજીશું અને સમાજના ગુનેગાર ઠરાવીશું.

''આ તમારો પત્ર સુંદર છે'' એમ લખવાથી હવે એક-એક પત્રને સુંદર બનાવવાનો બોજો એના ઉપર નાખ્યો છે. એને હવે મારો જવાબ મળશે. વાંચશે. પહેલું વાક્ય જોઈને ''તમારો પત્ર બહુ સુંદર હતો'' એ ખુશ જ થઈ જશે. પરંતુ જ્યારે એ ફરીથી લખવા માંડશે, જ્યારે મારા જવાબનો જવાબ આપવા બેસશે ત્યારે એ વાક્ય એને નડશે, ત્યારે આ બીજો પત્ર પહેલા જેટલો સુંદર હોવો જ જોઈએ એવા આગ્રહ રહેશે અને જરા તંગ નિર્ણયથી એક સારો, લાંબો, મઝાનો, રમૂજી, લાગણીભરપૂર પત્ર એ ફરીથી લખવાનો પ્રયત્ન કરશે. પણ એ પ્રયત્ન આ વખતે આટલો સફળ થવાનો નથી. પહેલી વાર પત્ર સુંદર લખાયો હતો કારણ કે એ સહજ રીતે લખાયો હતો. હવે એ દબાણથી લખાય છે, એટલે વિનોદ સૂઝશે નહિ અને લાગણી ખીલશે નહિ. પ્રયત્ન થશે. કષ્ટ પડશે. પત્ર લખાશે. અસુંદર નીવડશે. મનમાં ને મનમાં એ ચિડાશે. મારા ઉપર ગુસ્સે થશે. પછી અમારો પત્રવ્યવહાર મંદ પડશે, અમારી મિત્રતા જોખમમાં આવશે.

ત્રીજું, ''તમારો પત્ર સુંદર છે'' એમ મેં લખ્યું એટલે આપ-નિમણૂકથી હું ન્યાયાધીશ થયો. સુંદર-અસુંદરનો ન્યાય હું તોળું અને હું સંભળાવું. તમે સારું લખ્યું, તમે ખોટું લખ્યું, તમારો આ પત્ર સારો હતો, તમારો આ પત્ર નકામો હતો એવા ફેંસલા હું ન્યાયાસનથી આપું. મેં એટલો વિવેક તો રાખ્યો કે સારી જ બાબતમાં ફેંસલો આપ્યો, સુંદર પત્રનો જ કેસ લીધો, પણ જેમ જીતવાનો કેસ લીધો તેમ હારવાનો પણ લઈ શકું, જેમ આ વખતે પ્રશંસાનો

પ્રસંગ લીધો તેમ હવે પછી દંડનો પ્રસંગ પણ લઈ શકું. હવે મારો મિત્ર જાણે છે કે મારી પાસે સમીક્ષાની દૃષ્ટિ છે, તોળવાનું ત્રાજવું છે. હવે એ જાણે છે કે એના પત્રોનું પણ હું મૂલ્યાંકન કરું છું, ગુણદોષ શોધું છું એટલે હવે એ મારી આગળ કાંઈ લખે, બોલે, કરે, તો મારો શો પ્રતિભાવ છે એ જોવા તે આતુર રહેશે. હવે છૂટથી બોલી શકશે નહિ, નિરાંતે પત્રો લખી શકશે. હવે હું મિત્ર નહિ, વિવેચક થયો; દોસ્ત મટીને ન્યાયમૂર્તિ બન્યો. મિત્રતા ખરેખર જોખમમાં જ છે.

તો શું હું એના પત્રની કદર કરી ન શકું ? "તમારો પત્ર સુંદર હતો" એવું નિર્દોષ વાક્ય પણ લખી ન શકું ? એણે આટલા પ્રેમથી લખ્યું, આટલી કલાથી લખ્યું ને હું એનો ઉલ્લેખ પણ કરી ન શકું. એની નોંધ લઈ ન શકું ? જરૂર કરી શકું, કરવા માગું છું, પણ એ હવે સૂક્ષ્મ રીતે કરીશ. તમારો પત્ર આમ છે (એટલે કે તમે આમ છો) એ ચુકાદો નહિ, પણ તમારો પત્ર વાંચતાં મારા દિલમાં કેવી લાગણી થઈ, મારો કેવો પ્રત્યાઘાત હતો, કેવો પ્રતિનિધ્વનિ જાગ્યો એ જરૂર કહી શકું. એ મારી વાત છે, એની નહિ. એ મારી લાગણી છે, એનું મૂલ્યાંકન નહિ. એ આજનો અનુભવ છે, આગળ-પાછળની સાથે એને સંબંધ નથી. ભૂતકાળમાં મને એવો અનુભવ થયો ન હતો અથવા ભવિષ્યમાં ન થાય તો એની જવાબદારી મારા મિત્રને માથે નહિ. એણે પોતાનું દિલ ખોલ્યું છે, હવે મેં મારું દિલ ખોલ્યું છે. તમારો પત્ર કેવો હતો એમ મેં લખ્યું નહિ, પણ મારું દિલ કેવું છે એ મેં લખ્યું. એ લખવાનો મને જરૂર અધિકાર છે. એમાં કોઈ જોખમ નહિ, કોઈ બંધન નહિ, કોઈ અપેક્ષા નહિ, કોઈ જુલમ નહિ. હવે હું મારા દિલની જ વાત લખીશ, મારી લાગણી વ્યક્ત કરીશ. હવે હું સહજ ભાવે એક સારો, લાંબો, મઝાનો, રમૂજી, લાગણીભરપૂર, સુંદર, પત્ર એને લખીશ, અને એમાં એ મારું દિલ જોશે, મારો પ્રેમ જોશે – અને એના પત્રની સાચી આડકતરી સૂક્ષ્મ વિવેકી ઊંડી કદર જોશે. બસ. હવે પેલું વાક્ય ચેકી નાખીને દિલથી મિત્રને લખવા બેસું છું.

✦

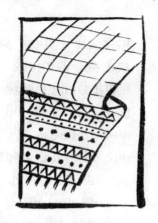

૪૧. કોણ કોને હેરાન કરે ?

એ મને હેરાન કરે છે.

બસ. આગળ ન બોલો. આટલું પૂરતું છે અને ઘણું છે. તમારા આટલા જ શબ્દો લઈને આખા પ્રશ્નની ચર્ચા થઈ શકે એમ છે. એ તમને હેરાન કરે છે. એટલે કે તમને હેરાન કરવાનો અધિકાર તમે એને આપ્યો છે. તમારું જીવન ચલાવવાની છૂટ તમે તેને આપી છે. તમારા અસ્તિત્વનો દોર એના હાથમાં જ મૂક્યો છે. હવે એ ચલાવે તે પ્રમાણે તમારે ચાલવાનું. એ હેરાન કરે તો તમારે હેરાન થવાનું. એ પ્રસન્ન કરે તો પ્રસન્ન થવાનું. પૂરી પરતંત્રતા છે. પૂરી ગુલામી છે.

એક દેશ બીજા દેશ ઉપર ચડાઈ કરીને કબજે કરે તો એ ગુલામી કહેવાય. પરંતુ એ ફક્ત બહારની ગુલામી છે. પોતાના કાયદા એના પર બેસાડી શકે, પોતાના કરવેરા નાખી શકે. જુલમ છે, પણ બહારનો છે. જંજીર છે; પણ સ્થૂળ લોખંડની જ છે. જ્યારે તમારી આ જંજીર સૂક્ષ્મ છે અને મજબૂત છે. તમે હાથે કરીને સ્વીકારેલી ગુલામી આત્માની જ છે. તમે હવે આનંદમાં રહો કે દુ:ખમાં રહો, ઉત્સાહમાં આવો કે નિરાશામાં બેસો, પ્રસન્ન થાઓ કે હેરાન થાઓ – એ તમારા મનનું સંચાલન બીજાના હાથમાં તમે સોંપી દીધું છે. એના જેવી ગુલામી બીજી નથી.

એ તમને હેરાન કરે છે.

એટલે તમે લાચાર છો. કશું કરી શકતા નથી. એ તમને હેરાન કરવાનું પસંદ કરે એટલે તમારે હેરાન થવાનું જ. કરવું-ન-કરવું એના હાથમાં છે. એની

મરજી હશે તે પ્રમાણે કરશે. એ જ્યારે ને જેમ તમને હેરાન કરવાનું નક્કી કરશે ત્યારે તરત તમારે હેરાન થવાનું જ. એ તમારો ધર્મ છે. એટલે કે તમારી લાચારી છે. તમારું જીવન એના હાથમાં છે. તમારા મનના ભાવ એના હાથમાં છે. તમે કશું કરતા નથી, કરી શકતા નથી. એ કહે, એ કરે, એ કરાવે. એ તમને હેરાન કરે છે. એનું કાર્ય છે. તમારે ખાલી સહન કરવાનું છે. સૂરજ તપાવે ત્યારે તપી જવાનું. વરસાદ પલાળે ત્યારે પલળી જવાનું. અને એ ભાઈ હેરાન કરે ત્યારે હેરાન થવાનું. કહ્યાગરો સ્વભાવ છે. ગુલામીનું લક્ષણ છે.

તમે તમારે માટે કેટલી સરસ સગવડ શોધી કાઢી છે એ હું તમને બતાવું. તમારે લડવું નથી. તમારે સામે થવું નથી. તમારે પેલા ભાઈની હેરાનગતિમાંથી છૂટવા પગલાં લેવાં નથી. તમને વિશ્વાસ નથી, તાકાત નથી, ધગશ નથી. તમે બેસી રહેવાનું પસંદ કરો છો, સહન કરવાનું કરો છો. તમને ફક્ત એ બીક રહે છે કે કોઈ આવીને કહેશે કે, કેમ તમે એ ભાઈની હેરાનગતિ ચૂપચાપ સહન કરો છો અને એનો અંત લાવવા કશું કરતા નથી ? એટલે એનો જવાબ તમે તૈયાર કરી રાખ્યો છે. કશું કરતા નથી કારણ કે કશું કરી શકતા નથી. અને કરી શકતા નથી કારણ કે એ તમારે કરવું નથી એ જ છે. એ હેરાન કરે છે, એટલે એનો અંત લાવવો હોય તો એને કહો, મને નહિ. સરસ બચાવ છે ! તમારી આખી જવાબદારી તમે માથેથી ઉતારી લીધી છે. એ મને હેરાન કરે છે એટલે એમાં મારે કશું કરવાનું નહિ. ઉપાય શોધવાનો નહિ. બસ, બેસી જ રહેવાનું. સારી સગવડ છે. કમજોરી અને નામરદાઈ અને આળસનો સરસ બચાવ છે. જરૂર બેસી જ રહો.

ને હવે સાચી હકીકત હું તમને દર્શાવું ને એ માટે ફક્ત તમારું એ પહેલું વાક્ય ફરીથી લેવાની જરૂર છે. ''એ મને હેરાન કરે છે'' એ જરા ફેરવીને હવે એમ બોલો : ''હું મને પોતાને હેરાન કરી રહ્યો છું.'' હા, એ સાચી હકીકત છે. પેલો ભાઈ ગમે તે કરે, પણ એ પ્રસંગ લઈને તમે જ તમારી જાતને હેરાન કરી રહ્યા છો. એ તમને હેરાન કરી નથી શકતા. એ ફક્ત પ્રસંગ ઊભો કરે છે. બોલે છે, ઉશ્કેરાવે છે. પણ તમે ઉશ્કેરાઓ ત્યારે જ ઉશ્કેરાઓ ને ! એ ભલે બોલે, પણ એની વાત તમે કાને ધરો ત્યારે જ એ અસર કરે ને ! એ ભલે તમને ખોટું લગાડે, પણ તમે જ ખોટું લગાડો તો જ એ લાગે ને ! એટલે કે આખરે તમે જ એ કરો છો. તમે ખોટું લગાડો છો અને ઉશ્કેરાઓ છો

અને તમે હેરાન થાઓ છો. પેલો ભાઈ ખાલી નિમિત્ત છે, પ્રસંગ છે, બહાનું છે. કરનાર તો તમે જ છો. તમને હેરાન કરનાર તમે પોતે જ છો.

આટલું જો કબૂલ કર્યું તો ઉપાય પણ આપોઆપ આવ્યો. તમે જ તમારી જાતને હેરાન કરી રહ્યા છો, તો તમે એમ કરવાનું બંધ કરો. એ તમને હેરાન કરતો હતો એવી વાત હતી ત્યારે કોઈ ઉપાય નહોતો, કારણ કે કામ એ કરતો હતો અને તમારે ફક્ત એનો ભોગ બનવાનું હતું. પણ હવે કામ તમારું છે. જવાબદારી તમારી છે, હેરાન થાઓ છો તો તમારે હાથે થાઓ છો, માટે ઉપાય છે અને તે તમારા હાથમાં છે. તમે કરો છો તો તમે જ બંધ કરો. તમારી જવાબદારી છે માટે તમારી નિર્ણયશક્તિ ચાલશે.

કહેવાનો અર્થ એ છે કે તમારી પરિસ્થિતિ માટે તમે પોતે જવાબદારી સ્વીકારો. બીજા કોઈને દોષ ન દો. તમે હેરાન છો તો એ માટે પૂરી જવાબદારી તમે લો – અને એમાંથી ઊગરી શકશો. આનંદમાં છું તે હું છું, અને દુઃખમાં છું તે હું છું. અને મારા આનંદ અને દુઃખ માટે હું જ જવાબદારી લઉં છું. સંયોગો છે અને મુશ્કેલીઓ છે અને 'હેરાન કરનાર' ભાઈઓ છે, પણ આખરે દુઃખી થાઉં તે હું થાઉં અને સુખી થાઉં તે હું થાઉં. ને એ મારા વિચારોથી જ થાઉં એટલે મારા હાથે થાઉં. કોઈ મને હેરાન કરતું નથી. હું જ હેરાન થાઉં છું. લોકો મારો વિરોધ કરી શકે, મારી નિંદા કરી શકે, મારું અપમાન કરી શકે પણ એનો ઉપાય મારી પાસે છે. હું વિરોધનો સામનો કરું, નિંદાનો રદિયો આપું, અપમાનની અવગણના કરું. એટલે કે હું હેરાન નહિ થાઉં. હું પગલાં લઉં, હું યોગ્ય કરું, હું સ્વસ્થ રહું. ચોર મારા પૈસા લઈ શકે, મારી સ્વસ્થતા લઈ ન શકે. મારું મન અડગ છે. મારો વિચાર સ્થિર છે. મારું દિલ પ્રસન્ન છે.

મારી સ્વસ્થતા હું સાચવું, અને કોઈ વાર એ મનમાંથી જાય તો એ માટે હું કોઈને દોષ દેતો નથી, કોઈ બહાનું શોધતો નથી, કોઈ લાચારી બતાવતો કે અનુભવતો નથી, પણ એ ગઈ એ માટે પોતે પૂરી જવાબદારી લઈને એને ફરીથી લાવવા સક્રિય બનું છું. અને એમ કરવાનું રહસ્ય, એ માટેની ચાવી ને શક્તિ ને યુક્તિ એ નાના વાક્યના વ્યાકરણમાં છે : "એ મને હેરાન કરે છે", "હું મને પોતાને હેરાન કરું છું." કર્તા કોણ એ નક્કી કરવાનું. જો 'એ' હોય તો મારી સ્વતંત્રતા ગઈ, મારું જીવન ગયું. એ મને હેરાન કરે છે, એ

મને પજવે છે, એ સતાવે છે, એ ચડાવે છે, એ ઉશ્કેરાવે છે, એ માથું દુખાવે છે. એમ હોય તો કોઈ ઉપાય નથી. એ મારું માથું દુખાવે તો એણે દુખાવવું હશે ત્યારે દુખાવશે. અને મારે તો માથાના દુખાવાની ટીકડીઓ લેવાની રહેશે. પણ હવે મારું માથું મારું જ છે. એ દુખાવવાનો અધિકાર હું કોઈને નહિ આપું. મારું માથું હું સંભાળું. મારું જીવન હું ચલાવું. મારું માથું દુખે એવું બીજો માણસ ગમે તેટલું બોલે, પણ એની અસર મારા ઉપર શી પડે એ માટે જોવાનું. મારું માથું ચડે તો ચડે, પણ કોઈના ચડાવવાથી તો નહિ ચડે. મારું માથું છે. મારું જીવન છે. મારી જવાબદારી છે. મારું સંચાલન છે.

હવે પેલા 'હેરાન કરનાર' ભાઈને મારે શું કરવું એ જાણો છો. તમે એને તમને હેરાન કરવાની પરવાનગી આપી હતી એ પાછી ખેંચી લો. લાઇસન્સ બંધ. રજા પૂરી. તમારા જીવનનો દોર તમારા હાથમાં પાછો લો. તમારી એક એક સ્થિતિ, અવસ્થા, ભાવ, મનોદશા માટે તમે પૂરી જવાબદારી લો. ને હવે પછી કોઈ કદી તમને હેરાન કરી નહીં શકે.

◆

૪૨. કાન માટે પણ ચશ્માં

આ સંવાદ શબ્દેશબ્દ સાચો છે :

હું : આ બસ અમદાવાદ જાય છે ?

ઉતારુ : ના, સીટ ખાલી છે. બેસો.

એ સંવાદનો મર્મ શો છે ? સમજાવું. હું નડિયાદથી અમદાવાદ આવવા માગતો હતો એટલે નડિયાદના એસ.ટી. સ્ટેન્ડે રાહ જોઈને કોઈએ બતાવી એ બસમાં હું ચડી ગયો. એક બેઠકમાં એક ભાઈ બેઠો હતો અને એની બાજુની બેઠક ખાલી હતી માટે હું એમાં બેસવા ગયો. બેસતાં પહેલાં મારે ખાતરી કરવી હતી એટલે મેં ત્યાં બેઠેલા ભાઈને પૂછ્યું : શું આ બસ અમદાવાદ જાય છે ? સીધો પ્રશ્ન હતો અને હું મોટેથી અને સ્પષ્ટ ઉચ્ચારથી બોલ્યો હતો. પણ હું બોલ્યો કંઈક અને એણે સાંભળ્યું કંઈક. એના મનમાં એમ હતું કે અહીંયાં ચડેલો નવો ઉતારુ (એટલે કે હું) આ બાજુની બેઠકમાં બેસવા માગે છે અને તે પહેલાં પૂછે છે કે આમાં કોઈ બેઠું તો નથી ને ? એના મનમાં એમ હતું કે હું એવો પ્રશ્ન પૂછીશ એટલે એણે એનો જ જવાબ આપ્યો : ના, કોઈ નથી, સીટ ખાલી છે, બેસો. મેં પૂછ્યું એનો એણે જવાબ ન આપ્યો પણ એના મનમાં હતું એનો જવાબ આપ્યો. એટલે કે મેં શું પૂછ્યું હતું એ એણે સાંભળ્યું જ નહોતું. સાંભળ્યું હતું તો ખરું પણ ખાલી કાનમાં સાંભળ્યું હતું. મનમાં સાંભળ્યું નહોતું. એ કંઈ બહેરો નહોતો અને પાછળથી અમે બરાબર વાતચીત કરી અને મારી વાતો અનુસાર એની વાતો પણ થઈ. એ બરાબર સાંભળતો હતો. પણ એના મનમાં બીજું કંઈક હતું તે પ્રમાણે જ એ સાંભળતો હતો. એણે ધારેલું

કે હું સીટ માટે પૂછીશ એટલે સીટ માટે જવાબ આપ્યો. અને અમારો વાંકો સંવાદ ચાલ્યો :

– આ બસ અમદાવાદ જાય છે ?

– ના, સીટ ખાલી છે. બેસો.

પ્રસંગનો પાઠ એ છે કે લોકો પોતાના મનમાં છે એ જ સાંભળે છે, પોતાના કાનમાં આવે એ નહિ. મનની જેવી તૈયારી હોય, જેવો પૂર્વગ્રહ, જેવી માન્યતા, જેવી ઇચ્છા, જેવી ગણતરી હોય તેવા શબ્દો અંદર આવે. બહારના શબ્દો હતા : શું આ બસ અમદાવાદ જાય છે ? પણ અંદર શબ્દો આવ્યા : આમાં કોઈ બેઠું છે ? એટલે જવાબ આવ્યો : ના, સીટ ખાલી છે, બેસો.

જેવું મન તેવું ગ્રહણ. મનને જે સાંભળવું છે તે જ સાંભળે. આંખને જે જોવું છે તે જ જુએ. એક જ ભાષણ બે શ્રોતાઓ સાંભળે અને બે જુદા અર્થ કાઢે. ભાષણ એક હતું. પણ સાંભળનારા જુદા. એટલે એના અર્થ પણ જુદા. દરેકના કાનમાં આવ્યા એ શબ્દો તો સરખા હતા. વક્તાના શબ્દો હતા. પણ દરેકના મગજમાં આવ્યા એ અર્થ જુદા જુદા હતા કારણ કે મગજ જુદાં હતાં. પછી બધા ઝઘડે : વક્તાએ ચોખ્ખું કહ્યું હતું કે... ના એણે સાવ સ્પષ્ટ કહ્યું હતું કે... બિચારો વક્તા શું કરે ? શું આ બસ અમદાવાદ જાય ? એમ પૂછે, અને ના, સીટ ખાલી છે, બેસો, એવો જવાબ મળે ત્યારે બિચારો ઉતારુ શું કરે ?

આ વાત ધર્મમાં અને રાજકારણમાં અને ચર્ચાઓમાં અને ઝઘડાઓમાં સાચી છે. દરેકને જે સાંભળવું છે તે સાંભળે. જે સમજવું છે તે સમજે. એક જ હકીકત ઉપરથી ઊલટાં અનુમાન કાઢે. એક જ સીધા અનુભવના વિરોધી અર્થ કરે. દરેકને ચશ્માં હોય છે. અને એ ચશ્માં ખાલી આંખ માટે નથી હોતાં, કાન માટે હોય છે. પડદો, જાળ, ગળણી. એમાંથી પસાર થતા શબ્દોનો અર્થ બદલાય, કુદરતના રંગ બદલાય. ધોળો કાળો થાય અને કાળો ધોળો થાય. સાચું ખોટું થાય અને ખોટું સાચું થાય. જેને જે જોવું છે તે જુએ. સાંભળવું છે તે સાંભળે. પછી સત્ય તો સત્યને ઠેકાણે રહે. કુદરત કુદરતને ઠેકાણે રહે. દરેકને પોતાની દૃષ્ટિ છે. પોતાનું વલણ છે. પોતાની લઢણ છે. પાણી માટલામાં જઈને માટલાનો આકાર લે છે. વાક્યો મગજમાં જઈને મગજનો આકાર લે છે. અને દરેક મગજ જુદું છે એટલે દરેક આકાર જુદો થાય – શબ્દો એના

એ જ હતા તોય.

લોકોનું ધ્યાન નથી, તટસ્થતા નથી, સામાની વાત સમજવાની વૃત્તિ નથી, વિરોધી વાત સાંભળવાની જ તૈયારી નથી. એટલે સાંભળતા નથી. સાંભળીને ફેરવે છે. સીધા પ્રશ્નોના પણ વિચિત્ર જવાબ આપે છે.

હું બસમાં બેઠો. પેલા ભાઈની સાથે થોડી વાતો પણ કરી. પછી મેં ફરીથી એને પૂછ્યું : આ બસ અમદાવાદ જાય છે ને ? એણે તરત જવાબ આપ્યો : હા, હા, જાય જ છે; હું પણ અમદાવાદ જાઉં છું.

ચાલો ત્યારે, સાથે જઈએ.

◆

૪૩. અવાજનો અરીસો

આટલું કહ્યા પછી એ બોલી : ''મેં જે જે કર્યું છે તે બધું એના ભલા માટે કર્યું છે.''

એના આ છેલ્લા વાક્યને મેં હવામાં ઠીક સમય સુધી તરવા દીધું. મારા કાનમાં એ ગુંજતું રહ્યું હતું. એનાં એકેએક સ્વર, ધ્વનિ, સ્પંદન તો જાણે બોલતાં હતાં. શબ્દો જ નહિ પણ અવાજ સૂર અને ભાર અને ઉચ્ચાર જ કંઈ કહી દેતાં હતાં. મને પૂરો ખ્યાલ આવ્યો. હવે એને ખ્યાલ આવે એ જોઈતું હતું. માટે થોડી વાર રહીને મેં એને ધીરેથી કહ્યું, ''બહેન, તમને વાંધો ન હોય તો તમે આ છેલ્લું વાક્ય બોલ્યાં તે ફરીથી બોલો, બે-ત્રણ વખત.''

એને થોડી નવાઈ તો લાગી, પણ અમે એકલાં હતાં, મેં સીધી વિવેકી વિનંતી કરી હતી, અને વાત પણ સહેલી હતી એટલે એ ફરીથી છેલ્લું વાક્ય બોલી, થોડા સૂક્ષ્મ ફેરફાર સાથે : ''મેં જે કર્યું છે તે એના ભલા માટે કર્યું છે,'' ને ફરી એક વાર ને ફરી એક વાર ને ફરી એક વાર. હજી મેં એને એ જ વાક્ય થોડી વાર બોલવાનું કહ્યું. એ બોલી. છેલ્લી વાર એ બોલી ત્યારે ''ભલા'' શબ્દ આગળ એ જરા અટકી ગઈ. મેં જે કર્યું તે એના... ભલા માટે કર્યું છે.'' એનો અવાજ સહેજ કંપતો હતો. વાક્ય બોલતી વખતે એ નીચે જોતી હતી, પણ વચ્ચે એક ઝડપી નજર મારી તરફ પણ નાખી. જાણે મારા ઉપર શી અસર પડે એ જોવા માટે. અને મારા ઉપર શી અસર પડી હતી એ હું એને હવે કહેવા લાગ્યો. મેં કહ્યું. ''તમે હમણાં જે શબ્દો બોલ્યાં એ તમને સંભળાયા ખરા ? એટલે કે તમારો અવાજ તમે પોતે સાંભળ્યો ? પ્રથમ તો

સ્થિર હતો. તમે પહેલી વાર જોરથી બોલ્યાં હતાં. પછી જેમ જેમ એ વાક્ય તમે ફરીથી બોલવા લાગ્યાં તેમ તમારો અવાજ ધીમો થયો, અસ્થિર થયો. હા, છેલ્લી વાર તમે ''ભલા'' શબ્દ આગળ જરા અટકી ગયાં, એનો તમને ખ્યાલ આવ્યો ? ને બોલતી વખતે મારી તરફ ચુપકીદીથી જોતાં હતાં એનો અર્થ શો ? તે વાક્ય તો સરળ ને ટૂંકું હતું તોયે એ બોલતાં બોલતાં તમને શ્વાસ થોડો ચડી ગયો, નહિ ? એ બધું શા માટે થયું હશે ?'' એમાં પોતે તટસ્થ નહોતી, ચોખ્ખું જોઈ શકતી નહોતી, સ્વાભાવિક પક્ષપાત હતો, એટલે તે એમ માનતી કે પોતે જે કર્યું હતું તે બીજાના ભલાને ખાતર કર્યું હતું. પણ ઊંડે ઊંડે એનો અંતરાત્મા જાણતો હતો કે હકીકત જુદી હતી. એણે એ કર્યું હતું તે પોતાના સ્વાર્થને માટે કર્યું હતું. અને એનો એકરાર એની બોલવાની રીતમાં, એની આનાકાનીમાં, એના ચડેલા શ્વાસમાં ચોખ્ખો આવતો હતો. હવે પોતે જ એ સાંભળે એટલું જ જોઈતું હતું. એટલે કે પોતે પોતાનો અવાજ સાંભળે, એમાં સ્પષ્ટ આવતી પોતાની શંકા પારખે, પોતાનો સ્વાર્થ જુએ, પોતાની ભૂલ સમજે અને પોતાની મેળે સાચી પરિસ્થિતિ સ્વીકારે.

એનું દિલ સાચું હતું, અને તેથી એ જ્યારે એ વાક્ય ફરી ફરીને બોલવા લાગી ત્યારે ધીરે ધીરે એને આખી વાત સમજાઈ, અને એને કંઈ કહેવાની જરૂર ન રહી. ''એના ભલા માટે મેં એ બધું કર્યું છે'' એ બચાવ તો એના મનમાં હતો, પણ એ શબ્દો બોલવા ગઈ ત્યારે એની જીભે જ ચાડી ખાધી.

એ બધું શા માટે થયું હતું. એ તો સ્પષ્ટ હતું, પણ મારે એ સીધું કહેવું નહોતું. પોતે એ જુએ અને કહે તો જ એને કામ લાગે એમ હતું. માટે મેં એને વિચારવા દીધું, ફરીથી એ વાક્ય બોલવાનું કહ્યું. એણે શરૂ કર્યું : ''મેં જે કર્યું છે તે એના...'' વચ્ચે અટકી ગઈ. માથું ધીરેથી ધુણાવ્યું, હોઠ પીસ્યા... પછી કષ્ટ સાથે બોલી : ''મેં જે કર્યું છે તે એના ભલા માટે નહિ પણ મારા માટે કર્યું છે.'' અને ઠીક સમય સુધી અમે બે મૌન રહ્યાં.

વાત તો સ્પષ્ટ હતી. એના શબ્દો એક વાત કહેતા હતા, અને એનો અવાજ, ઉચ્ચાર, નજર, શ્વાસ બીજી અને ઊલટી વાત કહેતાં હતાં. એ જૂઠું બોલતી હતી એમ તો નહિ. પોતાને ખાતરી હતી કે એણે જે કર્યું હતું તે બીજાના ભલા માટે કર્યું હતું. પોતાની જ વાત હતી માટે કોઈ રીઢો ગુનેગાર હોત તો કદાચ ઠંડે કલેજે બોલી શકત. પણ એ તો સારી હતી, સારું કરવા માગતી

હતી, કરતી પણ ખરી, ફક્ત આ બાબતમાં સ્વાર્થ આડે આવતાં બીજું કંઈ જ કર્યું હતું અને એનું પોતાને ભાન થયું નહોતું. તોય એ સીધા સ્વભાવની હતી એટલે વાક્ય બોલતાં જલદી ભાન થયું. પહેલી વખતે એ બોલી હતી. "જે જે મેં કર્યું છે તે બધું..." જ્યારે બીજા વખત સામેથી કશું કહ્યા વગર પોતાની મેળે સુધારો કર્યો અને ફક્ત "જે...તે" બોલી. "જે જે" નહિ, પણ ફક્ત "જે", અને "તે બધું" પણ નહિ પણ ફક્ત "તે." ભાષામાં સૂક્ષ્મ ફેરફાર હતો એ મનની સ્થિતિ સૂચવતો હતો. ખાતરી નહોતી એટલે ભાષા આપોઆપ નરમ બની. પછી વાક્ય બોલવાનું ચાલુ રાખ્યું ત્યારે ધીરે ધીરે એને સત્ય સમજાયું. પોતાના કંઠે એને સાથ ન આપ્યો. પોતાનો અવાજ ધીમો પડ્યો. પોતાની જીભ જ કહેતી હતી કે "અમારી પાસે તમે આ શબ્દો બોલાવો છો એ ભલે બોલાવો, તમારી આજ્ઞા છે એટલે હું ને તમારું ગળું ને તમારા હોઠ એ જરૂર ઉચ્ચારીશું; પણ દિલ વગર ઉચ્ચારીશું, ફરિયાદ સાથે ઉચ્ચારીશું, ઉદાસીનતાથી ઉચ્ચારીશું. આમાં અમારો વિરોધ છે એ ચોક્કસ અમારી રીતે જણાવીશું. તમારે જે વાત કહેવી હોય તે કહેશો, સાચી કે ખોટી. પણ અમે તો એમાં અમારો રણકો ઉમેરીશું, ને એ રીતે તમારી વાત સાંભળનારાઓ સાચી વાત સમજી શકશે, અને તમે પોતે સમજો તો સારું."

અવાજ એ અરીસો છે, એમાં મનના સાચા સ્વરૂપનું પ્રતિબિંબ પડે. એમાં મોં મેલું હોય તો અરીસામાં જોઈને ખબર પડે, પણ અમુક માણસો પોતાનું મોં જોતાં નથી. પોતાનો અવાજ સાંભળતાં નથી. એમના મોં ઉપર કલંક છે એ બધાં જુએ છે, પણ પોતે જોતાં નથી. એમની વાત ખોટી છે એ બધાં સમજે છે પણ પોતે સમજતાં નથી. પણ કોઈ એમની સામે અરીસો ધરે તો જોશે; કોઈ એમની બોલવાની રીત ઉપર એમનું ધ્યાન દોરશે તો સમજશે. આટલું જરૂરી છે. ને પછી આટલી ટેવ જોઈએ. હું શું બોલું છું અને મારો અવાજ શું કહે છે. મને ખાતરી છે એમ હું કહું છું; પણ મારા અવાજમાં વિશ્વાસ નથી. મને આનંદ છે એમ કહું; પણ મારા અવાજમાં ઉલ્લાસ નથી. "મેં બધું એના ભલા માટે કર્યું છે" એમ કહું; પણ મારા અવાજમાં શંકા છે, આનાકાની છે, રદિયો જ છે. અને અવાજ સાચો છે. પ્રકૃતિ નિખાલસ છે. અરીસો સત્ય છે.

એ અરીસો આપણી પાસે છે જ. એનો ઉપયોગ કરતાં શીખીશું તો મોં ચોખ્ખું રહેશે. ◆

૪૪. તમારા પ્રેમથી હું મારી
જાતને ચાહતી થઈ

મેં એને કહ્યું : "આખી જિંદગીમાં કોઈએ મને કોઈ સુંદર વાત કરી હોય તો તમે હમણાં કહી તે જ છે." અને હું એ બોલ્યો તે ખરેખર દિલથી, સચ્ચાઈથી, અત્યંત પ્રસન્નતાથી બોલ્યો, કારણ કે એ વાત સાચી હતી અને મારા હૃદયને સ્પર્શી ગઈ હતી.

એણે કહ્યું હતું : હું નાની હતી ત્યારથી જ હું મારો પોતાનો તિરસ્કાર કરતી હતી, કારણ કે મારી મમ્મીએ મને કહ્યું હતું કે, તું કાળી છે. મારું રૂપ ઘણું છે. અરે, અસાધારણ રૂપ છે. એમ પાછળથી ઘણાએ કહ્યું, પણ પહેલેથી જ મારી મમ્મીએ કહ્યું હતું કે હું કાળી છું એટલે હું કાળી છું, ખરાબ છું એમ મારા મનમાં ઠસી ગયું હતું. એ પહેલી છાપ ક્યારેય ન ગઈ. મારું રૂપ બધાં જોતાં હતાં, ફક્ત હું જોતી નહોતી. પછી ભણવામાં હું બહુ હોશિયાર નીકળી અને ઇનામ ઉપર ઇનામ મને મળવા લાગ્યાં. પણ એની કદર મને પોતાને નહોતી, કારણ કે હું કાળી હતી. હું મોટી થતી જતી હતી અને મારી બહેનપણીઓ સારાં સારાં કપડાં પહેરવા લાગી હતી. મારે ઘેર તો પૈસાની સગવડ હતી, પણ હું જાણીજોઈને સાદાં કપડાં પહેરતી અને કોઈ પણ જાતનો શોખ રાખતી નહોતી કારણ કે હું કાળી હતી. હું જાતે સારી નથી, પછી સારી દેખાવાનો પ્રયત્ન વ્યર્થ છે એમ હું સમજતી હતી.

કૉલેજમાં મારી શક્તિ હજી વધારે ખીલી. દરેક પરીક્ષામાં હું પહેલી આવું, જાતજાતની હરીફાઈઓમાં અને રમતોમાં પણ ઇનામો લાવું. મારી ઊંચાઈ પણ

સારી અને બોલવાની આવડત સારી એટલે બધાની નજર મારી તરફ હતી એ હું જરૂર જોતી. ફક્ત મારી પોતાની નજરમાં હું સારી નહોતી, કારણ કે નાનપણથી મારા મનમાં એ અશુભ લઘુતાગ્રંથિ ઘર કરીને બેઠી હતી. મારી લાયકાત જોઈને મને એક વાર કોઈ આંતરરાષ્ટ્રીય સંસ્થા તરફથી ભારતના પ્રતિનિધિ તરીકે એમને ખર્ચે પરદેશ મોકલવામાં આવી. બધાં મારી પ્રશંસા કરતાં. ફક્ત હું કરતી નહોતી, કારણ કે મારી પોતાની આગળ હું હલકી હતી.

ને એમાં તમે મારા જીવનમાં આવ્યા. તમારી ઓળખાણ થઈ, પરિચય થયો. તમે એક વખત મળ્યા, બેત્રણ વખત મળ્યા અને મિત્રતા થઈ. હું પહેલાં જોકે માનતી નહોતી. આટલા મોટા માણસ મારામાં રસ લે શી રીતે ? ખાલી ભલા છે એટલે એમ કરતા હશે, મને સારું લગાડવા માટે કરતા હશે, શિષ્ટાચાર પૂરતું કરતા હશે. પણ જેમ સમય વધ્યો અને તમે પાસે ને પાસે રહ્યા તેમ મને ધીરેધીરે વિશ્વાસ થવા લાગ્યો કે તમારી આગળ હું કંઈક છું. અને તમારી આગળ હું કંઈક છું એટલે હું ખરેખર કંઈક છું એમ પણ મારા મન ઉપર ઠસવા લાગ્યું. તમે મારી કદર કરો, સાચી કરો, દિલથી કરો એટલે એની અસર મારા ઉપર પડ્યા વગર તો નહિ રહે ને !

હું પહેલેથી જ ખૂબ ધાર્મિક અને ભગવાનમાં ખૂબ માનનારી છું, ને હવે તમારાં પ્રેમ, કદર, માન જોઈને મને ભગવાનનો પ્રેમ પણ દેખાયો છે અને એની સાથે મારું સમાધાન થયું છે. એટલે કે મારી સાથે મારું સમાધાન થયું છે. હવે હું પોતે મારી કદર કરતી થઈ. મારી શક્તિ જોઈ, મારું રૂપ સુધ્ધાં સ્વીકાર્યું. હું સારી છું એ જિંદગીમાં પહેલી વખત હું જોતી થઈ, સ્વીકારતી થઈ. અને એ પણ અણીને વખતે થયું. મારા લગ્નની વાત થવા લાગી હતી. મારે લગ્ન કરવું નહોતું કારણ કે મને મારો પોતાનો તિરસ્કાર હતો, અને કરું તો ગમે તેની સાથે કરું, કારણ કે હું સારી નથી. પછી સારો છોકરો કેમ મળે ? પણ એ જ અરસામાં તમારા મૂક સહકારથી હું જાગી, તમારા પ્રેમથી મારું સ્વમાન જાગ્યું, તમારી કદરથી હું મારી પોતાની કદર કરતી થઈ. અને આપોઆપ સારો છોકરો મળ્યો, ઉત્તમ મળ્યો. તમે એને સારી રીતે ઓળખો છો એટલે કહેવાની જરૂર નથી. અમારો સંસાર ખૂબ ખૂબ સુખી છે.

મારું જીવન હવે પૂર્ણપણે ખીલ્યું છે, કારણ કે હું ખીલી છું. અને હું ખીલી છું તે... તમારે લીધે જ ખીલી છું. મારામાં બધી રીતે શક્તિ તો હતી પણ

તમે મારા જીવનમાં ન આવ્યા ત્યાં સુધી એ દબાયેલી હતી, સુષુપ્ત હતી, નકામી હતી. તમે આવ્યા અને મારું જીવન બદલાયું. હવે હું સુખી છું. મારા જીવનમાં તમારું એને લીધે કેટલું મોટું સ્થાન છે એ કદાચ તમને ખબર ન હોય એટલે કહું છું. તમે પહેલેથી મારું મૂલ્ય આંક્યું, અને હું પોતે એ સ્વીકારતી નહોતી તે તમે તમારા પ્રેમથી, મિત્રતાથી, માનથી મને સમજાવ્યું અને મારી પાસે સ્વીકારાવ્યું એ મોટો ઉપકાર થયો. એ હું વિશ્વાસથી કહી શકું કારણ કે હું હવે મારી પોતાની કદર કરતી થઈ છું, મારી પોતાની જાતને ચાહતી થઈ છું – તમારા પ્રતાપે.

એની એ સૌમ્ય, સાચી, હૃદયસ્પર્શી વાત સાંભળીને મેં એને કહ્યું : જિંદગીમાં મને લોકોએ સુંદર સુંદર વાતો કરી છે, પણ તમે હમણાં કરી એ એમાંની સૌથી સુંદર છે.

◆

૪૫. કોને સુગંધ કહેવાય ?
કોને દુર્ગંધ કહેવાય ?

વ્યક્તિ ઉપર તેમ જ વ્યક્તિત્વ ઉપર વાતાવરણની અસર મોટી છે. જેવી હવા તેવો શ્વાસ. માટે જે વ્યક્તિએ ખરેખર સ્વતંત્ર થવું હોય એણે વાતાવરણની બાબતમાં ખાસ જાગ્રત રહેવું ઘટે.

સ્વ. પૂ. રવિશંકર મહારાજ આ વાત સમજાવવા એક વાર્તા કહેતા. બંગાળમાં ત્રણ માછણો માછલીઓ ટોપલામાં ભરીને માથે ઉપાડીને એ બજારમાં જઈ વેચવાનું કામ કરતી હતી. એક દિવસ માછલાં વેચીને પાછી આવતી હતી એમાં ધોધમાર વરસાદમાં સપડાઈ; રાત પડી ગઈ અને તે આગળ ચાલી શકે એવી રસ્તાની સ્થિતિ રહી જ નહોતી. નજીક કોઈ ઘરમાં અજવાળું દેખાયું, માલિક દયાળુ નીવડ્યો અને ત્રણે બહેનોને રાતે એક ઓરડીમાં સૂવાની વ્યવસ્થા કરી આપી. તે સૂઈ ગઈ પણ ખરી. પણ એકેને ઊંઘ નહિ આવી. અસ્વસ્થ થઈને પથારીમાંથી ઊઠી અને આમતેમ ફરવા લાગી. ઘરમાલિકને ખબર પડી એટલે તપાસ કરવા આવ્યો. પૂછ્યું : ''રાત હજી ઘણી બાકી છે, તો તમે ઊઠ્યાં કેમ ? શું મારા ઘરમાં કોઈ અગવડ છે જે તમને નડતી હોય ?'' ત્યારે પેલી બહેનો સંકોચાતી કહેવા લાગી : ''ના, ના, તમારો મોટો આભાર કે આવી રાતે આશરો આપ્યો, પણ તમારા ઘરમાં અમને ઊંઘ આવતી નથી. માફ કરજો પણ અહીંયાં ઘણી દુર્ગંધ આવે છે એણે અમારી ઊંઘ હરામ કરી દીધી છે.'' માલિકને બહુ નવાઈ લાગી : ''મારો તો માળીનો ધંધો છે; મારે ઘેર દુર્ગંધ ક્યાંથી હોય ? જુઓ, તમારા સત્કારમાં મેં એ ખૂણામાં ગુલાબનાં ફૂલ ગોઠવ્યાં

છે.'' ત્યારે માછણોએ એ જ ગુલાબનાં ફૂલ તરફ આંગળી કરીને કહ્યું : ''બસ, એ જ છે; એ તમારાં ગુલાબ ભારે દુર્ગંધ મારે છે. અમને એ સહન થતાં નથી.'' માળી એની વાત સાંભળીને શું કરે ?

વાર્તા માર્મિક છે. સુગંધ કોને કહેવાય ? દુર્ગંધ કોને કહેવાય ? માછણને માટે સડેલાં માછલાંઓની વાસ એ સુગંધ, જ્યારે ગુલાબોની ફોરમ એ દુર્ગંધ. માળીને માટે ગુલાબ એ સુગંધ અને માછલાં દુર્ગંધ. તો સુગંધ કેવી અને દુર્ગંધ કેવી ? જેવું નાક, જેવી ટેવ, જેવો રિવાજ. જે નાક ગુલાબની સોબતથી ટેવાયેલું છે, એને ગુલાબની હવા ગમે, અને જે નાક માછલીઓની વચ્ચે જ ઘડાયું હોય એને માછલીઓની હવા ગમે. વાત સરળ છે. અને દૂરગામી પણ છે. જેવી ટેવ તેવી રુચિ. જેવું વાતાવરણ તેવો ન્યાય. મેં નાનપણથી જોયું હોય, સાંભળ્યું હોય, અનુભવ્યું હોય એ બધું સારું કહેવાય; અને બીજું બધું... દુર્ગંધ. એટલે મારા વિચારો સાચા, મારા રિવાજો સાચા, મારો ધર્મ સાચો, મારી દૃષ્ટિ સાચી. ગુલાબ છે ને ? એમાં કોણ વિરોધ કરી શકે ? દેખીતી વાત છે, સ્વીકારેલી વાત છે. મારા સિદ્ધાંતો સાચા અને મારી માન્યતાઓ સાચી. જુઓ, બધાં એમ કહે છે ને ?

હા, બધા માળીઓ કહે કે ગુલાબની સુગંધ જ છે. પણ માછણોનું શું ? તમારાથી જુદા વાતાવરણમાં, જુદા ધર્મમાં, જુદા રીતરિવાજોમાં ઊછરેલાં તેમનું શું ? એમનું નાક જુદું અને તમારું જુદું. તમારી સુગંધ એની દુર્ગંધ પણ બને. અને દુર્ગંધની સુગંધ બને. એટલે જરા નમ્ર બનો, જરા ઉદાર બનો, આ ફૂલ તમને ગમે અને પાસે રાખવું છે તો ખુશીથી રાખો, પણ બધાંને ગમવું જોઈએ એવો દુરાગ્રહ ન રાખો. અને તમારી પોતાની રુચિ, દૃષ્ટિ, સિદ્ધાંતો કેટલે અંશે ખાલી તમે જીવ્યા છો એ વાતાવરણનું પરિણામ જ છે એનો ખ્યાલ રાખો.

આપણી પાસે આધુનિક વિજ્ઞાનની સહાયથી વાતાનુકૂલિત ખંડો બનાવવાની સગવડ હોય છે. બહાર ગરમી હોય તોય અંદર ઠંડક રહે, અને બહાર ધૂળ હોય તોય અંદર ચોખ્ખી હવા રહે એવી વ્યવસ્થા કરી આપીએ છીએ. એટલે જે જાતની હવા જોઈએ એ કૃત્રિમ હવા પેદા કરીને પૂરી પાડી શકીએ છીએ. હવે હું કહું છું કે વિચારો અને માન્યતાઓની બાબતમાં આખી દુનિયા વાતાનુકૂલિત છે. એટલે કે અમુક લોકોને અમુક ખંડમાં પૂરવામાં આવે છે અને એમને માટે અમુક જાતની હવા એમાં ભરવામાં આવે છે. એ એમની

હવા બની જાય છે, પછી એ ફાવે છે, એ ગમે છે, એ સુગંધ લાગે છે. આપણને જેવી હવા આપે તેવી જ ફેફસાંમાં લઈએ છીએ, એટલે કે મનમાં લઈએ છીએ, અને એથી ટેવાઈ જઈએ છીએ. એ સહજ થઈ જાય, સ્વાભાવિક થઈ જાય, એ જ કુદરતી હવા છે એમ માની લઈએ, અને તે વગર આપણને ચાલતું નથી અને બીજાંઓને પણ એ હવા લેતાં કરવા માટે પ્રયત્ન કરીએ છીએ. વાતાનુકૂલિત ખંડ છે. પરંપરાયુક્ત સમાજ છે, પૂર્વગ્રહબંધ દુનિયા છે.

કોઈ હવા તો લેવી જ પડે. અમુક વાતાવરણમાં રહેવું જ પડે એટલે એની અસર અનિવાર્ય છે. પણ એ અસર આપણે અસર તરીકે જ ઓળખતાં થઈએ, એ હવા કોઈ યંત્રમાં જ ઊભી કરી છે એ જોતાં થઈએ, એ રિવાજો અને સિદ્ધાંતો અને માન્યતાઓ માણસના હાથે જ ઘડાયાં છે એ સ્વીકારતાં થઈએ ત્યારે બીજા ખંડમાં ઊછરેલા લોકોને સમજવા અને સ્વીકારવા પણ તૈયાર થઈ શકીએ છીએ, અને પરિણામે આપણું જીવન પણ હવે વધારે સ્વતંત્રતાથી અને વધારે સભાનતાથી ચલાવી શકીએ. વાતાનુકૂલિત ઠંડકનો જરૂર લાભ લઈએ. પરંતુ એથી એ કૃત્રિમ હવાના દાસ તો ન બની જઈએ.

◆

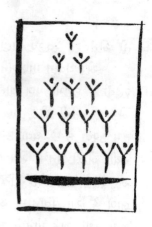

૪૬. આંધળાઓની ખીણ

યુવાન માણસે પોતાનું સ્વતંત્ર વ્યક્તિત્વ ઘડવું છે એમાં એને બહારનાં અને અંદરનાં વિઘ્નો નડે છે. મા-બાપની અપેક્ષાઓ છે, સમાજનાં બંધનો છે, એને ફરતું વાતાવરણ છે અને એના અંતરમાં સંતાયેલી વાસના છે. એ બધાં પરિબળો એની સામે આટલા મોરચાઓ બાંધીને બેઠાં છે અને પોતાને પોતે થવા દેતાં નથી.

એનું પરિણામ આવે છે એક પ્રબળ વ્યાપક અસંતોષ. હું હું પોતે બની શકતો નથી, પછી મને કેટલી બેચેની થાય ! એ બેચેની આજે યુવાનોનાં દિલમાં અનુભવાય છે અને આખા યુવાજગતમાં વર્તાય છે. નિરાશા છે અને નિષ્ક્રિયતા છે. મારા પોતાના અંતરની સૂઝ પ્રમાણે કરવા દેતા નથી, પછી મને કેમ કંઈક કરવાનો ઉમંગ આવે ? હું જો હું બની ન શકું તો બીજું કશુંય બનવામાં મને ક્યાંથી રસ હોય ! સિંહને પોતાના જંગલમાં ફરવું ગમે, સર્કસના પાંજરામાં પુરાઈ રહેવું ગમતું નથી. યુવાનોને પણ આપણે રૂઢ સમાજના માળખામાં નાખી દઈએ છીએ, એટલે તેઓ અસ્વસ્થ બની જાય છે.

પછી એ અસ્વસ્થતાનું પરિવર્તન અરાજકતામાં થઈ જાય છે. શક્તિ છે તેનો ઉપયોગ થવો જોઈએ, અને સમાજના સંયોગોથી એનો ઉપયોગ સારા કામ માટે ન થાય તો ખરાબ કામ માટે જ થશે. આજે દુનિયાભરમાં થતાં યુવાનોનાં તોફાનોના મૂળમાં આ જ કારણ છે. આધુનિક સમાજનો આ એક ભારે પ્રશ્ન થઈ ગયો છે. વિદ્યાર્થીઓનું કરવું શું ? એમના હાથે કાચ તોડાય અને એમના હાથે સરકારો ઉથલાવાય. યુવાશક્તિનું સર્જક સ્વરૂપ બહાર આવે

તો એનું રુદ્ર સ્વરૂપ બહાર આવશે. ને અત્યારે તો એમ જ થઈ રહ્યું છે.

એક યુવાન માણસને ભણવું છે સાહિત્ય, પણ મોકલે છે મેડિકલ કૉલેજમાં; રહેવું છે દેશમાં પણ વાતાવરણના દબાણથી જાય છે પરદેશમાં; પરણવું છે એક છોકરીની જોડે, પણ ઘેરથી પરણાવે બીજીની સાથે. એટલે કે કરાવે છે તેમ કરવા દે છે, થવા દે છે; પોતે કરતો નથી, પોતાને બનવું છે એવો બનતો નથી. એટલે મનમાં રોષ ભરાતો જાય, ત્યારે ઓળખીતાઓને નવાઈ લાગે કે, આ શાંત છોકરામાં આટલો ગુસ્સો કેમ ? અને આખી દુનિયાને આજે નવાઈ લાગે કે, આ યુવાનોમાં આટલો અસંતોષ કેમ ? કેમ કે પોતાને થવું છે એવા થતા નથી, અને પોતાને થવું નથી એવા માનસિક જબરદસ્તીથી બનાવી દે છે. વર્તુળને ચોરસ ચોકઠામાં રહેવું ગમતું નથી.

પેરુ દેશની એક દંતકથાને આધારે લેખક એચ. જી. વેલ્સે એક માર્મિક વાર્તા લખી છે. એક ભૂલો પડેલો વટેમાર્ગુ પર્વતોની વચ્ચેની એક ખીણમાં પ્રવેશે છે એમાં લોકોની વસતી છે, પણ પેઢીઓથી અમુક રોગ ચાલતો આવ્યો હોવાથી એ બધા લોકો દૃષ્ટિહીન છે, અને દૃષ્ટિ શું છે એ જાણતા પણ નથી. આંખો ન હોવાથી એમની બીજી ઇંદ્રિયો વધારે તેજ બની ગઈ છે, એ કોઈને નજીક આવતો જોતા નથી પણ "સાંભળે છે", બોલનારની ઊંચાઈ તેનો અવાજ કેટલે ઊંચે-નીચેથી આવે એ માપીને પારખે છે, ખેતીનું કામ ખાલી ઘાસ અને પાક અને વૃક્ષોના "અવાજો" પરથી સફળતાપૂર્વક કરે છે અને શાંતિથી જીવે છે. મઝાની વાત એ છે કે આપણા વટેમાર્ગુનાં કાન અને સ્પર્શ અને ઘ્રાણેંદ્રિય આટલાં વિકસ્યાં ન હોવાથી એને આંખ હોવા છતાં એ એ લોકોની અડફેટમાં આવી જાય, અને એનું વર્તન સાવ અણઘડ રહે. એ લોકો માની લે કે એ અમારાથી ઊતરતી કક્ષાનો માણસ છે.

વટેમાર્ગુને એ પ્રજાની એક યુવતીની સાથે પ્રેમ થાય છે, અને લગ્નનો પ્રસ્તાવ મૂક્યો ત્યારે યુવતી એને કહે છે : "હા, મારી પણ ઇચ્છા છે પણ એક વાત છે. મેં અમારા વડીલોને પૂછ્યું છે, અને એમનું કહેવું છે કે બીજો કોઈ વાંધો નથી, પણ તમને આંખે કોઈ રોગ છે જેને લીધે તમે બરાબર કામ કરી શકતા નથી, અને એ રોગ જો આપણા લગ્ન દ્વારા અમારી પ્રજામાં ફેલાશે તો ભારે અનિષ્ટ થશે. એટલે તેઓ કહે છે કે પ્રથમ તેઓ તમારી ઉપર એક શસ્ત્રક્રિયા ચલાવે જેથી તમે અમારા જેવા સાજા નીરોગી થાઓ, અને પછી

સુખેથી મારી સાથે લગ્ન કરી શકશો. શસ્ત્રક્રિયાથી તમને આંખમાં થોડું તો દુખશે, પણ મારા પ્રેમની ખાતર આટલું તો સહન કરી શકશો ને ? અને તમારો રોગ જતાં તમને પોતાને કેટલો ફાયદો થશે એનો વિચાર પણ કરો ?''

વટેમાર્ગુ વિચાર જરૂર કરે છે. આ લોકો મારી આંખો ફોડી નાખવાની વાત કરે છે ! એ એમને મન નીરોગિતા છે ! હા, એમની આ કન્યાને માટે મને પ્રેમ છે; પણ શું, હું આંખો ગુમાવી બેસીશ, કાયમ માટે આંધળો બનીશ, આ સુંદર કુદરતનાં દૃશ્યો કદી ફરીથી જોઈ શકીશ નહિ...! – એ વિચાર કરે છે, અને એ જ દિવસે ચુપકીદીથી આંધળાઓની ખીણમાંથી ભાગી છૂટે છે.

યુવાન માણસને આંખો છે. દુનિયા આંધળી છે. અને દુનિયા યુવાન માણસને સ્વીકારવા માટે, વચ્ચે લેવા માટે, ગાદીએ બેસાડવા માટે પણ એક શરત મૂકે છે : અમારા જેવો થા. થોડું દુખશે, થોડું નડશે, પણ આખરે તને કેટલો મોટો લાભ થશે એ તો વિચાર. એક વાર અમારા જેવા થયા, એટલે આખી દુનિયા તમારી.

હા, આખી આંધળાઓની ખીણ તમારી. ખીણ સુંદર છે, પણ એનું સૌંદર્ય જોવા આંખો નથી, પછી એ સૌંદર્ય શા કામનું ? જીવન દીપે છે, પણ એનું તેજ માણવા સ્વતંત્રતા નથી, પછી એ તેજ શા કામનું ? તમે રીઢા થઈ ગયા હો તો ભલે, પણ મારે તો ભરયુવાનીમાં રીઢા થવું નથી. મારે દૃષ્ટિ ખોવી નથી. મારે સ્વમાન ગુમાવવું નથી.

એટલે યુવાન ના પાડે છે. પોતાનું જીવન પોતાની રીતે જ જીવવાનું એ પસંદ કરે છે. યોગ્ય સમયે એને લાયક તેજસ્વી ચક્ષુવાળી સુકન્યા મળશે.

◆

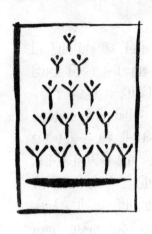

૪૭. કબૂતર અને ગરુડ

એક ગરુડનું બચ્ચું કબૂતરોના ટોળામાં આવી ગયું અને એમની સાથે કબૂતરખાનામાં રહેવા લાગ્યું. મોટું થવા લાગ્યું ત્યારે માળીએ જોયું કે બીજાં કબૂતરોથી એ જુદું હતું એટલે વિચાર કર્યો : "બહારથી આવેલા આ કબૂતરને કોઈ રોગ અથવા વિકૃતિ છે જેને લીધે એની આંખો મોટી થાય છે, એની ચાંચ લાંબી છે અને એના નહોર અણિયાળા છે. ચાલો, હું એનો રોગ મટાડું, એની પાંખો, ચાંચ, નહોર કાપી નાખું જેથી એ એક નીરોગી ને પ્રમાણિક કબૂતર બની જાય." અને એમ જ કર્યું. કબૂતરખાનામાં એક મજાના કબૂતરનો ઉમેરો થયો. માળી પોતાની સૂઝ ઉપર ખુશ થયો.

પણ એ કબૂતર કબૂતર નહોતું એનું શું ? એ ગરુડ હતું, અને તેથી ઊંચે ઊડવા માટે એની પાંખો મોટી થતી હતી, શિકાર પકડવા માટે એના નહોર અણિયાળા હતા. પણ માળીએ એ જોયું નહિ. એને કબૂતર ગણ્યું અને કબૂતરોની વચ્ચે બેસાડ્યું. એ માટે એને થોડું દુઃખ આપવું પડ્યું અને એના ઉપર શસ્ત્રક્રિયા ચલાવવી પડી તો તે એના ભલા માટે હતું ને ! એ સાચું કબૂતર બની શકે એટલા માટે. પણ એ તો કબૂતર હતું જ નહિ એનું શું ?

સમાજ આપણને સૌને કબૂતર બનાવવા માગે છે. સમાજ એ જ જાણે, એમાં સુવિધાય જુએ અને એ વ્યવસ્થા ચાલુ રાખવા તકેદારી રાખે. માણસો સરખા, નિયમો સનાતન, પરંપરા અખંડ, કબૂતરોનું ટોળું છે. એ ફરજ અને એ ધર્મ. એમાં કોઈ નવો પ્રયોગ થાય તો માળી ગભરાય અને હાથમાં કાતર લે. આની પાંખો મોટી લાગે. કાપી નાખો. આ માણસના વિચારો મોટા લાગે.

કાપી નાખો. આ માણસની સ્વતંત્રતા અણિયાળી છે. કાપી નાખો. ગરુડ જેવો લાગે છે. ગરુડ નહિ, કબૂતર જોઈએ. કબૂતરખાનામાં એ જ શોભે. બધાં સરખાં. બધાં ગરીબ. માળીએ એવું જોયું છે એટલે એવું કરે. સમાજ પણ એવું જ જાણે. ગરુડ શું છે એ તે જાણતો નથી. એને મન ગરુડ એટલે વિકૃત કબૂતર. માટે એને કબૂતર જેવું બનાવવામાં પોતાનો ધર્મ માને છે. સમાજને ગરુડ નહિ ખપે. સમાજને કબૂતરો જ જોઈએ. કૂઊઊઊ... કૂઊઊઊ... કૂઊઊઊ. એક જ આકાર અને એક જ સૂર, કોઈ જો ઊંચે ઊડે તો કોણ જાણે શું જોશે અને શું કહેશે. માટે પાંખો કાપી નાખો અને જમીનને અડીને જ વિહરવા દો. એ સૌને માટે સલામત છે.

કરુણ વાત એ હોય છે કે ગરુડનું બચ્ચું પણ પોતાને કબૂતર માને છે. પોતાની લાંબી પાંખોથી એને શરમ આવે છે. કેમ હું બીજાઓની જેમ હોઈ ન શકું ? બધા મને હસી કાઢે છે. કેમ મને નાની પાંખો અને ટૂંકી ચાંચ હોઈ ન શકે ? કોઈ કાપી નાખે તો સારું. થોડું દુ:ખ થશે પણ એથી હું સાજો થઈશ ને ! હા, એ માળી કેટલો સારો છે ! સમાજ કેટલો દયાળુ છે ! મારા ઉપર મોટો ઉપકાર કર્યો છે. મારા વિચારો કાપ્યા છે, મારા આદર્શો કાપ્યા છે, મારાં સ્વપ્ન કાપ્યાં છે. હવે હું સામાન્ય કબૂતર બની ગયો છું. ટોળામાંનું એક સભ્ય છું. નિરાંત છે. કોઈ મારી સામે જોતું નથી. બધા બોલે એમ હું પણ બોલું છું. કૂઊઊઊ... કૂઊઊઊ... કૂઊઊઊ. હવે જીવનમાં વાંધો નહિ આવે.

હા, વાંધો નહિ આવે. પણ જીવન કેવું ? હોઈ શકે, હોવું જોઈએ એવું તો નહિ. પણ રૂઢ સમાજે ફરમાવ્યું એવું. એ અપેક્ષાઓની ભીંસ છે, પરંપરાનો ભાર છે, રૂઢિની ગુલામી છે. ટોળાનું સામ્રાજ્ય છે.

એમાંથી મારે મુક્ત થવું છે. હું ભલે બચ્ચું હોઉં, પણ મારું કાઠું ગરુડનું છે એટલે ગરુડ થવું છે. મારી પાંખો મોટી થાય તો થવા દો, અને મારા નહોર અણિયાળા બને તો બનવા દો. એનો મને ગર્વ છે. કબૂતરોનો તિરસ્કાર કરતો નથી. એનો અવતાર પણ સુંદર, અને એનો સ્વભાવ મોહક. પણ મારો જુદો. અને મારે તો મારા અવતારની સાથે કામ છે. હું તે હું છું, અને પૂર્ણપણે હું બનવામાં મારા અવતારની સાર્થકતા છે. ગરુડ તો ગરુડ બને, અને કબૂતર કબૂતર બને. એમાં બંનેનું ગૌરવ છે.

એવું બને કે એ માટે મારા મનમાંથી બધા પૂર્વગ્રહો કાઢવા જોઈએ. સહેલું

નહિ પણ આવશ્યક છે. પૂર્વગ્રહો, માન્યતાઓ, રૂઢિઓ. બધા બંધ. બધાં એમ કરે એટલે મારે પણ એમ કરવાનું એ દલીલ વ્યર્થ જ. બધાંને માટે મને માન છે, અને એમને જે કરવું હોય એ ખુશીથી કરે. પણ મારી પાસે કરાવવા જાય એમાં મારો હૃદયપૂર્વકનો વિરોધ. શહીદ થાઉં પણ તાબે ન થાઉં. મારી લાંબી પાંખો કોઈને ન ગમે તો ભલે ન ગમે, પણ હું એ કાપવા દેવાનો નહિ. ઊગવા દઈશ, વધવા દઈશ, અને એના આધારથી ઊંચે આકાશે ઊડતો થઈશ. ગરુડ એ વિકૃત કબૂતર એમ નથી. અને કબૂતર પણ પાળેલ ગરુડ. કબૂતર તે કબૂતર અને ગરુડ તે ગરુડ. હું મારું જીવન જીવું અને તમે તમારું. મને તમારા ઢાંચામાં ન નાખો – એ ઢાંચો સર્વસામાન્ય હોય તોપણ. મને સ્વતંત્ર રીતે ઊગવા દો, ઊડવા દો. એ મારો અધિકાર છે, મારો આગ્રહ છે, કારણ કે એમાં મારું જીવન છે.

વાત આટલી સ્પષ્ટ છે તોય ઘણાખરા એ જોતા નથી. સમાજમાં, ઘરમાં, સંઘમાં કોઈ ઊંચે ઊડવાવાળો નીકળે કે તરત માળી કાતર લઈને આવે અને વિલક્ષણ પક્ષીને સરખું કરવા જાય છે. વિલક્ષણ તો જેને નવું જોવા માટે આંખો ન હોય એને માટે જ હશે. જે માળીએ ફક્ત કબૂતરો જોયાં છે, ને કોઈ દિવસ ગરુડ જોયું નથી એને માટે કબૂતર પ્રમાણભૂત અને ગરુડ વિલક્ષણ. ખરું જોતાં દરેક માનવવ્યક્તિ વિલક્ષણ છે, કારણ કે દરેક જુદી અને સ્વતંત્ર છે. કંઈ નહિ. બીજાઓની વાત બીજા જાણે. મારા ખભે તો મોટી પાંખો ફૂટે છે. ફફડાવીને હવે નવાં ઉડ્ડયન કરવાં છે. ગરુડનો અવતાર છે.

✦

૪૮. મહાપ્રતિસંધાન એટલે શું, જાણો છો ?

– હમણાં શું વાંચો છો ?
– અભિસંધાન.
– અભિસંધાન એટલે શું ?

મને નવાઈ લાગી. મને ગુજરાતી આવડે છે, અંગ્રેજી આવડે છે, મનોવિજ્ઞાનમાં પણ ઠીક રસ છે અને એ છોકરી મનોવિજ્ઞાન ભણતી હતી એટલે એની વાત હતી અને મને આશા હતી કે તે હમણાં શું વાંચે છે એ મને કહે તો મને ખ્યાલ આવી જાય અને એ વાત લઈને વાતચીત આગળ ચલાવી શકું. પણ મારી આશા વ્યર્થ ગઈ. એણે તો તરત સીધો જવાબ આપ્યો (એ છોકરીનો સ્વભાવ સીધો જ જવાબ આપવાનો છે), પણ એના જવાબથી મને કોઈ ખ્યાલ આવ્યો નહિ એટલે પૂછવું પડ્યું : અને અભિસંધાન શું છે વળી ? ઝટપટ જવાબ આવ્યો : અભિસંધાન એટલે વારંવાર સહઅસ્તિત્વને કારણે એક ઉદ્દીપકનું બીજા ઉદ્દીપકની સાથે જોડાણ.

વારુ. પહેલાં સમજ પડી નહોતી તો હવે એથીય ઓછી પડી. એક શબ્દ ન સમજાય એમાં દશ શબ્દો ક્યાં સમજાવાના હતા ! અજ્ઞાન દસ ગણું થયું એટલું જ. હવે ઉદ્દીપક અને જોડાણ અને સહઅસ્તિત્વ વિશે પૂછવા માંડું તો હજીય ઊંડા ખાડામાં પડીએ એટલે માંડી વાળ્યું. પણ વિચાર તો એ થયો કે આ કોમળ છોકરીઓ કેવા ભારે શબ્દો અને કેવી અટપટી વ્યાખ્યાઓ આરામથી ગોખે છે, બોલે છે, પરીક્ષામાં સમજીને કે સમજ્યા વગરે લખે છે !

પછી મેં એને કહ્યું કે, આ તમારા બધા પારિભાષિક શબ્દો બાજુ પર

મૂકીને હવે તમારી સમજણ પ્રમાણે આ વાત શું છે એ તમે બોલતાં જાઓ એટલે હું એ પકડવા પ્રયત્ન કરું. મઝા આવી. એ સારી વિદ્યાર્થિની હતી એટલે ઉદાહરણો આપી આપીને આખી વાત સમજાવવા લાગી. છેલ્લે મારી આંખો ઊઘડી. પાવલોફની વિચારસરણી અને શેરિંગ્ટનના કૂતરાનો પ્રયોગ આવ્યો એટલે હું બોલી ઊઠ્યો : અભિસંધાન એટલે “કંડિશનિંગ” ! પહેલેથી જ કેમ નહોતું કહ્યું ? કેમ કે કંડિશનિંગ શું છે એ વળી એ જાણતી નહોતી. ખરી પરિસ્થિતિ હતી. વાત તો અમે બંને જાણતાં હતાં, પણ શબ્દોનો પડદો વચ્ચે આવતાં એકબીજાની વાત સમજી શકતાં નહોતાં.

નવા શબ્દો યોજવા માટે પંડિતોની પાસે એક સરળ સાધન છે : કોઈ સામાન્ય શબ્દ લો અને એની આગળ અભિ, મહા, પરિ, અતિ, અધિ જેવા ઉપસર્ગો લગાડો. બસ, નવો શબ્દ આવ્યો, અને એને ગમે તેવા કુલીન પારિભાષિક શબ્દોના દરબારમાં બેસાડી શકાશે. સંધાન, અભિસંધાન, અતિસંધાન, પરિસંધાન, અધિસંધાન, મહાસંધાન. અને હજીય વધારે શબ્દોની જરૂર હોય તો રીત પણ મોજૂદ જ છે. અતિપરિસંધાન, અભિમહાસંધાન, મહાપ્રતિસંધાન, એમનો અર્થ શું થાય એ મને નહિ પૂછો. પેલી છોકરી તો જાણશે. ઝટ દઈને તમને જવાબ આપશે. ખૂબ હોશિયાર છોકરી છે. તમને જવાબ આપ્યા વગર નહિ રહે. વારંવાર સહઅસ્તિત્વને કારણે એક ઉદ્દીપકનું બીજા ઉદ્દીપક સાથેનું જોડાણ, મને બરાબર યાદ રહી ગયું છે. જ્યારે જ્યારે મળે છે ત્યારે હું એની આગળ બોલી નાખું છું. એટલે એ પણ બોલે અને બંને કોઈ પણ ભૂલ વગર સૂત્ર પૂરું કરીએ. વીસ વર્ષ પછી મળીશું અને અભિસંધાનનો ઉલ્લેખ કરીશ ત્યારે બંને એની વ્યાખ્યા તરત બોલી કાઢીશું અને જોરથી હસીશું એની ખાતરી છે.

પછી મારો વારો આવ્યો. મેં પૂછ્યું : પ્રત્યાયન એટલે શું ? ખબર નથી. ઘણા લોકોને મેં પૂછ્યું છે કે પ્રત્યાયન એટલે શું અને કોઈએ મને જવાબ આપ્યો નહિ. એ નામથી એક માસિક નીકળે છે એ બતાવીને મેં પ્રશ્ન પૂછ્યો છે, તોય કોઈ જવાબ આવ્યો નહિ. છાપેલો શબ્દ છે, પ્રતિષ્ઠિત છે. એક માસિકનું નામ છે, મેં જોડી કાઢેલો નહિ એની ખાતરી કરાવું તોય કોઈને ગડ નહિ બેસે. એટલું જ નહિ પણ છેવટે જ્યારે કંટાળીને કહું કે પ્રત્યાયન એટલે “કૉમ્યુનિકેશન” ત્યારે એ માનવા તૈયાર ન થાય. બીજું કંઈક હશે, પણ એવું તો નહિ. છે જ.

માનો કે ન માનો. હવે વાપરો કે નહિ એ જુદી વાત છે. અને, અલબત્ત, હવે એ ઉપરથી મહાપ્રત્યાયન, અભિપ્રત્યાયન, અભિમહાપ્રત્યાયન... એવા રૂપાળા શબ્દો બનાવી શકાય.

પરસ્પર સંપર્ક એ માનવજીવનનો પાયો છે. ''કૉમ્યુનિકેશન'' એ જીવનની કલા છે. તો એ દર્શાવવા માટે કશું ''કૉમ્યુનિકેટ'' કરતો નથી એવો શબ્દ યોજ્યો છે. કંઈ નહિ. પેલી છોકરીને આ શબ્દ પણ હવે આવડી ગયો છે. એવો કોઈ શબ્દ હોય તો એને જરૂર પૂછી શકો. તરત જવાબ આપવા માટે એના મનમાં અભિસંધાન બંધાઈ ગયું છે.

◆

૪૯. એક પુસ્તકની સાત પ્રસ્તાવનાઓ

પુસ્તક વાંચવા આપ્યું. વાંચવાની બહુ ભલામણ કરી. હું કોઈ નવું પુસ્તક હાથમાં લઉં તો એનો સ્પર્શ, એની સુવાસ, એનો કોઠો, એનું વ્યક્તિત્વ પામવા પ્રયત્ન કરું છું. પાનાં ફેરવું છું, આગળ અને પાછળ શું શું આવ્યું એ જોઉં છું. અનુક્રમણિકા તપાસું છું, આત્મીયતા બાંધું છું જેથી વાંચતાં પહેલાં એ મને કહી દે કે મારામાં (એટલે કે પુસ્તકમાં) શું શું છે, હું કેવું છું અને તમે મને વાંચશો તો હું તમને ગમીશ કે કેમ. આ બધું હાથમાં આવેલું નવું પુસ્તક પોતાની મેળે જણાવી દે છે – આપણને એનો સંદેશો ઝીલવા સંવેદનતંત્ર હોય તો.

આ નવું પુસ્તક આવ્યું, અને એનો પ્રથમ પરિચય મિત્રના કહેવાથી નહિ પણ પ્રત્યક્ષ મિલન-સંપર્કથી મેળવતાં એક વાત તરત મારા ધ્યાન ઉપર આવી ગઈ. પુસ્તકના આગળનાં પાનાં તપાસતાં તરત જણાવ્યું કે એમાં એક નહિ પણ સાત પ્રસ્તાવનાઓ હતી. સાત. અલબત્ત, નામ તો જુદાં જુદાં, આમુખ, અને બે બોલ, અને આવકાર, અને પ્રકાશક તરફથી અને...એવું કંઈક દરેકમાં હતું. પણ હતી તો પુસ્તકનું પહેલું પ્રકરણ શરૂ થાય તે પહેલાં સાત સાત પ્રસ્તાવનાઓ. ખરું જોતાં પ્રસ્તાવના ૧, પ્રસ્તાવના ૨, પ્રસ્તાવના ૩,... પ્રસ્તાવના ૭ એમ મૂકવું જોઈતું હતું જેથી જુદાં જુદાં નામો શોધવાં ન પડે. અને લખનારા તો સાત જુદા ભાઈઓ હતા એને બદલે એકની પાસે સાતે સાત પ્રસ્તાવનાઓ લખાવરાવી હોત તો તકલીફ ઓછી પડત અને વિચારોનું અનુસંધાન સચવાઈ જાત. કદાચ વાત થોડી લંબાવીને સાતને બદલે પંદરેક પ્રસ્તાવનાઓ લખાવી શકત અને એનો એક સ્વતંત્ર ગ્રંથ બની શકત : ફલાણા પુસ્તક માટે

પ્રસ્તાવનાઓનો સંગ્રહ. કંઈ નહિ તો નવો પ્રયોગ થાય અને પ્રસ્તાવનાની કલા વિકસે ને એનું કેટલું મહત્ત્વ છે એ સુજ્ઞ વાચકોને ખબર પડે. હશે. પણ એક વાત તો ખરી. એ પુસ્તક ત્યાં ને ત્યાં પડતું મૂકીને મેં એ પાછું હાથમાં લીધું નહિ. સાત પ્રસ્તાવનાઓ કોણ વાંચવા બેસે ?

અને જેને સાત પ્રસ્તાવનાઓની જરૂર હોય એ પુસ્તક વાંચવાનું મન પણ કોને થાય ? જે કહેવું હોય તે તમે સીધું કહી દો એટલે પત્યું. એટલા માટે આખું પુસ્તક તમારું છે, ને એમાં તમારે કહેવાની છે એ બધી વાતો સુખેથી કરી શકો. કહેવાની શક્તિ છે. તો તમે જ કહી દો, અને ન હોય તો પુસ્તક શું કામ લખવા બેઠા ? એ જ મૂળ નબળાઈ છે. તમને વિશ્વાસ નથી કે તમારું પુસ્તક સારું છે એટલે પ્રસ્તાવનાનો ટેકો શોધો છો. અને એકાદ હોય તો સમજાય, ને એ લગભગ સામાન્ય પ્રથા થઈ ચૂકી છે. પણ તમારી તો સાત પ્રસ્તાવનાઓ. એટલે કે તમારા પુસ્તકમાં તમને બિલકુલ વિશ્વાસ નથી. સાત નામોના આધારે ઊભા છો. પછી તમારા નામનું શું ?

મને તો સીધી જ વાત ગમે. તમે શું કહો છો એ જાણવું છે, અને એ દૃષ્ટિએ તમારું પુસ્તક વાંચવા હું હજીય તૈયાર છું. પરંતુ તમારા વિશે બીજાઓ શું લખે છે એમાં મને રસ નથી. કાં તો તમે કહેવાના છો એ વાત કહે, તમે આગળ લખવાના છો એ જ કવિતાની પંક્તિઓ ટાંકે (અને એ તો પછી એમાં યોગ્ય સ્થાને આવવાની જ છે ને ત્યાં વાંચવાની સાર્થકતા છે), ને નહિ તો આડી-અવળી વાતો કરે ને એમાં મને તો રસ નથી. તમારી સાત પ્રસ્તાવનાઓમાં ગયો એ બધો કાગળ નકામો સમજો એ મારું કહેવું છે.

એક મોટી સંસ્થા વિશે મેં સાંભળેલું કે એના પચાસ જેટલા ઉપ-પ્રમુખ હતા. મજા આવી. કામ કરનાર પ્રમુખ તો એક. પણ શોભા આપનાર ઉપપ્રમુખ પચાસ. હું એને શોભા ન કહું, અડચણ કહું, ઠેકાણેઠેકાણે પચાસ ઉપપ્રમુખનાં નામ છાપવાં પડે એ કેવી પંચાત ! પણ કંઈક પૈસા આપ્યા હશે, કંઈક જાણીતા હશે, કંઈક એક-બે વખત સંસ્થાના સમારંભોમાં હાજરી આપી હશે એટલે એમનો હક્ક સિદ્ધ થયો. હવે સંસ્થાને પણ લાભ ને પોતાને પણ લાભ એટલે કે સૌને ગેરલાભ જ.

ઔપચારિકતા માટે મને સૂગ છે. ઓળખાણ આપવાની જરૂર હોય, તો ટૂંકમાં આપો. પણ ઓળખાણ તે ઓળખાણ–જીવનચરિત્ર નથી. પ્રસ્તાવનાની

જરૂર લાગે તો એકની વ્યવસ્થા કરો – સાતની નહિ. જીવનમાં ગમે તેટલાનો ટેકો હોય, પણ આખરે તો મારું જીવન તે મારું જ છે, ને મારું પુસ્તક મારું જ છે. એને એકલું રહેવા દો. પડે તો પડે, ને ઊભું રહે તો ઊભું રહે. પણ ઊભું રહે તો પોતાના જોરે જ ઊભું રહે, બીજાના ટેકાથી નહિ, પ્રસ્તાવના તો કૃત્રિમ જ વસ્તુ છે. અને કૃત્રિમતા તો શાપ જ છે. સીધું મિલન અને સીધી વાત. મારે અમુક વાતો કરવી છે. ખુશીથી કરો. માણસની વાત સાંભળવામાં કંઈ નહિ તો માણસની સાથે સંબંધ બંધાય, અને એ મૂલ્યવાન વસ્તુ છે. પ્રસ્તાવનામાં માણસ પોતાની વાત કરતો નથી, બીજાની કહે છે, અને એ પણ માગેલા ઉપકારની બંધાયેલી સીમામાં. એટલે વાત પોતાની પણ નથી અને મુક્ત પણ નથી. એક આવે તો હજી સહન કરીએ. પણ સાત આવે ત્યારે સાતે સાતને જાકારો. એ પુસ્તક હું કેમે કરીને નહિ વાંચું.

◆

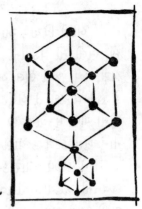

૫૦. આ લેખ વાંચશો તો સુધારી વાંચશો

આપણી એક મઝાની ટેવ હોય છે. કોઈ પત્ર લખીએ. લાંબો-ટૂંકો હોય. એમાં ભાષાની ભૂલો, ખોટી જોડણી, વખતે મર્યાદાનું ઉલ્લંઘન પણ હોય. પણ અંતે એ સૌનો ઉપાય આવી જાય છે. પત્રને અંતે આ શબ્દો અચૂક લખીએ : સુધારીને વાંચો. ને એમાં વ્યાકરણનાં બધાં પાપ ધોવાઈ જાય છે.

સરસ ઉપાય છે. જોડણીમાં, વ્યાકરણમાં, વાક્યરચનામાં, વિવેકમાં ભૂલો હતી. પણ અંતે 'સુધારીને વાંચો' એ સૂત્ર આવે એટલે વિઘ્નો દૂર. વાંચો, પણ સુધારીને વાંચો. જ્યાં જ્યાં ભૂલ હોય ત્યાં મનમાં ભૂલનો સુધારો કરીને વાંચો. સારી સગવડ છે. પત્ર લખતી વખતે એક શબ્દની જોડણી વિશે શંકા હતી. જોડણીકોશમાં જોઈને ને ખાતરી કરીને શુદ્ધ જોડણી લખવી જોઈતી હતી. પણ એ કોણ કરવા જાય ! માટે, સુધારીને વાંચો. એનો અર્થ એ થયો કે પત્ર વાંચનારે જોડણીકોશમાં જોઈને ને ખાતરી કરીને શબ્દનું શુદ્ધ સ્વરૂપ વાંચવાનું છે. પણ લખનાર બગાડીને લખે એટલે પત્ર વાંચનાર સુધારીને વાંચે એ સમજૂતી છે. જોકે મને એક શંકા આવી જાય છે. 'સુધારીને વાંચો' લખે છે એ પત્રને અંતે લખે છે. આખો પત્ર વંચાઈ ગયો છે એમાં સુધારીને વાંચવાનું કહે. ખરું જોતાં એ પત્રની શરૂઆતમાં લખવું જોઈએ : આ પત્ર હવે વાંચવાના છો તો સુધારીને વાંચજો. એ રીતે ભૂલો નહિ નડે અને વાંધો નહિ આવે. રસ્તામાં બમ્પ આવે ત્યારે નોટિસ આવે : સાવધાન ! બમ્પ આવે છે. એ રીતે પત્રની શરૂઆતમાં જ ચેતવણી આપવી જોઈએ : સાવધાન ! ભૂલો આવે છે. બમ્પ આવ્યા પછી એની નોટિસ આપવાનો શો અર્થ ?

બીજો વિચાર આવે છે. વિદ્યાર્થી પરીક્ષા લખવા બેઠો છે. ગણિતનું પેપર છે. ભૂલો તો પડવાની જ. તો શરૂઆતમાં એને લખવા દો : સુધારીને વાંચો. બસ, જ્યાં જ્યાં ભૂલ આવે ત્યાં પરીક્ષકે એ મનમાં સુધારીને વાંચવાનું. એટલે કે હવે વાંચશે તે બધું સુધારીને વાંચે છે માટે સાચું હશે, અને એ વાંચે છે. એના ગુણ મૂકવાના છે માટે પૂરા મૂકશે અને વિદ્યાર્થીને પૂરો સંતોષ થશે. એક નાનું સૂત્ર કેટલું કલ્યાણ સરજી શકે એનો ખ્યાલ આ ઉપરથી આવી જાય છે.

ને હજીય વધારે કલ્યાણ છે. હવે ભગવાનને પણ એવું કહીએ. એ આપણા જીવનનો અહેવાલ વાંચવાના છે તો સુધારીને વાંચે એટલી વિનંતી કરીએ. એમાં ભૂલો આવે, પાપો આવે, અપરાધો આવે. આપણું જીવન કંઈ પૂરું શુદ્ધ ને પવિત્ર નહિ ને એના તટસ્થ અહેવાલમાં એ સૌનો ઉલ્લેખ આવે જ. પણ હવે વાંધો નહિ. ભગવાન વાંચશે ત્યારે સુધારીને વાંચશે એટલે આંચ નહિ આવે. ભૂલોની સિદ્ધિઓ બનાવશે અને પાપોનું પુણ્ય. સરળ ઉપાય છે.

શું શંકા આવે છે કે ભગવાનની આગળ એ નહિ ચાલે ? ગણિતનું પેપર તપાસનારની આગળ ન ચાલે ? સાચી વાત છે. અને તેથી જ હું કહું છું કે પત્ર વાંચનારની આગળ પણ ન ચાલે. 'સુધારીને વાંચો' એમ લખવાથી પત્ર કંઈ સુધરતો નથી અને પત્ર લખનાર પણ બચતો નથી. જો ભૂલો હોય તો એની ભૂલો, અને જો અવિવેક હશે તો એનો અવિવેક. પત્રને અંતે લખેલું એ સૂત્ર ખાલી પોતાની જવાબદારીમાંથી છટકી જવાનો ખોટો પ્રયત્ન છે. ગમે તે કરવાની છૂટ. ગમે તે લખવા માટે અભયદાન. વાંચનાર તો સુધારીને વાંચવાનો છે એટલે લખનાર ગમે તે છૂટ લઈ શકે. ખોટી છૂટ. લખનારે પૂરું ધ્યાન રાખવું જોઈએ ને પૂરી કાળજી રાખવી જોઈએ ને પૂરી જવાબદારી સ્વીકારવી જોઈએ. પોતાનાથી બને એટલી બધી શુદ્ધિ પોતાના પત્રમાં લાવવી જોઈએ. ખાતરી કરવી જોઈએ, જોવું જોઈએ, વિચારવું જોઈએ. ઢીલું મૂકવું ન જોઈએ. શંકા ચલાવવી ન જોઈએ. વાંચનારની ઉદારતા ઉપર પોતાની ભૂલોનો ટોપલો ઓઢાડવો ન જોઈએ. પોતાનું કામ પોતે કરે. અને પોતાનું કામ લખવાનું છે, પૂરું લખવાનું છે, શુદ્ધ લખવાનું છે. વાંચવાનું કામ વાંચનાર કરશે. ભૂલો રહી ગઈ હોય તો એનો ન્યાય એ કરશે અને લખનાર કેવો છે એનો અભિપ્રાય બાંધશે. વાંચનાર એમ કરશે એનો પૂરો ખ્યાલ રાખીને લખનારે પત્ર લખવાનો છે. પોતાનાથી બને એવો સારામાં સારો લખે, અને પછી ઉદારતાની ભીખ નહિ

માગે કે, સુધારીને વાંચો. ઊલટું કડકાઈથી વાંચો. મેં પૂરો પ્રયત્ન કર્યો છે અને વિશ્વાસ છે કે મારો પ્રયત્ન સફળ છે. મેં પત્ર સારો લખ્યો છે, સાચા વ્યાકરણથી લખ્યો છે, સાચી જોડણીથી લખ્યો છે, સાચી લાગણીથી લખ્યો છે. મારું કામ મેં પૂરું કર્યું છે, અને મારામાં મને વિશ્વાસ છે. હું સાચો છું. મારો પત્ર સાચો છે.

એ સચ્ચાઈ મને ગમે છે. પત્રને અંતે 'સુધારીને વાંચો' એ ઢીલો, નીચો. છોભીલો, ઓશિયાળો પ્રયોગ મને ગમતો નથી.

◆

૫૧. કૂપમંડૂક

એક મોટા ઊંડા કૂવામાં દેડકાંઓનું વૃંદ વર્ષોથી રહેતું હતું. ત્યાં તે જીવતાં, ખાતાં, ગાતાં, કૂદતાં અને પોતાના જીવનથી કૂવાને પણ જીવંત બનાવી દેતાં. જોખમ એક જ હતું અને એ કે કોઈ વાર, રોજ એક વખત સવારે અને એક વખત સાંજે, ઉપરથી જોરથી એક ડોલ કૂવાના પાણી ઉપર પડતી, અને તરત એમાં પાણી ભરાતું એટલે એ પાછી ઉપર ખેંચી લેવામાં આવતી. કૂવામાંથી પાણી લે એનો દેડકાંઓને વાંધો નહોતો, પણ જોરથી ડોલ પડે અને કોઈને વાગે તો અકસ્માત સર્જાય એટલે ખાસ સાવચેતી રાખવાની જરૂર હતી, માટે ઉપરથી ઘરેડનો ચી ચી અવાજ સંભળાતો કે તરત કૂદકો મારીને બધાં દેડકાંઓ પાણીમાં ઊંડે ઊંડે સંતાઈ જતાં અને ફરીથી ઘરેડનો અવાજ આવે અને ડોલ દેખાતી બંધ થઈ જાય ત્યાં સુધી શ્વાસ રોકીને પાણીમાં ને પાણીમાં રહેતાં. એ ભય સિવાય કૂવામાંનું જીવન સુખી ને સલામત રહેતું.

એક યુવાન દેડકો હતો એને એક દિવસ, ડોલના આક્રમણથી બચવા પાણીમાં ડૂબકી મારીને ડોલ પાછી જવાની રાહ જોતો હતો તે દરમિયાન વિચાર આવ્યો કે આ ડોલમાં જોખમ તો છે જ પણ સાથે સાથે એમાં કંઈક નવું જોવાનું ને કરવાનું આમંત્રણ પણ છે. અને તક છે. નીચેથી ઉપર જોઈએ ત્યારે કૂવાના મોં ઉપર એક ભૂરો પડદો દેખાય, એના રંગો બદલાઈ જાય, રાતે કાળું વર્તુળ અને એના ઉપર ઝગમગતી ચિનગારીઓ દેખાય; અને વિશેષ તો સવારે ને સાંજે કૂવામાં ડોલ પડે ત્યારથી ક્ષણભર એક યુવતીનું હસતું મોં અને લાંબો સોનેરી ચોટલો દેખાય. એ શું કંઈ જોવા જેવું અને જાણવા જેવું ન હોય ?

યુવાન દેડકાએ નિખાલસતાથી એ વાતો કરી ત્યારે બધાં એના ઉપર તૂટી પડ્યાં. શું એવું બોલાતું હશે, વિચારાતું હશે ? એવું આપણા સમાજમાં કદીય બન્યું નથી. અને બનશે તો આપણું સત્યાનાશ વળી જશે. આપણું જીવન કૂવામાં જ રહેવાનું છે. એ આપણો ધર્મ અને એ આપણું કર્મ. કૂવાની બહાર ફક્ત વેરાન જંગલ છે, ધગધગતું રણ જ છે. આપણે તો અહીંયાં જ રહેવા માટે સર્જાયેલાં છીએ. બહાર જવું હોય તો પાપ જ છે. આપણા પૂર્વજોની આ પવિત્ર આજ્ઞા છે. શું એમના કરતાં આ ઉચ્છૃંખલ દેડકું વધારે જાણતું હશે ?

યુવાન દેડકો શાંતિથી આ બધું સાંભળી રહ્યો હતો અને કંઈ બોલ્યો નહિ. પણ બીજે દિવસે સવારે એણે બરાબર તક જોઈ. કૂવાની દીવાલના એક ગોખલામાં એ છાનોમાનો ગોઠવાઈ ગયો, ડોલ નીચે આવીને ઉપર જવા લાગી તે જ ક્ષણે કૂદકો મારીને એ એના ઉપર ચડી ગયો અને બીજાં દેડકાંઓના આશ્ચર્ય અને ઊહાપોહની વચ્ચે ઠેઠ ઉપર સુધી ગયો અને બહાર કૂદીને અદશ્ય થઈ ગયો. દેડકાવૃંદના અધિકારીઓએ એને તરત રાષ્ટ્રદ્રોહી, પદભ્રષ્ટ અને દેશનિકાલ ઠરાવી દીધો અને એનું નામ ઉચ્ચારવાની ને એવી વાત જ કરવાની સૌને સખત મનાઈ કરી. કૂવાનું ગૌરવ સાચવવાનું હતું. ઠીક સમય થયો એમાં કોઈ ભાગી ગયેલા દેડકાની વાત કરતું નહોતું અને કોઈ પણ એને ભૂલી ગયું નહોતું. એ સૌના મનમાં હતો પણ કોઈની જીભ ઉપર આવી શકતો નહોતો. આજ્ઞાંકિત પ્રજા હતી.

એક દિવસ ઉપરથી એક પરિચિત અવાજ આવ્યો, અને કૂવામાંનાં બધાં દેડકાં કુતૂહલથી ભેગાં થઈ ગયાં. ઉપર જોયું ત્યારે કૂવાના કઠેડા ઉપર સાહસી યુવાન દેડકાનું મોં આવ્યું, એની બાજુમાં પછી એક નમણી દેડકી દેખાઈ, અને સાત નાનાં બચ્ચાંઓ આવી ગયાં.

નીચેથી કોઈ બોલતું નહોતું એટલે ઉપરથી યુવાન દેડકો કહેવા લાગ્યો : ‘‘અહીંયાં ઉપર એક મઝાની દુનિયા ચારે તરફ પથરાયેલી છે. ઘણી જગ્યાએ વહેતું પાણી છે, ત્યાં નીચેના બંધિયાર પાણી જેવું નથી. જમીન ઉપર લીલાં લીલાં લીસાં પાતરાં છે એમાં ફરવાની ખૂબ મઝા આવે છે. જાત જાતનાં જીવડાં પણ છે એટલે રોજ નવું નવું ખાવા મળે છે અને બીજાં અનેક જાતનાં દેડકાં પણ મળે છે એ આપણા કરતાં સંસ્કારી અને વિવેકી છે, અને એમાંની એકની સાથે હું પરણી ગયો છું અને અમારાં આ સાત બચ્ચાં છે અને સુખી છીએ.

અહીંયાં ઘણી જ જગ્યા છે અને ગમે ત્યાં ફરવાની છૂટ છે.''

નીચેથી દેડકાવૃંદના અધિકારીઓએ યુવાન દેડકાને ધમકી આપી કે જો એ નીચે આવશે તો એને રાષ્ટ્રદ્રોહના ગુનાથી મૃત્યુદંડ કરવામાં આવશે; પણ એણે કહ્યું કે નીચે આવવાનો એનો લેશમાત્ર ઇરાદો નહોતો, અને સૌને શુભેચ્છાઓ પાઠવીને પોતાની પત્ની અને નાનાં બચ્ચાંઓને લઈને એ ત્યાંથી ચાલ્યો ગયો.

કૂવાના ઊંડાણમાં ભારે બુમરાણ મચી ગયું. કેટલાંક પ્રગતિશીલ દેડકાંઓ એ બનાવ વિશે ખુલ્લી ચર્ચા કરવા માગતાં હતાં, પણ અધિકારીઓએ એમને દબાવી દીધાં, એ બનાવનો કોઈ પણ ઉલ્લેખ કરવાની મનાઈ કરી, અને કૂવાનું જીવન રાબેતા મુજબ ચાલતું થયું.

બીજે દિવસે સવારે એ સોનેરી ચોટલાવાળી છોકરી કૂવામાંથી પાણી કાઢવા આવી, અને ડોલ ઉપર આવી ત્યારે એ દેડકાંઓથી ભરેલી હતી, એ જોઈને તે ખૂબ આશ્ચર્ય પામી ગઈ.

✦

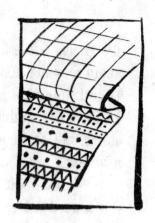

૫૨. અવકાશયાત્રીઓનો અહેવાલ

હંસ નક્ષત્ર પરથી આવેલ અવકાયશયાત્રીઓએ અંતરિક્ષથી કરેલ પૃથ્વી નામના ગ્રહનો અભ્યાસ, પૃથ્વી પર જીવન છે અને સાંસ્કૃતિક વિનિમય કરી શકાય એવા જીવો છે ને એ કરવા જેવો છે કે કેમ એ વૈજ્ઞાનિક વિશ્લેષણ દર્શાવતો સત્તાવાર અહેવાલ નીચે પ્રમાણે છે.

"અમને જે નિરીક્ષણ કાર્ય સોંપવામાં આવ્યું હતું એ અમે સફળતાપૂર્વક પાર પાડી શક્યા છીએ. અમારા યાનની આગળ ગુપ્ત કિરણોની ઢાલ હતી એટલે કોઈએ અમને જોયા નથી, અને અમે એકદમ નજીક જઈને એ ગ્રહની સપાટી તપાસી શક્યા. એમાં જાતજાતના ફેરફારો થાય છે એ, અમારા અનુમાન પ્રમાણે, એના તારામંડળના કેન્દ્ર પર રહેનાર અને એના ગ્રહો ઉપર પ્રકાશ અને હૂંફ મોકલનાર મુખ્ય તારાથી એના વધતા-ઘટતા અંતર ઉપર આધારિત છે. ઘણાં પરીક્ષણો કર્યા પછી અમે એ તારણ ઉપર આવી ગયા છીએ કે એ ગ્રહ ઉપર જીવન છે, વનસ્પતિઓ અને પ્રાણીઓ છે, અને એમની જુદી જુદી અસંખ્ય જાત છે. એ સૌનો વિગતવાર અભ્યાસ કર્યા પછી અમે જોઈ શક્યા છીએ કે એમાં સૌથી પ્રબળ અને વિકસિત જાત એક સુંવાળી ચામડીના બેપગા જીવોની છે.

"તેઓ ઘણુંખરું ચોરસ-લંબચોરસ આકારના રાફડાઓમાં જીવે છે, એમાં દરેક વ્યક્તિ અથવા બે વ્યક્તિઓને માટે અલગ અલગ કક્ષાઓ છે. એમાંથી એ લોકો રોજ લગભગ એ જ સમયે બહાર નીકળે છે અને અમુક વિધિઓ પતાવીને ને જાતજાતનાં આવરણો પહેરીને (જેનો રંગ ને આકાર સરખાં જ

હોય છે પણ અમે કળી ન શક્યા એવા નિયમ પ્રમાણે મોસમ પર મોસમ બદલાય છે) બહાર નીકળી પડે છે. બહાર નીકળીને તેઓ બે અથવા તો ચાર પૈડાંવાળાં વાહનોમાં બેસે છે તે અસ્થિર વેગે, આગળ જતાં અને ઊભાં થતાં જેમ તેમ વધે છે. એમાંથી કેટલાંક એક દિશામાં જ્યારે કેટલાંક ઊલટી દિશામાં ચાલે છે, અને એ શા માટે કરે છે એ અમે ઘણા પ્રયત્નો કર્યા છતાં સમજી શક્યા નથી.

"એ વાહક યંત્રો મોટો અવાજ કરે છે અને ભારે ધુમાડા કાઢે છે તે એવા પ્રમાણમાં કાઢે છે કે એમાંથી એમને શ્વાસ લેવા માટે જરૂરી તત્ત્વ મળે છે એમ હોવું જોઈએ. વળી યંત્રોથી થતો અવાજ એક જાતનો પ્રાથમિક અબોધ સંદેશવ્યવહાર હોય એમ માની શકાય, નહિ તો એ આટલા પ્રમાણમાં ને આટલા જોરથી કરવા માટે બીજું કાંઈ કારણ હોઈ ન શકે. એને એ લોકોની એક જાતની અણવિકસિત ભાષા કહી શકાય.

"અમુક સમય પછી રોજ વિનિમયનો ક્રમ બદલાય છે અને દરેક યંત્ર નીકળ્યું હતું તે જ રાફડામાં પાછું જાય છે. દરેક જીવ પોતાની કક્ષામાં પાછો જાય એમાં એ નાના પડદાની આગળ ગોઠવાઈ જાય, એમાં કેટલીક કળ દબાવીને વિવિધ રંગો અને ઘાટો ઉત્પન્ન કરે છે, અને એ ઉપરથી એમના શરીરને પોષણ મળતું હોય એમ લાગે છે, કારણ કે એ વગર એમને પોતાને ચાલતું નથી.

"પોતાના જૂથના વડાઓ તેઓ કેવી રીતે પસંદ કરે છે એ વાતનો અમે વિશેષ અભ્યાસ કર્યો છે, કારણ કે એ ઉપરથી એ જીવોનો કેટલો બૌદ્ધિક અને સામાજિક વિકાસ થયો છે એ સારી રીતે જાણી શકાય. તો અમે જોયું છે કે જૂથના અધિકારીઓની ચૂંટણી એક લાંબી અને સંકુલ પ્રક્રિયા છે, અને ઘણું કરીને દરેક જગ્યાએ સરખી હોય છે. સમય આવે ત્યારે દિવસોના દિવસો સુધી આખી વસાહતનું જીવન એ જ પ્રસંગની આસપાસ ફરે છે, અને દુનિયામાં એ સૌથી મહત્ત્વનો બનાવ છે અને સૌનું ભાવિ એના ઉપર આધારિત છે એવો ભાસ થાય છે. પણ પછી એક મોટો વિરોધાભાસ થાય છે. વૃંદનો મુખ્ય અધિકારી એક વાર ચૂંટાઈ આવે એટલે એ કોણ છે ને શું કરે છે એની કોઈને પરવા રહેતી નથી; ઊલટું, એ બધા અધિકારીઓ સરખા જ છે, શાસનની બધી પદ્ધતિઓ મૂળમાં સરખી છે ને બધી નકામી છે, અને ઉપર આ આવે કે બીજું આવે તોય વ્યવહારુ જીવનમાં કોઈ પણ ફેર પડવાનો નથી એવી સૌની દૃઢ

માન્યતા છે. એક બાજુ સમયે સમયે આવતી એ બેફામ ચૂંટણીપ્રવૃત્તિ, અને બીજી બાજુ એ કાયમની અને સર્વસામાન્ય ઉદાસીનતા એ બે વાત વચ્ચે અમે મેળ બેસાડી શક્યા નથી.

"બીજો વિચિત્ર બનાવ અમારા ધ્યાનમાં આવ્યો છે, અને એ કે વારે વારે એ બેપગા જીવો મોટી સંખ્યામાં ગોળાકાર પ્રેક્ષાશાળાઓમાં હારોની હારની બેઠકોમાં બેસીને એમની જાતના થોડા પ્રતિનિધિઓ અમે કળી ન શક્યા એવા હલનચલનથી, વેગથી, ધૂનથી એક નાના-મોટા દડાની પાછળ કેમ દોડે, મારે, એકબીજાને હંફાવે એ એકધ્યાનપણે જોયા જ કરે, અને એ વિલક્ષણ વિધિ ચાલે ત્યાં સુધી આવેશમાં રહે. અમે એવી અટકળ બાંધી છે કે એમાં એમની જાતની પ્રજનન પ્રક્રિયાનો કોઈ ઘાટ હોવો જોઈએ, પણ એની ખાતરી અમે કરી શક્યા નથી.

"બેપગા જીવોના વર્તનમાં જે સૌથી વિચિત્ર અને આઘાતજનક ઘટના અમે નીરખી શક્યા તે એ કે કોઈ પણ કારણ વગર તેઓ અવારનવાર એકબીજા ઉપર તૂટી પડે છે, લડે છે, જાનમાલનો નાશ કરે છે, અને કોઈ વાર વ્યક્તિ વ્યક્તિની વચ્ચે થાય, તો કોઈ વાર જૂથ જૂથની વચ્ચે અને કોઈ વાર માની ન શકાય એવા મોટા સમુદાયમાં પણ થાય. એ વિનાશ કાર્ય કેમ કરે છે એ અમારી સમજ બહારની જ વાત છે, અને એનો કોઈ પણ ખુલાસો કે હેતુ શોધવામાં અમે સાવ નિષ્ફળ ગયા છીએ."

"આ બધાં કારણોને લીધે અમે એ ચોક્કસ તારણ ઉપર આવી ગયા છીએ કે એ સુંવાળી ચામડીવાળા બેપગા જીવોમાં બુદ્ધિનો ઉદય હજી થયો નથી, કે એનો વિકાસ થતાં હજી યુગો જ લાગશે, અને તેથી એમની સાથે અત્યારે કોઈ પણ જાતનો સાંસ્કૃતિક સંપર્ક સાધવાનો કોઈ અર્થ નથી. આથી અમારો અહેવાલ પૂરો થાય છે."

પછી અવકાશયાત્રીઓની સહીઓ, અવકાશયાનનું નામ, અને તેમની યાત્રાની તારીખ આવે છે. એ તારીખની ગણતરી વિક્રમ સંવતના પંચાંગમાં કરીએ તો આપણે નિશ્ચિંત અને બેપરવા જીવી રહ્યાં છીએ એ જ વર્ષ બરાબર આવી જાય. તેઓ પોતાના નક્ષત્રમાં સહીસલામત પાછા ફર્યા. એમના અહેવાલની એક નકલ ભૂલથી પૃથ્વી ઉપર પડી એ અહીંયાં અક્ષરે ઉતારી છે.

✦

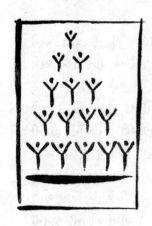

૫૭. શું સદ્ભાગ્ય અને શું દુર્ભાગ્ય ?

ઘણાં વર્ષો પહેલાં એક અરબી દેશમાં ફાતિમા કરીને એક છોકરી રહેતી હતી. એનો પિતા દોરડાં બનાવવાનો અને વેચવાનો ધંધો કરતો હતો અને સુખી હતો. એક દિવસ એના પિતાએ ફાતિમાને કહ્યું : "ચાલો, દીકરી, આપણે મુસાફરીએ ઊપડીએ. સમુદ્રના ટાપુઓમાં મારે ધંધો કરવાનો છે, તો તું મારી સાથે ચાલ અને કદાચ તારા લાયક કોઈ યુવાન માણસ આપણને મળશે ને તું એની જોડે પરણી શકીશ."

એમ બે જણાં ઊપડ્યાં. પિતા ટાપુએ ટાપુએ ધંધો કરતો, અને દીકરી આદર્શ પતિને મેળવવાનાં સ્વપ્નો સેવતી. પણ એક વખત ભરદરિયામાં હતાં ત્યારે વાવાઝોડું થયું, વહાણ ડૂબી ગયું, અને ફાતિમા બેભાન અવસ્થામાં કિનારે ફેંકાઈ ગઈ. એનો પિતા મરી ગયો હતો, અને તે એકદમ નિઃસહાય હતી. લાંબી કસોટીથી તે નબળી પડી હતી અને ઠીક સમય સુધી રેતી ઉપર પડી રહી.

એક વણકરે એને ત્યાં જોઈ, અને એની દયા કરીને એને પોતાને ઘેર લઈ ગયો. ત્યાં એને સારું થયું અને આખા કુટુંબની સાથે એ સારી રીતે ભળી ગઈ. એ લોકો ગરીબ હતા પણ માયાળુ હતા, અને ફાતિમાને કાપડ બનાવવાનો ધંધો પણ બરાબર શિખવાડ્યો. એ રીતે તે નવું જીવન જીવતી થઈ, અને ફરીથી આનંદી અને ઉત્સાહી બની. પરંતુ ત્યારે ફરીથી એને માથે આફત આવી પડી. એક દિવસ એ દરિયાકિનારે ચાલતી હતી એમાં દરિયામાંથી ગુલામોનો વેપાર કરનાર માણસોની એક ટુકડી આવી ચડી, એ નિર્દય લોકો એને પકડીને પોતાની સાથે લઈ ગયા. એ બહુ રડી અને આજીજીઓ કરી, પરંતુ એ લોકોનું દિલ

પીગળ્યું નહિ અને કોઈ દૂરના દેશમાં લઈને ગુલામોના બજારમાં વેચવા લઈ ગયા.

બજારમાં વહાણો માટે કૂવાથંભ બનાવનાર એક માણસ પોતાના કારખાના માટે ગુલામો ખરીદવા આવ્યો હતો એને ફાતિમા ઉપર દયા આવી, અને બીજો કોઈ આવીને એને ખરીદે અને હેરાન કરે એ પહેલાં એણે એને ખરીદી લીધી. પોતાની પત્નીની એ સારી સેવા કરી શકશે એ વિચારે એને ઘેર લઈ ગયો. પરંતુ એમાં બીજી આફત પડી. ઘેર પહોંચતાં ખબર પડી કે બહારવટિયાઓએ એને માટે વહાણમાં આવતો આખો માલ લૂંટી લીધો હતો, એટલે કારખાનું બંધ કરીને બધા કામદારોને છૂટા કરવા પડ્યા. રહ્યાં ફક્ત એ વેપારી, એની પત્ની અને ફાતિમા, અને ત્રણે મળીને કૂવાથંભો બનાવવાનું કામ હાથે કરવા લાગ્યાં. એને આ તક મળી હતી એ માટે ફાતિમા કૃતજ્ઞતાનો ભાવ અનુભવતી હતી અને ઉત્સાહથી કામ કરતી થઈ. એનો માલિક પણ એના ઉપર ખુશ હતો, એને દાસીમાંથી ભાગીદાર બનાવી દીધી, અને નવા કુટુંબમાં આવીને ફાતિમા સુખી થઈ.

એક દિવસ વેપારીએ એને કહ્યું : "આ બધા કૂવાથંભ આપણે બનાવ્યા છે એ હવે વેચવાના છે. તો તમે મારા નામે જાઓ, કૂવાથંભો એક વહાણમાં ભરીને લઈ જાઓ અને દૂરના ટાપુઓમાં તે વેચીને આવો." ફાતિમા ઊપડી, પરંતુ વહાણ ચીન દેશની ભૂમિ સામે હતું ત્યારે વાવાઝોડું આવ્યું, વહાણ ડૂબી ગયું, અને ફાતિમા ફરી વાર એકલી એકલી અજાણી ભૂમિ ઉપર ફેંકાઈ ગઈ. એ બહુ રડી. "જ્યારે જ્યારે મારું જીવન કંઈક ઠેકાણે આવી જાય ત્યારે કેમ એકદમ વિઘ્ન આવીને મારું સુખ તોડી પાડે ? આ ત્રીજી વખત એવું બન્યું. મેં એવું શું કર્યું કે દુર્ભાગ્ય આવી રીતે મારો પીછો પકડે ?" પણ એ પ્રશ્નનો કોઈ જવાબ નહોતો એટલે છેવટે ઊભી થઈને તે એ નવી ભૂમિમાં કોઈ ગામ શોધવા ચાલવા લાગી.

હવે ચીન દેશમાં એ વખતે એવી માન્યતા હતી કે દેશના રાજાને માટે એક ભવ્ય તંબુ બનાવી શકે એવી એક કારીગર સ્ત્રી ક્યાંક પરદેશથી આવવાની હતી. ચીનમાં કોઈને તંબુ બનાવતાં આવડતું નહોતું એટલે બધા એ ભવિષ્યવાણી ક્યારે સાચી પડશે એની રાહ આતુરતાથી જોતા હતા.

એવી પરદેશી સ્ત્રી આવી ચડે તો તરત ખબર પડે એ માટે રાજા તરફથી

અવારનવાર રાજ્યનાં બધાં શહેરો અને ગામોમાં દૂતો મોકલવામાં આવતા, અને પરદેશી કોઈ સ્ત્રી આવી હોય તો એને તરત રાજ્ય દરબારમાં લઈ જવા તત્પર રહેતા. એવી રીતે ફાતિમા ચાલતાં ચાલતાં એક ગામમાં આવી ચડી ત્યારે ગામના લોકોએ એને આખી વાત સમજાવી અને રાજાની પાસે એને મોકલી દીધી.

રાજાએ ફાતિમાને પૂછ્યું : "શું બહેન, તમને તંબુ બનાવતાં આવડે છે ?" ફાતિમાએ કહ્યું : "જી, હા." અને રાજાની આજ્ઞા લઈને કામે લાગી ગઈ. પ્રથમ એણે એક દોરડું માગ્યું, પણ કોઈની પાસે નહોતું એટલે પોતાના પિતાનો ધંધો યાદ કરીને એણે શણ મંગાવીને લાંબાં મજબૂત દોરડાં બનાવી દીધાં. પછી એને જાડા કાપડની જરૂર હતી, પણ ચીનના લોકોની પાસે એવું કંઈ ન હતું. ત્યારે વણકરની પાસે શીખેલી કલા અજમાવીને ફાતિમાએ જોઈતું કાપડ પણ બનાવી લીધું. તંબુ માટે ત્રીજું જોઈતું હતું એ મોટો થાંભલો, તો એ બનાવવા માટે પણ એ તૈયાર થઈ, અને કૂવાથંભો બનાવવાના અનુભવથી એ કાર્ય પણ એને માટે સરળ બની ગયું. એ બધું લઈને અને પોતાની યાત્રાઓ દરમિયાન જોયેલા ઉત્તમ તંબુઓને યાદ કરીને એણે રાજાને માટે એક ભવ્ય તંબુ બનાવી આપ્યો.

રાજા એ જોઈને ખુશ થઈ ગયો અને ગમે તે બદલો એને આપવા તૈયાર થઈ ગયો. ફાતિમાએ એ દેશમાં રહેવાનું પસંદ કર્યું, એક રૂપાળા રાજકુમાર સાથે લગ્ન કર્યું, અને પતિ-દીકરાઓ સાથે લાંબું ને સુખી જીવન જીવી.

એ રીતે જીવનમાં સારું શું ને નઠારું શું એ ઉતાવળે નક્કી ન કરતાં સમભાવ કેળવવાની સાચી જીવનદૃષ્ટિ ફાતિમા આખરે શીખી ગઈ.

◆

૫૪. મુરલી

પ્રાચીન ભારતમાં એક રાજા હતો. એને મુરલીના સંગીતનો બહુ શોખ હતો. રાજ્યમાં જે જે સારા મુરલી વગાડનારા હતા એમને બધાને રાજદરબારમાં બોલાવ્યા અને એક ભવ્ય વાદ્યમંડળની સ્થાપના કરી. એમાં ત્રણસો જેટલા સંગીતકારો આવી ગયા, અને રાજ્ય મહેફિલમાં બધા સાથે મુરલી વગાડતા ત્યારે અદ્ભુત વાતાવરણ સરજાતું. ત્રણસોમાં એક જ સૂર, એક જ લય, એક જ કલા. એ માટે તેઓ બહુ મહાવરો કરતા જેથી ક્યાંય પણ ખામી નહિ રહે અને કોઈ જુદું ન વગાડે. ત્રણસો મુરલીઓ એકીસાથે વાગે તોય એક જ મુરલી હોય એવી અનન્ય કલા હતી.

એ ખ્યાતિ આખા રાજ્યમાં ફેલાઈ ગઈ, અને એ સાંભળીને એક ચાલાક માણસના મનમાં એક વિચાર આવ્યો. રાજ્ય સંગીતકારોને ઊંચો પગાર મળતો હતો અને મુરલી સિવાય બીજું કોઈ કામ નહોતું એટલે એવું સ્થાન મેળવવા જેવું હતું ખરું. મુશ્કેલી એ હતી કે એ માણસને મુરલી વગાડતાં આવડતું ન હતું, અને શીખી શકે એમ પણ નહોતું. એટલે એણે બીજી યુક્તિ કરી. રાજાની પાસે જઈને એની ખુશામત કરીને મુરલી વગાડનારાઓની વચ્ચે એણે સ્થાન મેળવી લીધું. પછી મહેફિલમાં ભાગ લે ખરો અને હાથમાં મુરલી રાખે ને હોઠે અડાડે; પણ ફૂંક મારે જ નહિ. ત્રણસો મુરલીમાં એક વધારે કે એક ઓછી હોય એથી શો ફેર પડવાનો હતો ! એટલે સુખેથી કામ ચાલ્યું અને સારો પગાર મળતો રહ્યો.

પણ એક દિવસ ઓચિંતો રાજા મરી ગયો, અને બીજો રાજા આવ્યો.

એને મુરલી ગમતી હતી ખરી પણ વૃંદમાં નહિ, એકલી એકલી. એટલે એક વગાડે તે સાંભળે, ને એ પછી બીજો, પણ બધા એકીસાથે નહિ. એવી ખબર પડી ત્યારે છેલ્લે આવેલો ત્રણસો એકમો કહેવાતો સંગીતકાર ચુપકીદીથી રાજમહેલમાંથી ભાગી ગયો.

અનેક લોકોને ધર્મમાં કે રાજકારણમાં કે સિદ્ધાંતમાં કે માન્યતામાં એક જ વાત કહેતા સાંભળું ત્યારે મારા મનમાં શંકા જ રહે છે. ત્રણસોમાં જેને મુરલી વગાડતાં આવડતું નથી એવું કોઈ એક તો હશે જ.

◆

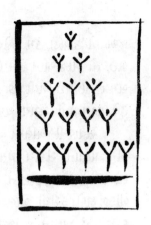

૫૫. વિઘ્નસંતોષી કાગડો

વહેલી સવારે હું ફરવા નીકળ્યો. સાવ અંધારું હતું. હજી કુદરત જાગી નહોતી. હજી ઉષાનું એક કિરણ પણ રાત્રિનું અંતરપટ વેધીને પ્રગટ્યું નહોતું. સૃષ્ટિ શાંત હતી, ફક્ત થોડા કસરત-બહાદુર પ્રભાતફેરીવાળા ફેફસાં ભરવા અને પગ કસવા નીરવ પહોળા વૃક્ષજડિત રસ્તા ઉપર ચાલતા હતા. દિવસ હજી ઊગ્યો નહોતો. હું મન અને પગના ધ્યાનયોગમાં લીન થઈને ચાલતો હતો.

એમાં એક અવાજ કાને પડ્યો. કર્કશ, એકાકી, કર્ણકટુ. એક કાગડો જાગ્યો હતો. એને આખી દુનિયાને ખબર આપવી હતી કે પોતાનો દિવસ શરૂ થયો હતો.

આસપાસનાં વૃક્ષો ઉપર સેંકડો કાગડાઓ રાતનિવાસ કરતા હતા એ હું જાણતો હતો. એમની સભા રોજ સાંજે એનાં પાંદડાંઓની ઓથે ભરાતી, એમાં દિવસના પ્રસંગોની ચર્ચા થતી, ઝઘડાઓના ફેંસલા થતા અને ધીરે ધીરે શાંત થઈને ધાંધલિયા કાગડાઓ નાછૂટકે બેસી રહેતા અને આખરે ઊંઘી જતા. કાગડાઓની વિશ્રાંતિથી આખી કુદરત વિશ્વાસ પામતી અને પોઢી જતી.

પણ હવે એક કાગડો ઊઠ્યો. હજી થોડી વાર હતી, હજી સૂરજના ઘડિયાળમાં પ્રકાશના ટકોરા પડ્યા નહોતા, હજી આળસ મરડીને બગીચાનાં ફૂલો સુગંધનાં બગાસાં ખાવા લાગ્યાં નહોતાં; પણ એક કાગડો જાગ્યો હતો, થોડો વહેલો જાગ્યો હતો પણ એને ફરીથી ઊંઘ ન આવી. જાગ્યો તે જાગ્યો. હવે બીજા જાગે એની રાહ શાંતિથી જોવી જોઈતી હતી. પણ શાંતિથી રાહ

જુએ એ કાગડો કેમ કહેવાય ? હું જાગ્યો એટલે બધાને જગાડીશ. મારી ઊંઘ ગઈ, તો બીજાઓને કેમ ઊંઘવા દઉં ? સમય થયો હોય કે ન હોય, પણ મારો સમય તો થઈ ગયો છે કારણ કે હું જાગી ગયો છું, એટલે સૌને માટે પણ હવે જાગવાનો સમય થઈ ચૂક્યો છે.

સવારની અલિપ્ત શાંતિમાં અધીરાઈનો શબ્દ પડ્યો. કા, કા, કા. જાણે એને પોતાને સંકોચ થતો હોય એ રીતે એકાકી કાગડો પોતાનો અવાજ સાંભળીને એકદમ શાંત થયો. પણ સંકોચ કરતાં સ્વાર્થ વધારે હતો એટલે બીજી ક્ષણે ફરીથી બોલવાનું શરૂ કર્યું. કા, કા, કા. એનો પાકો નિર્ણય હતો કે હવે હું બધાને જ જગાડીને જંપીશ.

મારી ઊંઘ બગડી તો બીજાઓને કેમ ઊંઘવા દઉં ? મારી રાત પૂરી થઈ તો એમાં બીજાઓને કેમ હજી આરામ કરવા દઉં ? ચાલો મારી સાથે. કા, કા, કા. શું, હું એકલો અહીંયાં બેસું, અને આ બધા હરામખોરો નિરાંતે ઘોરતા રહે ? એ સહન નહિ થાય. માટે એ બોલવા લાગે. એ જાણે છે કે એ બોલશે તો બધાને ઊઠવું પડશે. કાગડાઓનો ધર્મ છે કે એમનામાંથી કોઈ પણ બોલે તો તરત બીજા બધા જાગે અને ભેગા થાય. અને એ ધર્મ તેઓ અચૂક પાળે છે.

જુઓ, આ બીજો બોલ્યો. પડઘો પડ્યો અને ત્રીજો. અને આ તો ચોથાનો અવાજ લાગે. બસ, હવે બીજાઓથી કેમ રહેવાય ? ચારે ખૂણેથી અવાજો આવી જાય છે. એક એક વૃક્ષ બેસૂરા સૂરોથી ભરાઈ જાય છે. આખું આકાશ જાણે એક વિશાળ પડઘો બની જાય છે. કા, કા, કા. આખો કાગસમાજ જાગ્યો. કોઈ આળસુ બચ્ચાને પણ બેસવા ન દે. બધા બોલે અને ઊડે, બોલે અને ઊડે. ધીરે ધીરે પારદર્શક થતા આકાશ ઉપર ઉડ્ડયનના કાળા લિસોટા આમતેમ પડે છે. કાગડાઓનો દિવસ આજે વહેલો વહેલો શરૂ થયો છે.

કેટલાક માણસો કાગડા જેવા છે. હું દુઃખી થયો એટલે બધાને દુઃખી બનાવવાનો. મારી ઊંઘ બગડી તો બીજાઓની ઊંઘ હું બગાડીશ. કા.કા.કા. મારે વહેલા ઊઠવું એટલે હું બધાને ઉઠાડીશ. મને જીવનમાં શ્રદ્ધા નથી એટલે કોઈને રાખવા નહિ દઉં. મને કશામાં ઉત્સાહ નથી એટલે કોઈને પણ કશામાં ઉત્સાહ આવવા ન દઉં. મને ખોટો ઉજાગરો થયો એટલે બધાને કરાવું. અને, અલબત્ત, મારે લગ્નમાં ભારે ખર્ચ કરવો પડ્યો એટલે બીજાઓને પણ કરવો

પડે એવો જ્ઞાતિમાં આગ્રહ રાખીશ; મને પત્નીને પસંદ કરવાની છૂટ ન મળી એટલે હું પણ મારા દીકરાને છૂટ નહિ આપું. મારા હૃદયમાં કડવાશ છે, તો બધાના હૃદયમાં પણ કડવાશ રેડવાનો પ્રયત્ન કરીશ. હું દુઃખી છું, પછી બીજાઓને સુખી થવા કેમ દઉં ? હું નિરાશ છું, પછી કોઈને આશા બાંધવા કેમ દઉં ? મારું જીવન બગડ્યું તો ચાલો હવે મારે એટલું જોવાનું કે બીજાનાં જીવન કેમ બગડે. કા, કા, કા. મારી ઊંઘ ઊડી એટલે બીજાઓની ઉડાડું. કા, કા, કા. આખો સમાજ દુઃખી. આખી દુનિયા નારાજ. કાગડાને સંતોષ છે. કંઈ નહિ તો બધાનો આ દિવસ મેં બગાડ્યો. મારો ઉજાગરો સાર્થક થયો.

મારું બગડ્યું એટલે સૌનું બગાડું. એવી કંઈક કાગવૃત્તિ છે. અને એવી કંઈક માનવવૃત્તિ છે. શાંતિથી બેસી રહો તો ? હજી સૂરજ ઊગવાને વાર છે.

◆

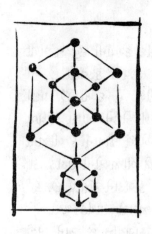

૫૬. રોજ વાંસળી વગાડો

એક વખત પંડિત જવાહલાલ નહેરુ વિનોબાજીની સાથે વાત કરતા હતા ત્યારે વિનોબાજીએ એમને એક સીધી સલાહ આપી : "રોજ સાંજે આપે એક વખત વાંસળી વગાડવાની." સાંભળનારા બધા હસી પડ્યા અને વિનોબાજીએ ખાલી મજાક કરી હતી એમ કેટલાકને લાગ્યું. નહેરુને ક્યાં વાંસળી વગાડતાં આવડતું હતું કે વગાડે ? અને આવડતું નહોતું તો ક્યાં ઉંમર હતી કે હવે શીખે ? એટલે ખાલી હસવા હસાવવા માટે કહ્યું હશે એમ ઘણાંને લાગ્યું.

પંડિતજી પણ હસ્યા, પણ સાચું હસ્યા; કારણ કે સલાહનો મર્મ એ બરાબર સમજી ગયા હતા, અને એ કેટલી અઘરી હતી એ પણ એમણે તરત જાણી લીધું હતું. પંડિતજીને તો હજાર કામ, દેશની જવાબદારી, આંતરરાષ્ટ્રીય મસલતો, મુલાકાતો, સમિતિઓ, પત્રો, નિર્ણયો, ચોવીસ કલાક ઓછા પડે એવું કામ. અને વિનોબાજી એમને સલાહ આપે. કોને શું કહેવું અને શામાં શું કરવું એ કહેતા નથી. રાજનીતિની વાતો કરતા નથી. વાત કરે છે વાંસળીની. રોજ વગાડો. સાંજે એક કલાક. ચૂક્યા વગર. નિત્ય કાર્યક્રમ બને ત્યાં સુધી. બધા જાણે કે રોજ ભારતના વડા પ્રધાન એ સમયે બીજાં બધાં કામ પડતાં મૂકીને વાંસળી વગાડે છે. લાંબે ગાળે સૌને એનો લાભ થવાનો હતો.

પંડિતજીને વાંસળી વગાડતાં આવડતું નહોતું, પણ વાતોનો મર્મ સમજતાં બરાબર આવડતું હતું. એટલે દિલથી હસીને એમણે સૂચના વધાવી લીધી. વાંસળી એટલે આરામ. વાંસળી એટલે કામમાં રાહત. વાંસળી એટલે હળવાશ.

વાંસળી એટલે કલા. વાંસળી એટલે શોખ. વાંસળી એટલે દુનિયા સમસમે ત્યારે શાંતિથી વિચાર કરવાની આવડત. વાંસળી એટલે ભરચક જાહેર જીવનની વચ્ચે અંગત અલિપ્તતા સાધવાનો પુરુષાર્થ. વાંસળી એટલે સમગ્ર દુનિયા ઉપર મુરલીધરનો આશીર્વાદ. પછી કોઈ એનો ઉલ્લેખ સાંભળીને નહિ હરખાય, ઉત્તમ સલાહ માટે આભાર નહિ માને ?

સલાહ આપણે માટે પણ છે. જીવનમાં વાંસળી જોઈએ. રોજ એક કલાક. બધું ભૂલી જવાનું. હજારો કામ છે તે રાહ જોઈ શકે. લોકો પૂછે છે, બોલાવે છે, માગે છે, શોધે છે. વડા પ્રધાન ક્યાં છે ? વાંસળી વગાડી રહ્યા છે. પત્રકારો નહિ સમજે. પણ ડાહ્યા માણસો બરાબર સમજે છે. એ હજારો કામ કરવા માટે સ્વસ્થતા જોઈએ, સમતોલન જોઈએ, સ્ફૂર્તિ જોઈએ, જાગૃતિ જોઈએ. એ બધું ક્યાંથી આવે ? વાંસળીથી મન તાજું થાય, દિલ મુક્ત થાય, મોં પ્રસન્ન થાય. અને પ્રશ્ન હાથમાં લઈ શકાય, ઉકેલ જોઈ શકાય, જવાબ આપી શકાય. તંગ મન બરાબર જોતું નથી ને વિચારતું નથી. મન તાજું થાય એટલે બરાબર કામ કરતું થાય. અને તાજું થવાની રીત વાંસળીની જ છે.

આપણી પાસે વાંસળી જોઈએ જ. મનની ગ્રંથિઓ છોડવાની રીત. થાક ઉતારવાની રીત. તાજગી મેળવવાની રીત. જીવનની ગતિ અતિ ઝડપી છે. એ જરા રોકવાની છે. રજા પાડવાની છે. શરણ શોધવાનું છે. આ વખતે કોઈ આવી ન શકે. ચિંતાઓને રાહ જોવા દો, યોજનાઓને બેસવા દો. વાંસળીનો સમય છે. એમાં કોઈ દખલ ન કરી શકે. કલાક પછી વાત. આટલા સમય માટે વડા પ્રધાન કોઈને મળતા નથી. પછી આવજો. ખુશીથી મળશે.

સલાહ સહેલી લાગે છે પણ અઘરી છે. કારણ કે રોજની છે. એક દિવસ આરામ લેવો, એક દિવસ ફરવા જવું, એક દિવસ બહાર રહેવું સહેલું છે. પણ એથી હેતુ નહિ સરે. વાંસળીનો કાર્યક્રમ સફળ થાય એ માટે રોજનો જોઈએ, કલાકનો જોઈએ, અપવાદ વગર નિયમિત જોઈએ. નિયત સમયે પડદો પડે છે અને વડા પ્રધાન ગુમ થઈ જાય છે. હવે બધા એ જાણે છે એટલે એ સમયે એને પજવતા નથી. વાંસળીનો પ્રભાવ છે.

કેવળ કલાત્મક ભાષા ! આરામ જોઈએ, રજા જોઈએ, હવાફેર જોઈએ એમ નહિ. વાંસળી જોઈએ. વાહ, વાહ ! સલાહ સારી આપે અને સારી રીતે

આપે. ભૂલી ન જવાય એ રીતે. બીજા સિદ્ધાંતો, ભલામણો, મંતવ્યો, આગ્રહો ભૂલી જવાય. વાંસળી ન ભુલાય. સાથે છે, કીમતી છે. કાયમ માટે છે. રોજ સાંજે એક કલાક. ગમે તે થાય, ગમે તેટલું કામનું દબાણ હોય. ગમે તેવી વાતો આપણા વિશે થાય. વાંસળી એટલે વાંસળી. હવે જીવન સુખેથી જીવી શકાશે.

✦ ✦ ✦